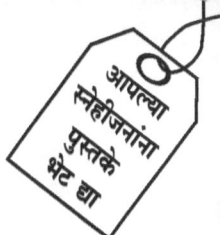

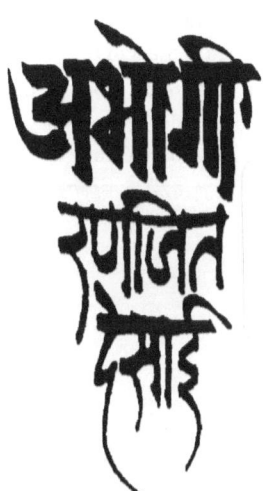

आपल्या स्नेहीजनांना पुस्तके भेट द्या

अभोगी

रणजित देसाई

मेहता पब्लिशिंग हाऊस

Please contact us at **Mehta Publishing House,** Pune..
Email : production@mehtapublishinghouse.com
Website : www.mehtapublishinghouse.com

- *या पुस्तकातील लेखकाची मते, घटना, वर्णने ही त्या लेखकाची असून त्याच्याशी प्रकाशक सहमत असतीलच असे नाही.*

ABHOGI by RANJEET DESAI

अभोगी : रणजित देसाई / कादंबरी

© सौ. मधुमती शिंदे व सौ. पारु नाईक

Email : author@mehtapublishinghouse.com
प्रकाशक : सुनील अनिल मेहता, मेहता पब्लिशिंग हाऊस,
१९४१, सदाशिव पेठ, माडीवाले कॉलनी, पुणे – ४११०३०.

मुखपृष्ठ : सुभाष अवचट

प्रकाशनकाल : एप्रिल, १९८७ / जानेवारी, १९९३ / जानेवारी, १९९८ / सप्टेंबर, २००२ / फेब्रुवारी, २००६ / जानेवारी, २००९ / ऑगस्ट, २०११ / सप्टेंबर, २०१३ / डिसेंबर, २०१६ / जून, २०१७ / पुनर्मुद्रण : फेब्रुवारी, २०१८

P Book ISBN 9788177663419
E Book ISBN 9789386175786
E Books available on : play.google.com/store/books
www.amazon.in/b?node=15513892031

सौ. माधवी देसाई
यांना...

जाता श्यामा उदया ये उषा व्योमराणी,
आयुष्याचे गतदिन परी यायचे ना फिरूनी;
नेत्रांत दिसते दूर क्षितिज विस्तारलेले
चित्ती राही सलत मधुचे शल्य- जे खोल गेले।।

प्रास्ताविक

'अभोगी' जवळ जवळ २० वर्षांनंतर प्रसिद्ध होत आहे. याला कोणी प्रकाशक मिळाला नाही, असा त्याचा अर्थ नव्हे; पण माझे परममित्र कै.राजाभाऊ ठाकूर (दिग्दर्शक) यांनी त्या कथेची मागणी केली. त्यांना तीवर चित्रपट काढावयाचा होता. राजाभाऊ ठाकूर जरी माझे मित्र असले, तरी ते एक जाणकार दिग्दर्शक म्हणून मला त्यांच्याबद्दल स्नेह आणि आदर या दोन्ही गोष्टी भावत असत. जेव्हा सवड मिळेल, तेव्हा ते कोवाडला येऊन मित्रत्वाच्या नात्याने राहत असत. आम्ही चित्रपटकथा पुरी केली. पण दुर्दैवाने राजाभाऊंना ते साध्य झाले नाही; आणि नंतरही चित्रपटकथा दुसऱ्या कोणाला द्यावी, असे मला वाटले नाही.

त्यानंतर कैक वर्षांनी राजाभाऊंचे चाहते श्री. राजदत्त माझ्याकडे आले. त्यांना ती चित्रपटकथा आवडली होती; पण त्यांनाही ते जमले नाही.

'अभोगी' ही कादंबरी अनेक वर्षे मनात घोळत असल्याने ती कथा मी अनेकांना सांगत असे. त्यांत प्रामुख्याने उल्लेख करावयाचा झाला, तर माझी पत्नी सौ. माधवी देसाई, आनंद यादव, वि. स. वाळिंबे, राजाभाऊ मराठे, अनिल मेहता यांच्यासारख्या मित्रांनी तीवर पुष्कळ चर्चा केली. कै. शाहीर गव्हाणकर आणि माझे मित्र भाऊसाहेब बेंद्रे यांचाही उल्लेख करावयास हवा. आणि त्यानंतर त्या कादंबरीचं पूर्ण रूप पुरं झालं. ही या कादंबरीची कथा.

ही कादंबरी वाचकांना भावेल, आवडेल, असं मला वाटतं. या कादंबरीसाठी कल्पना प्रेसचे श्री. अण्णा लाटकर, श्री. बाबू उडुपी आणि श्री. मोहन वेल्हाळ या सर्वांचा मी अत्यंत ऋणी आहे.

कादंबरी लिहिणं सोपं असतं, कारण तिथं एक लेखकच असतो, पण कादंबरी लिहिताना किंवा ती प्रकाशित करताना अनेकांचे हात गुंतलेले असतात. त्यांत प्रकाशक असतो, मुद्रक असतो, एवढंच नव्हे, तर कंपोझिटर पण असतो. प्रुफ-रीडरचे महत्त्व तर फार मोठे असते. त्या सर्वांचे हात या कादंबरीला लाभले. या सर्वांचा मी अत्यंत आभारी आहे.

१-१-१९८७

रणजित देसाई
मु. पो. कोवाड, ता. चंदगड,
जि. कोल्हापूर

सायंकाळचा सातचा सुमार. डॉ. कैलास झपाझप पावलं टाकीत लंडनमधल्या अल्बर्ट हॉलकडे जात होता. तो अल्बर्ट हॉलजवळ आला; तेव्हा प्रकाशझोतात अल्बर्ट हॉलची अंडाकृती इमारत उजाळून निघाली होती. त्या अंडाकृती असलेल्या इमारतीवर तेवढाच भव्य असा घुमट होता. त्या इमारतीची प्रवेशद्वारं उंच कमानींनी सजली होती. इमारतीच्या मध्यभागी लोखंडी पट्ट्यांची अरुंद गॅलरी हॉलच्या बाहेरून वेढा घालून उभी होती. त्या गॅलरीवर घुमटाखाली संगमरवरी दगडामध्ये जीवनातल्या नानाविध व्यवसायांचं दर्शन घडवणाऱ्या मूर्तींची किनारपट्टी शिल्पकलेमधील एक उत्कृष्ट नमुना म्हणून गणला जात होता. गॅलरीच्या खाली दोन्ही मजल्यांवर गॉथिक पद्धतीच्या उंच कमानदार खिडक्या नजरेत भरत होत्या. हॉलच्या बाहेर मोटारींसाठी ठेवलेल्या राखीव जागा भरून गेल्या होत्या.

कैलासनं संगमरवरी पायऱ्या चढून सभागृहात प्रवेश केला. डाव्या हाताच्या काउंटरवर तीन-चार इसम आलेल्या प्रेक्षकांना अभिवादन करून, त्यांचे ओव्हरकोट स्वीकारून त्यांना क्रमांक देत होते. कैलासनं आपला ओव्हरकोट, फेल्ट देऊन आपला क्रमांक घेतला आणि त्यानं मुख्य प्रेक्षागृहात प्रवेश केला.

कैलासनं राखी रंगाचा सूट परिधान केला होता. त्याच रंगाचा टाय त्याच्या छातीवर रुळत होता.

सारं प्रेक्षागृह भरत आलं होतं. सर्व आसनं, दोहो बाजूंच्या गॅलऱ्या आणि त्यावर चढत गेलेले बॉक्सिस प्रेक्षकांनी भरले होते. बहुतेक भारतीय प्रेक्षकांच्या मध्ये अधून-मधून काही युरोपियन प्रेक्षकांचीही उपस्थिती होती. मधाचं मोहोळ गुणगुणावं, तसा आवाज हळुवार बोलण्यातून उठत होता.

आपला आसन-क्रमांक दाखवून कैलासनं आपली जागा घेतली. याच्या दोन्ही बाजूंना भारतीय श्रोते बसले होते. पाहता-पाहता उरलेल्या जागा भरून गेल्या. समोरच्या रंगमंचावर काळी शेरवानी आणि पायजमा घातलेले वादक आपापली वाद्यं घेऊन बसले होते. त्यांत सितार, तबला, ढोलक, व्हायोलिन, फ्ल्यूट, ॲकॉर्डिन, व्हायब्राफोन यांसारखी वाद्यं सामावली होती.

कार्यक्रमाला सुरुवात झाली. नेहरू मेमोरियल ट्रस्टची कल्पना सांगितली गेली. महत्त्वाचे संदेश वाचून दाखवले गेले. आणि भारतीय सिनेमा-सृष्टीतील एक श्रेष्ठ कलावंत दिलीपकुमार रंगमंचावर येताच टाळ्यांचा कडकडाट झाला. त्यांच्या हातांत एक भला मोठा पुष्पगुच्छ होता. मोजक्या शब्दांत त्यांनी लता मंगेशकरांच्या प्रभावी व्यक्तिमत्त्वाची काव्यात्मक ओळख करून दिली आणि त्यांनी लता मंगेशकरांना पाचारण केलं.

बैंगणी किनारीची चंदेरी साडी परिधान केलेल्या लता मंगेशकर सूरमंचावर येताच आवाजानं सारा हॉल भरून गेला. दिलीपकुमारांनी आपल्या हातांतला गुच्छ लतांच्या हाती दिला. तो पुष्पगुच्छ बाजूला ठेवून लता माईकसमोर उभ्या राहिल्या. त्यांच्यामागे त्यांचे बंधू हृदयनाथ मंगेशकर तानपुरा छेडत होते. साऱ्या सभागृहात शांतता पसरली आणि लतांचा अलौकिक आवाज उमटला :

"अहं ऽऽ"

त्या 'अहं' बरोबरच साऱ्यांचं भान हरपलं. टाळ्यांचा प्रचंड प्रतिसाद उमटला. तो आवाज शांत होताच गीतेतल्या नवव्या अध्यायातील श्लोकानं कार्यक्रमाची सुरुवात झाली.

"अहं क्रतुरहं यज्ञः स्वधाहमहमौषधम्।
मंत्रोऽहमहमेवाज्यमहमग्निरहम् हुतम् ।।..."

श्लोकाचे शब्द विरतात न विरतात; तोच साथीदारांचा वाद्यवृंद हृदयनाथांच्या दिग्दर्शनाखाली एकाच सुरात झणकारून उठला. त्या साथीवर लताजी गात होत्या –

'इन्हीं लोगोंने... दुपट्टा मेराऽ....'

त्या अंतरंगात भिडणाऱ्या स्वर्गीय आवाजानं साऱ्यांच्या बरोबरच कैलास भान विसरत होता. चढत्या उभारसरणीनं लताजी एकामागून एक गीत गात होत्या. त्या नादावर सारे तन्मय होऊन डोलत होते.

रात्री साडेनऊ वाजता लताजींचा कार्यक्रम संपला. कैलास त्या कार्यक्रमाच्या आनंदात अल्बर्ट हॉलच्या बाहेर पडला. बाहेर खूप थंडी उतरली होती. मस्तकावर फेल्टहॅट असूनही ही थंडी त्याला जाणवत होती. लताजींच्या कार्यक्रमाला आलेल्या लोकांची वर्दळ रस्त्यावर होती. मोटारींचे हॉर्न वाजत होते; पण भान विसरलेला कैलास आपल्याच तंद्रीत चालला होता.

कैलास जेव्हा लंडनला प्रथम आला, तेव्हा लंडनमध्ये स्थायिक झालेला त्याचा मित्र सुहास पाटकर याच्या घरी काही दिवस तो राहत होता. नंतर पाटकरच्या

ओळखीनं मार्था रॉबिन्सन नावाच्या एका विधवेच्या घरी तो पेईंग गेस्ट म्हणून राहू लागला. मार्थानं आपली साठी केव्हाच ओलांडली होती. ती विधवा होती. तिचा एकुलता एक मुलगा बॉबी दुसऱ्या युद्धात मारला गेला होता. तिच्या नवऱ्यानं मृत्यूआधी खूप मिळवून ठेवलं होतं. कुणाची तरी सोबत असावी म्हणून कैलासला तिनं पेईंग गेस्ट स्वीकारलं होतं.

कैलास मार्थाच्या घरासमोर आला. त्यानं फाटक बंद केलं. घराच्या पायऱ्या चढून तो दरवाज्याची बेल वाजवणार, तोच दरवाजा उघडला गेला. दाराशी हसऱ्या डोळ्यांची, सुरकुतलेल्या चेहऱ्याची मार्था उभी होती.

"बॉबी, लवकर आत ये. बाहेर फार थंडी आहे."

कैलास आत येताच त्यानं दरवाजा बंद केला.

मार्थाला कैलास म्हणणं कधी जमलंच नव्हतं. ती आपल्या मुलाच्या नावानंच त्याला 'बॉबी' म्हणून हाक मारायची.

कैलासनं विचारलं, "ममी, अजून झोपली नाहीस?"

"नाही, रे. अजून झोप नाही आली. टी.व्ही. पाहत होते. पण तोही कंटाळवाणा. बंद केला. तोवर तू आलास. कॉन्सर्ट कसा झाला?"

"ए वन! ममी, तू यायला हवं होतंस."

"नाही, रे. मला तुमच्या हिंदी संगीतातलं काही समजत नाही. मी आले असते, तर तुला अवघडल्यासारखं झालं असतं. आणि तुलाही माझ्यामुळे कार्यक्रमाचा आनंद घेता आला नसता. खूप थंडीतून आलास. हवं असेल, तर गरम पाण्याचा शॉवर घेऊन झोप. बरं वाटेल."

"थँक्यू! जाऊ?"

"जा. काही लागलं, तर मला हाक मार."

"अच्छा, ममी, गुड नाइट!" म्हणत कैलास पुढं झाला आणि त्यानं मार्थाच्या गालाचं चुंबन घेतलं. जिना चढत असता मार्थाचे शब्द त्याच्या कानांवर पडले.

"गुड नाइट, बॉबी...."

कैलास आपल्या खोलीमध्ये गेला. त्यानं दार लावून घेतलं. कपडे उतरवले. बाथरूममध्ये जाऊन तो गरम पाण्याच्या शॉवरखाली उभा राहिला. त्या शिडकाव्यानं त्याचं मन मोहरत होतं.

लता मंगेशकरांची आठवण विरलेली होती. त्याच्या मनामध्ये रुंजी घालत होत्या, त्या त्याच्या जीवनातल्या आठवणी.

जेव्हा तो बाथरूममधून बाहेर आला, तेव्हा तो आपला नाइट-गाउन चढवून सरळ आपल्या पलंगावर जाऊन विसावला. त्याचं लक्ष शेजारच्या टेबलाकडे गेलं. त्या टेबलावर मार्थानं व्हिस्कीचा सरंजाम ठेवला होता. कैलासनं व्हिस्कीचा एक

पेग ओतून घेतला. तो संपवून तो अंथरुणावर आडवा झाला. जाड पांघरूण त्यानं अंगावर ओढलं.

त्याला आठवत होती त्याची पत्नी.

उल्का!

लंडनमध्ये तो तीन वर्षं होता. एम.एस. झाल्यानंतर तो पुढच्या शिक्षणासाठी लंडनला आला होता. अखंड तीन वर्षं तो आपल्या देशाच्या बाहेर होता.

पण आज उल्काच्या आठवणी का याव्यात?

या तीन वर्षांत अनेक कॉन्सर्ट, नाटकं त्यानं ऐकली, पाहिली; पण असा अनुभव त्याला कधीच आला नव्हता.

'होम सिकनेस' म्हणतात, तो हाच तर नसेल?

मग आखलेल्या युरोपच्या ट्रिपचं काय करायचं?

तसं पाहिलं, तर कैलास हा एक अत्यंत श्रीमंत घराण्यात वाढलेला मुलगा. त्याचे वडील मुंबईतले प्रसिद्ध जवाहिरे. त्यांचा लौकिक असा की, त्यांनी हातात हिरा घेतला की, तो निरखून त्याची ते चटकन किंमत करीत.

एम.एस. झाल्यावर कैलासचं लग्न झालं. त्यानंतर लंडनला उच्च शिक्षणासाठी तो आला.

तीन वर्षं झाली. सर्व शिक्षण पूर्ण झालं.

कैलास आपल्या अंथरुणावर उठून बसला. तो मनाशीच म्हणाला,

"आता काही नाही. आता उल्काला बोलावून घ्यायची. साऱ्या युरोपचा प्रवास करायचा. आणि मगच हिंदुस्थानला परत जायचं."

त्या विचारानं कैलासला समाधान वाटलं. तो परत अंथरुणावर झोपला. ब्लँकेट अंगावर ओढून घेतलं आणि केव्हा झोप लागली, हे त्याला समजलं नाही.

"बॉबी ऽ बॉबी ऽऽ...."

कैलासला जाग आली. त्याला वाटलं, आपल्याला उठायला उशीर झाला की काय! त्यानं अंगावरचं ब्लँकेट झटकलं आणि उठून दरवाजा उघडला. दाराशी मार्था उभी होती. कैलास काही बोलायच्या आत ती म्हणाली,

"तुझा फोन आहे."

"माझा? आणि या वेळी?"

"बॉबी, ट्रंककॉल आहे. इंडियातून...."

ते ऐकताच कैलास मार्थाला बगल देऊन तसाच खाली धावत गेला. फोन उचलून तो बोलत होता,

"कोण बालिगा?... काही नाही. परीक्षा झाली आहे... बेत? बेत कसला? मी उद्याच फोन करणार होतो. उल्काला पाठवून द्या, म्हणून सांगणार होतो. युरोपची

ट्रिप करून आम्ही परतणार आहोत... काय? सांगतोस काय? मी तातडीनं यायला हवं? पप्पाजींची तब्येत? उल्काची तब्येत बरी नाही?... पण परवाच तिचं पत्र आलं होतं... ठीक आहे. मी मिळेल त्या प्लेननं येतो. त्या आधी तुम्हांला कळवीन....''

कैलासनं फोन खाली ठेवला आणि तो जवळच्या खुर्चीवर बसला.

त्याच्या पाठीवर जेव्हा हात पडला, तेव्हा तो भानावर आला. त्यानं पाहिलं. मार्था पाठीशी उभी होती. तिच्या चेहऱ्यावर चिंता प्रकटली होती, तिनं विचारलं, ''काय झालं, बॉबी?''

त्या एका प्रश्नानं कैलासच्या डोळ्यांतून खळकन पाणी तरळलं. तो कसाबासा म्हणाला, ''माझा मित्र डॉक्टर बालिगा, त्याचा फोन होता. पण मला हे समजत नाही, परवापर्यंत उल्काची पत्रं येत होती. सारं ठीक होतं.

आणि बालिगा आज मला फोनवरून सांगतो : मिळेल त्या प्लेननं ये म्हणून! उल्काची तब्येत बरी नाही.''

मार्थानं विचारलं, ''काय झालंय तिला?''

''त्यानं काही सांगितलं नाही. पण तसं काही असल्याखेरीज तो मला तातडीनं बोलावणार नाही.''

मार्थानं त्याला जवळ घेतलं,

''अरे, वेडा आहेस का? आम्हां बायकांची जात फार हळवी असते. जरा काही झालं की, आपलं माणूस जवळ असावं, असं वाटतं.''

कैलास खिन्नपणे हसला.

''ममी, खोटा धीर कशाला देतीस? हाच फोन उल्कानं केला असता, तर मी समजू शकलो असतो. तसं काही असल्याखेरीज तो फोन करणार नाही.''

''मग काय ठरवलंस?''

''मला जायला हवं.''

कैलासनं समोरचा फोन हाती घेतला. आकडे फिरवले.

''येस! कैलास स्पीकिंग... पाटकर आहे का? हॅलो, गुड मॉर्निंग! हे बघ, पाटकर, तू असशील तसा इकडे निघून ये. महत्त्वाचं काम आहे... ते नंतर सांगेन... तू आधी इथं ये. मी वाट बघतो.''

कैलासनं फोन खाली ठेवला. मार्थाकडे न पाहता तो म्हणाला,

''ममी, पाटकर येतो आहे.''

''बॉबी, असा घाबरू नको. सर्व ठीक असेल. तू स्नान करून घे. तोवर मी ब्रेकफास्ट तयार ठेवते.''

कैलास सावकाश उठला आणि काही न बोलता आपल्या खोलीकडे चालू

लागला. खोलीत येऊन त्यानं भरभर दाढी, स्नान आटोपलं. कपडे केले आणि तो किचनकडे चालू लागला. कैलास आणि मार्था खुर्च्यांवर समोरासमोर बसली.

कैलास म्हणाला, "ममी, तू मला मदत करायला हवी."

"आनंदानं!"

"सारं सामान आवरायचं आहे. हे माझ्या एकट्याच्यानं होणार नाही."

"त्याची काळजी नको. आपण सारं ठीक करू."

"ममी, आपला हिशेब...."

"कसला?"

"या महिन्याचा."

"यू स्टुपिड! ममीला कधी असं विचारतात का?" मार्था हसून म्हणाली.

कैलासला काहीच बोलता आलं नाही.

मार्थाच्या आग्रहाखातर कैलासनं सँडविच व चहा घेतला. त्याच वेळी दारावरची बेल वाजली. मार्थानं दरवाजा उघडला. सुहास पाटकर आत आला. समोर आलेल्या कैलासकडे पाहत त्यानं विचारलं,

"काय झालं?"

"सुहास, मला तातडीनं भारतात परतायला हवं."

"का?" सुहासनं काळजीनं विचारलं.

"उल्का आजारी आहे."

"काय होतंय?"

"काही समजत नाही. फोनवर काही सांगितलं नाही."

सुहास काही विचारणार, तोच कैलास म्हणाला,

"तुला सवड आहे ना?"

"आहे."

"मग असं कर. माझं मिळेल त्या फ्लाइटचं तिकीट काढ."

कैलासनं खिशातनं पाकीट दिलं. पाकिटातून त्यानं पैसे आणि पासपोर्ट काढला. सुहासनं त्याच्या हातून पासपोर्ट तेवढा घेतला. आणि म्हणाला,

"पैसे असू देत. मी त्या तयारीनंच आलो आहे. माझ्या ऑफिसजवळच एअर इंडियाचं ऑफिस आहे. मी तिकीट रिझर्व्ह करूनच ऑफिसमध्ये येतो. तुला फोन करतो. काळजी करू नको."

सुहास निघून गेला आणि कैलास आपल्या खोलीत आला.

दोन प्रहरी सुहासचा फोन आला. पहाटेच्या विमानाचं तिकीट मिळालं होतं. रात्रीच्या जेवणाला मार्थानं सुहासला आग्रहानं बोलावलं.

रात्री जेव्हा सुहास आला, तेव्हा मार्थाच्या मदतीनं कैलासनं आपलं सारं सामान आवरलं होतं. तिघेही जेवायला बसले. पण त्या जेवणात नेहमीसारखं हसणं नव्हतं. कैलास खाली मान घालून जेवत होता. त्याला मार्थाकडे पाहवतही नव्हतं.

पुरी रात्र कैलासला झोप नव्हती.

मार्थाचा निरोप घेताना दोघांचेही डोळे भरून आले. कैलासनं हिंदू पद्धतीनं मार्थाला वाकून नमस्कार केला. त्याला उठवून आपल्या उराशी कवटाळीत मार्था म्हणाली,

"बी ब्रेव्ह, माय सन! बॉबी, तू इंडियात पोहोचताच तुझ्या पत्नीची तब्येत कशी आहे, ते कळव."

कैलासनं मानेनं होकार दिला. आणि कोटाच्या खिशाला लावलेलं सोनेरी शेफर्स पेन काढून मार्थाच्या हाती देत तो म्हणाला,

"ममी, माझी आठवण म्हणून ठेव. मला पत्र पाठवायची आठवण होईल."

मार्थानं हसण्याचा प्रयत्न करीत ते पेन स्वीकारलं आाणि म्हणाली,

"हे बघ, बॉबी, तुझ्या पत्नीची तब्येत सुधारली की, तुम्ही दोघं मिळून यायचं. पेईंग गेस्ट म्हणून नव्हे. माझा मुलगा म्हणून! प्रॉमिस?"

मार्था आवेगानं पुढं झाली आणि कैलासची मान झुकवून तिनं त्याच्या गालाचं चुंबन घेतलं. जड पावलानं कैलासनं मार्थाचा निरोप घेतला. आणि सुहासच्या गाडीतून ते विमानतळाकडे निघाले.

विमानतळावरचे सारे सोपस्कार आटोपून सुहासचा निरोप घेत असता, कैलासनं सुहासला मुंबईला कळविण्यास सांगितलं.

विमानात कैलासला चांगली जागा मिळाली होती. बाहेर सकाळ होत आली होती. आणि ते एअर इंडियाचं प्रचंड विमान आकाशातून झेपावत होतं. विमानानं पुरी उंची गाठताच त्यानं आपला कमरपट्टा सैल केला. त्याचं मन वैतागलं होतं. घरची ओढ लागली होती.

कैलासनं हवाई सुंदरीकडून व्हिस्की मागवली. ती पिऊन होताच त्यानं आपली खुर्ची मागे कलती केली. पायांवर रग ओढून घेतला. आणि झोप येत नसतानाही डोळे मिटून घेतले. पण त्याचं मन जुन्या आठवणींत रेंगाळत होतं.

■

कैलास लहानपणापासून सुखातच वाढला. त्याची आई तो दहा वर्षांचा असतानाच वारली. त्यानंतर कमलाकरांनी दुसरं लग्न केलं नाही. मुंबईच्या जवाहिऱ्याच्या बाजारात 'कमलाकर ज्युवेलर्स' ही पेढी मोठी मानाची होती. हातात हिरा घेतला की, कमलाकर सहजपणे त्याची किंमत करीत असत. ती किंमत बाजारात एक वेळ वरचढ असे; पण कधी कमी होत नसे, असा त्यांचा लौकिक होता. साठीचं वय झालं आणि त्यांनी आपला व्यवसाय बंद केला. घरात लक्ष्मी पाणी भरत होती. मुंबईत अनेक वास्तू त्यांच्या मालकीच्या होत्या. शेअर-बाजारात त्यांची पत होती.

वडिलांच्या आठवणीनं कैलासचं लक्ष उजव्या हाताच्या बोटात चमकणाऱ्या टपोऱ्या हिऱ्याकडे गेलं. जेव्हा कैलास एम.बी.बी.एस. झाला, तेव्हा त्याच्या वडिलांनी ती अंगठी त्याला दिली होती. न कळत त्याच्या चेहऱ्यावर हसू उमटलं.

कैलास एम.एस.साठी अभ्यास करीत असता कमलाकरांनी त्याला बोलावलं. कमलाकर कोचावर बसले होते. हाती वर्तमापत्र होतं. शेजारी त्यांचा कारभारी हरिप्रसाद उभा होता. कैलासला आलेला पाहताच त्यांनी हरिप्रसादला जाण्यास सांगितलं. हरिप्रसाद जाताच कमलाकर म्हणाले, "बैस, बेटा."

कैलास कोचावर बसला.

"उद्या रविवार. तुला मोकळा वेळ आहे ना?"

"जी!"

"माझा मित्र नवीनदासनं उद्या रात्री आपल्याला जेवायला बोलावलं आहे."

"जी! पण काय आहे?"

"काहीनाही रे! तो माझा मित्र. आम्ही एकाच व्यवसायात वाढलो. त्याचा फोन आला होता. मग जाऊ या ना?"

"जी."

"त्यांना तसं कळवू?"

"कळवा."

दुसरे दिवशी सायंकाळी सातच्या सुमारास कैलास कपडे करून खाली आला. कैलास रूपानं देखणा, उंचापुरा होता. त्याच्या निळसर डोळ्यांत एक आत्मविश्वास दिसत असे. अंगात निळा सूट घातलेल्या आपल्या मुलाकडे कमलाकर कौतुकानं पाहत होते. ते हसले.

"का हसलात, पिताजी?"

"मी विचार करीत होतो. तुझी लाइन तर चुकली नाही?"

"कसली लाइन?" कैलासनं गोंधळून विचारलं.

"हा डॉक्टरी पैशा स्वीकारण्याऐवजी सिनेमात गेला असतास, तर कदाचित–"

कैलास हसला आणि म्हणाला,

"हीरो झालो असतो, असंच ना?"

"तेच पाहायचं आहे." नकळत कमलाकर म्हणाले.

"मी नाही समजलो."

"काहीनाही. सहज बोललो. तुझी आई, शांता गेली. त्यानंतर मी दुसरं लग्न केलं नाही. सारं लक्ष पेढीत घातलं. पण तुझ्यामुळं आणि कामाच्या व्यापात कधी एकटेपण जाणवलं नाही."

"पिताजी–"

"मी खरं तेच सांगतो. घरात ऐश्वर्य नांदत आहे. एकुलता एक मुलगा. मी सदैव गुंतलेला. पण तू चांगला शिकलास. तू खूप मोठा डॉक्टर व्हावंस, असं मला वाटतं. माझी हिऱ्याची पारख कधी चुकत नाही. तुझ्या रूपानं एक गुणसंपन्न मुलगा लाभला, हे माझं नशीब. गारगोटी पदरात आली असती, तर मी काय करणार होतो? चल, आपल्याला वेळ होतो."

भारावलेला कैलास कमलाकरांच्या मागून जात होता. वरळीच्या पोर्चमध्ये मर्सिडीज गाडी उभी होती. ड्रायव्हरनं अदबीनं दार उघडलं. कमलाकर बसताच कैलास त्यांच्या शेजारी बसला. गाडी बंगल्याबाहेर आली आणि चांदण्या रात्री उजळलेल्या सागरावर कैलासचं लक्ष गेलं.

त्या किनाऱ्यावर नाचत येणाऱ्या रुपेरी लाटा तो पाहत होता. जेव्हा त्या किनाऱ्यावर आदळत होत्या, तेव्हा त्यांचा गंभीर नाद उमटत होता.

एवढ्या नाजूक लाटांमध्ये एवढ्या गंभीर नादाचा आवाज कसा उमटतो?

त्या विचारानं त्याचं त्यालाच हसू आलं.

ज्या लाटा नाजूक असतात, त्याच लाटांमध्ये प्रचंड ताकद लपलेली असते!

गाडी जुहूच्या दिशेनं जात होती. जुहूच्या समुद्रकिनारी नवीनदास यांचा बंगला होता. जेव्हा गाडी बंगल्यासमोर उभी राहिली, तेव्हा दाराशी उभे असलेले नवीनदास

नजरेत आले. अंगात पांढरा शुभ्र अंगरखा, पायी धोतर परिधान केलेले नवीनदास हसतमुखानं स्वागतासाठी उभे होते. त्यांच्या गोऱ्यापान कपाळावर गंधाचा टिळा उठून दिसत होता.

कैलास गाडीतून उतरला. त्यानं नवीनदासांच्या पायाला स्पर्श करून वंदन केलं. नवीनदासांनी त्याच्या पाठीवर हात ठेवला. पाठोपाठ कमलाकर आले. तिघांनी बंगलीत प्रवेश केला. सुसज्ज अशा दिवाणखान्यातील छताला प्रकाशमान झालेल्या झुंबराकडे कैलासचं लक्ष गेलं. आजवर अनेक वेळा नवीनदास कैलासच्या बंगल्यावर भेटले होते. पेढीवर कैक वेळा गाठ पडत असे; पण आज प्रथमच तो नवीनदासांच्या घरी आला होता. दिवाणखान्यात ते स्थानापन्न झाले, आणि त्याच वेळी नवीनदासांच्या पत्नी कांचनताई प्रवेश करत्या झाल्या. कैलासनं त्यांना वंदन केलं. त्या एका कोचावर बसल्या.

"फार लवकर तर आलो नाही ना?" कमलाकरांनी विचारलं.

'लवकर! अरे, फार उशीर झाला, म्हणा ना! हे घर का परकं?" नवीनदासांनी विचारलं.

सारे हसले. आणि त्याचवेळी पिवळी चंदेरी साडी नेसलेली नवीनबाबूंची कन्या उल्का प्रवेश करती झाली. तिनं पुढं होऊन कमलाकरांना वाकून नमस्कार केला. कैलासला नमस्कार केला.

नवीनदास म्हणाले, "कैलास, ही माझी मुलगी उल्का. नुकतीच बी.ए. झाली."

उल्का रंगानं तशी सावळी होती; पण तिच्या रूपात एक निराळा गोडवा होता. टपोरे काळेभोर डोळे. उभट चेहरा. सरळ नाक आणि नाजूक गुलाबी ओठ. यामुळे त्या सावळ्या रूपाला निराळंच सौंदर्य लाभलं होतं.

भानावर येत कैलासनं विचारलं,

"आपण कोणत्या कॉलेजमध्ये शिकत होता?"

"एल्फिन्स्टन..." उल्कानं स्मितवदनानं सांगितलं.

"बेटा!" नवीनदास म्हणाले, "हिला संगीताचा भारी शौक आहे. लहानपणापासून सतार वाजवते. घरी आली की, सतारीखेरीज काही सुचत नाही."

"नवीन, अरे हा डॉक्टर असला, तरी याला गाण्याचा भारी शौक आहे. एक मैफल चुकवत नाही. याची खोली पाहिलीस, तर एखाद्या म्युझिक हाउसमध्ये गेल्यासारखं वाटतं. टेपरेकॉर्डर, ॲम्प्लिफायर, रेकॉर्ड्सनी भरलेली कपाटं, काही विचारू नको."

"पण, पिताजी त्याचा काय उपयोग? ना मला गाता येत, ना काही वाजवता येत."

सारे हसले. नवीनदास म्हणाले, ''बेटी, अजून खूप वेळ आहे. तुझी सतार ऐकव ना!''

उल्का उठली. आत गेली. थोड्याच वेळात ती सतार घेऊन आली. सतार मोठी देखणी होती. काळ्याभोर रंगाच्या सतारीवर हस्तिदंती वेलपत्ती सजलेली होती. खालचा भोपळा पिवळसर गुलाबी छटांनी सजला होता. सतारीच्या वर एक लहान भोपळा होता. उल्कानं सतार मांडीवर घेतली आणि ती सतार जुळवू लागली. वरच्या तारा जुळल्या जाताच तिनं त्या तारांखालील तरफा जुळवायला सुरुवात केली. कैलासचं लक्ष तिच्या बोटांकडे गेलं. ती लांबसडक बोटं किंचित मिटली होती. करंगळीचं नाजूक बोटाचं टोक टोकदार नखानं सजलं होतं. त्या नखानं ती तरफ जुळवत होती. डाव्या हातानं हवी ती खुंटी अंदाजानं फिरवीत होती. ती सतार जुळवण्यात गुंतली असता कैलास नवीनदासांना म्हणाले,

''बाबूजी, एकदा अमेरिकेत सर्व राष्ट्रांची वाद्यमेळ-स्पर्धा ठेवली होती. प्रत्येकाला अर्धा तास दिला होता. शेवटी हिंदुस्थानची पाळी आली. रंगमंचावर सारे वाद्यं घेऊन आले. त्यांत सतार, तबला, ढोलक, वीणा, रुद्रवीणा, सारंगी, हार्मोनियम, दिलरूबा, फिडल अशी अनेक वाद्यं होती. तबल्याची ठोकाठोकी चालली होती. हार्मोनियमनं सूर धरला होता. तंतूवाद्यं जुळवली जात होती. सारी वाद्यं जुळवली गेली आणि प्रेक्षकांतून टाळ्यांचा कडकडाट झाला, या साऱ्या उद्योगात अर्धा तास संपला होता. आश्चर्य हे की, भारताला पहिलं बक्षीस मिळालं.''

सतार जुळवणाऱ्या उल्कानं कैलासकडे पाहिलं आणि तीही त्या हसण्यात सामील झाली.

उल्का म्हणाली, ''तेवढी भीती बाळगण्याचं काही कारण नाही हं! माझी सतार जुळली आहे.''

– आणि एवढं बोलून तिनं सतारीला वंदन केलं आणि सतार उचलली. उजव्या मांडीशेजारी मोठा भोपळा विसावला होता. सतारीची दांडी छातीवरून डाव्या खांद्याकडे गेली होती. डाव्या खांद्यावर दुसरा भोपळा आला होता. उल्कानं उजव्या हाताच्या पहिल्या बोटात नखी चढवली. डाव्या हाताची बोटं एकवार तारांवरून अलगद वर-खाली फिरली. उल्कानं डोळे मिटले आणि सतार बोलू लागली. दरबारीची आलापी ती घेत होती. सतारीच्या चकाकणाऱ्या पडद्यावरून तिची दोन बोटं फिरत होती. मींड खेचताना तिच्या चेहऱ्यावरचे भाव बदलत होते.

उल्काचं ते ध्यानस्थ एकाग्र रूप कैलास मंत्रमुग्ध होऊन पाहत होता.

आलापी, जोड, गत झाल्यानंतर ती झाला वाजवू लागली. उजव्या हाताची बोटं द्रुतगतीनं तारा छेडत होती. आणि त्याच गतीनं उल्काची डाव्या हाताची करामत त्या चकाकणाऱ्या पडद्यावरून त्याच गतीनं फिरत होती. नकळत कैलासनं

आपल्या मांडीवर ताल धरला होता.

सतार वाजवून झाली आणि उल्कानं सतार खाली ठेवली. तिघांनी टाळ्या वाजवल्या.

कैलास नकळत उद्‌गारला, ''बहुत अच्छा! सुंदर!'' आणि दुसऱ्याच क्षणी तो संकोचला.

उल्कानं त्याच्याकडे पाहून कृतज्ञतेनं मान झुकवली.

''आपण कुणाकडे सतार शिकलात?'' कैलसानं विचारलं.

''अजून शिकले नाही. शिकते आहे. शरीफखाँकडे तालीम घेते आहे.''

''खरं आहे. आयुष्यात कोणतंच वाद्य तसं शिकून पुरं होत नाही.''

''मुलांनो, तुमचं ठीक आहे. आमची काही व्यवस्था पाहाल की नाही?'' नवीनदास हसत म्हणाले.

तोच नोकरानं एक छोटं टेबल सामोरं आणून ठेवलं. त्या टेबलावर एक ट्रे होता. त्यावर ब्लॅक अँड व्हाइट व्हिस्कीची बाटली, थिजलेली पाण्याची बाटली, बर्फाचा कटोरा आणि पेले होते.

नवीनदासांनी कैलासला विचारलं,

''विल यू जॉइन अस?''

''नो! थँक्यू.''

दोघे हसले. नवीनदास उल्काकडे पाहत म्हणाले,

''मग तुम्ही अवघडून बसू नका. बाहेर चांदणं पडलं आहे. आमचं होईपर्यंत तुम्ही टेरेसवर बसा.''

कैलास टेरेसवर गेला. वेताच्या आरामखुर्च्यांची बैठक तिथं मांडली होती. एका खुर्चीवर बसून कैलास समोरच्या समुद्राकडे बघत होता.

– आणि काही वेळात उल्का तिथं आली. आपल्या हातांतील ट्रे तिनं बैठकीमधल्या लहान टेबलावर ठेवला. त्या ट्रेमध्ये दोन कोलाच्या बाटल्या, भाजलेल्या शेंगदाण्यांची बशी ठेवली होती. कैलास गडबडीनं उठला. ओपनर घेऊन त्यानं दोन्ही बाटल्यांची बुचं उघडली. दोन ग्लास भरले. एक ग्लास उल्काच्या हाती देत आपला ग्लास उंचावून तो म्हणाला,

''चिअर्स''

उल्का मोकळेपणानं हसली. तिनं विचारलं,

''आपण ड्रिंक्स घेत नाही?''

''घेतो. पण क्वचित. वडीलधाऱ्या माणसांच्या सहवासात तर मुळीच नाही.''

दोघं मोकळेपणाने बोलत होती, वेळ कसा गेला हे समजलं नाही.

दुसरे दिवशी कमलाकरांनी कैलासला विचारलं.

"कैलास, तुला उल्का कशी वाटली?"

"म्हणजे?" कैलासनं विचारलं.

"नाही. त्या मुलीबद्दल तुझं काय मत आहे?"

"उल्का चांगलीच आहे. कलावंत मनाची आहे. पण आपण हे का विचारता?"

"बैस, सांगतो."

कैलास कोचावर बसला. क्षणभर विचार करून कमलाकर बोलू लागले,

"हे बघ, कैलास तुला माहीत आहे. मी पेढी का बंद केली, ते. मला हृदयविकाराचा पहिला सौम्य झटका आला, तेव्हा डॉक्टरांच्या सल्ल्यावरून मी तो निर्णय घेतला."

"मला ते माहीत आहे. आणि तो सल्लाही योग्यच होता."

"ते असू दे. आता तू एम.बी.बी.एस. झाला आहेस. तुझी आई गेली आणि या घरातला स्त्रीचा वावर संपला. आता वाटतं, घरात सून यावी. हे घर भरलेलं बघावं. साठी ओलांडली. आता कसलाच भरवसा देता येत नाही. जर तू होकार दिलास, तर उल्काशी तुझा विवाह व्हावा, असं वाटतं."

"पण, पिताजी–"

"ऐक. नवीनचा आणि माझा स्नेह फार जुना. तेच नातं पुढच्या पिढीकडून चालवलं जावं, असं वाटतं. आम्ही एका जातीचे. एकाच व्यवसायात मोठे झालो, आज जे मी मिळवलं आहे, त्यात नवीनचं साहाय्य सदैव लाभलेलं आहे."

"पण, पिताजी, मला अजून खूप शिकायचं आहे."

"शीक ना! अरे, लग्न केलंस, म्हणून त्यात थोडाच व्यत्यय येणार आहे? खूप शीक. तू खूप शिकावंस, असं मलाही वाटतं. तुला भरपूर आयुष्य आहे. भरवसा नाही, तो माझाच. आता फार दिवस राहिलेत, असं मला वाटत नाही. माझा आग्रह नाही. तू विचार कर आणि निर्णय सांग."

वडिलांचे अश्रूंनी भरलेले डोळे कैलास प्रथमच पाहत होता. क्षणभर डोळे मिटलेली, सतार छेडत असलेली उल्का त्याच्या नजरेसमोर आली.

क्षणात कैलास म्हणाला, "पिताजी, उल्काबरोबर लग्न करण्यास मी तयार आहे."

"माझ्या इच्छेसाठी?"

"नाही. माझ्या! तो निर्णय मी कालच घेतला होता. फक्त अवधीबाबत मी विचार करीत होतो."

"मी आत्ताच नवीनला बोलावून घेतो, त्यालाही आनंदच होईल, असं वाटतं."

"पण उल्काचं मत?"

"तेही विचारीन." कमलाकर म्हणाले.

कमलाकर क्षणात उठले आणि आपल्या खोलीत आले, तरी कैलास तिथंच बसून होता. वेळ-काळाचं भान त्याला राहिलं नव्हतं.

सायंकाळी कमलाकरांच्या घरी नवीनदास, त्यांच्या पत्नी कांचनताई व उल्का आली. नवीनदासांच्या नोकरानं हार, मिठाई आणून टेबलावर ठेवली. त्या दोघा मित्रांच्या चेहऱ्यावर ओसंडणारा आनंद कैलास पाहत होता. उल्का अधोवदन उभी होती.

नवीनदासांनी टेबलावरचा हार उचलला आणि कळायच्या आत तो कमलाकरांच्या गळ्यात घातला.

''अरे, हे काय?'' कमलाकारांनी आश्चर्यानं विचारलं, ''अरे, हार घालायचा, तर तो कैलासला घाल.''

''त्याला हार घालणारे वेगळे आहेत.'' उल्काकडे पाहून नवीनदास म्हणाले.

उल्का अधिकच लाजली.

''उल्का, बेटी! साऱ्यांना मिठाई दे.''

मिठाईचा पुडा फिरत-फिरत कैलासजवळ आला.

कैलासनं गडबडीनं मिठाईचे दोन तुकडे उचलले. उल्कानं मिठाईचं बॉक्स टेबलावर ठेवताच कैलास पुढं झाला आणि आपल्या हातातील मिठाईचा तुकडा त्यानं उल्कासमोर धरला.

साऱ्यांच्या हसण्यानं दिवाणखाना भरून गेला. त्यात घरचे सेवकही अदब विसरून सामील झाले होते.

सारे स्थानापन्न झाले. नवीनदास कमलाकरांच्या शेजारी बसले होते.

ते म्हणाले, ''कमलाकर, मोठ्या संकटातून सोडवलंस... आजचा दिवस चांगला आहे. लग्नाबाबत तुझ्या काय अटी आहेत, त्या आत्ताच स्पष्टपणे सांगा.''

कमलाकरांनी नवीनदासच्या खांद्यावर हात ठेवला आणि ते म्हणाले,

''मी त्याचा विचार केला आहे. माझ्या काही अटी जरूर आहेत.''

क्षणभर स्तब्धता पसरली. नवीनदास म्हणाले,

''सांग, बाबा. तू म्हणशील, ते मी ऐकेन.''

''लक्ष्मीशपथ?''

''हो! लक्ष्मीशपथ! हरलो तर विचार.''

''सांगतो!'' क्षणभर कमलाकरांनी उसंत घेतली. ''हे बघ, नवीन. आपली अनेक वर्षांची मैत्री. एका धंद्यात वाढलो. एका कुटुंबासारखे वाढलो, खरं ना?''

''हो! खरं आहे.''

''मग सांगतो. तुझी उल्का ही काही मला परकी नाही. लग्नात उल्का फक्त

आमच्या हाती सोपवायची. लग्नाचा, रिसेप्शनचा सारा खर्च माझा. तू एक पैही खर्चायची नाही."

"अरे, पण –"

"तू लक्ष्मीची शपथ घेतली आहेस, हे विसरू नको. हे मान्य असेल, तर संबंध जुळतील. तो माझा निर्णय आहे."

बसल्या जागी नवीनदासाचे डोळे भरून आले. त्याच्या पाठीवर थोपटत कमलाकर म्हणाले,

"अरे वेड्या, डोळ्यांत पाणी का आणतोस? परमेश्वरकृपेनं आपणां दोघांनाही उदंड दिलं आहे. काय करायचं, तेवढं तू मला सांग."

कांचनताईकडे पाहत कमलाकर म्हणाले,"काय भाभी?"

पण कांचनताईनं डोळ्याला केव्हाच पदर लावला होता.

नवीनदास म्हणाले,

"अरे कैलास, आज बिर्ला मातोश्री गृहात हरिप्रसाद चौरसिया, रविशंकर आणि अल्लारखाँ यांचा कार्यक्रम आहे."

"जी! मी तिकीट काढलं आहे."

"खोटं!"

कैलासनं आपल्या खिशातून पाकीट काढलं आणि पाकिटातून तिकीट काढून दाखवलं. ते तिकीट नवीनदासांनी हाती घेतलं. बघता-बघता त्यांनी त्या तिकिटाचे दोन तुकडे केले आणि खाली टाकून दिले. कैलास आणि सारे अवाक् झाले. नवीनदास म्हणाले,

"असा बघतोस काय? आता तुमचं लग्न ठरलं. आणि एकटा जाणार? व्वा! अशा तऱ्हेनं माझ्या पोरीला वागवणार असशील, तर ते मला चालणार नाही." बोलता-बोलता नवीनदास हसले. "घाबरू नको. तुमच्या दोघांच्या तिकिटांची मी व्यवस्था केली आहे. तुम्ही लवकर जेवण करा आणि सुटा. आम्ही म्हातारे गप्पा मारीत बसतो."

त्या रात्रीची ती धुंद मैफल ती दोघं भान हरपून ऐकत होती....

विमानात कैलास झोपण्याचा प्रयत्न करीत होता. पण गत आठवणींचं मोहोळ त्याला झोपू देत नव्हतं. त्यानं होस्टेसला हाक मारली. ती येताच कैलास म्हणाला,

"प्लीज, गिव्ह मी अ पेग ऑफ व्हिस्की"

त्यानं गळ्याशी पांघरूण ओढून घेतलं.

विषुववृत्त ओलांडलं गेलं आणि साऱ्यांना घड्याळाच्या वेळा बदलण्याचं

सांगितलं गेलं.

एअर होस्टेसनं आणून दिलेला व्हिस्कीचा पेग कैलासनं संपवला. एअर होस्टेसचे आभार मानून त्यानं रिकामा पेला तिच्या हाती दिला. आणि त्यानं आपली कूस बदलली. पण झोप येत नव्हती.

आठवत होती, उल्का!

कैलासचं लग्न थाटात पार पडलं. त्यानंतर कुलदैवत मंगेशीला ती दोघं दर्शनाला गेली. आधी ठरल्याप्रमाणे त्यांनी लोणावळ्याला मुक्काम केला. लोणावळ्याला कैलासच्या वडिलांनी खूप मोठी जमीन घेतली होती. जमिनीच्या मध्यभागी उतारावर सुरेख बंगला बांधला होता. कैक वेळेला कमलाकर उन्हाळ्यात तिथं जात असत. कैलास आणि उल्का तिथं पोहोचायच्या आत त्यांचा नोकर भोलानं तिथं सर्व व्यवस्था केली होती.

उल्काला ती जागा फार आवडली. ती म्हणाली,

"केवढी सुरेख जागा निवडलीय पप्पाजींनी!"

"हो ना! आपण काश्मीरपेक्षा इथंच मधुचंद्र साजरा करावा, असं मला वाटतं, तुला आवडेल?"

उल्का लाजली.

कैलासनं तिला सारा बंगला फिरून दाखवला. बंगल्याच्या समोर बाग होती. त्यावर स्वतंत्र माळी होता. बंगल्यातील सर्व खोल्यांतील फर्निचर, सारं काही स्वच्छ होतं. बंगल्याचा मागचा अर्धा भाग दुमजली होता. काळाभोर, चकाकणारा शिसवी जिना होता. नाजूक, नक्षीदार खांबांनी पेललेला तो जिना पाहताच उल्काचं लक्ष त्यावर खिळून राहिलं.

"थांब, उल्का. आपण वरचा भाग नंतर पाहू." म्हणत त्यानं तिला मागच्या दारी नेलं. डाव्या बाजूला अद्ययावत पद्धतीचं स्वयंपाकघर होतं. पांढऱ्या फरशीनं सजलेलं. काळ्या संगमरवरी फरशीनं स्वयंपाकघराचा कट्टा, भिंतीमध्ये बांधलेली स्वच्छ काचेच्या दरवाज्यांना सजलेली कपाटं. उल्का ते सारं भान हरपून बघत होती. स्वयंपाकघरात कुडता, धोतर आणि डोक्याला गांधी टोपी घातलेला सडसडीत अंगाचा इसम अदबीनं उभा होता. त्याच्याकडे बोट दाखवत कैलास म्हणाला,

"हा रामनाथ! मूळचा गोव्याचा. पण पिताजींनी त्याला इथं ठेवला आहे. त्याचं कुटुंबही इथंच राहतं. हाच या बंगल्याची देखभाल करतो."

रामनाथकडे पाहत कैलास म्हणाला, "रामनाथ, ह्या तुझ्या मालकीण."

"जी!" रामनाथ म्हणाला.

कैलास उल्काला म्हणाला, "हा रामनाथ म्हणजे सबकुछ! उत्तम स्वयंपाक

करतो. बाजारहाट आणि घरची सारी व्यवस्था याच्याकडेच. मुंबईला जसा भोलाचा मान आहे, तसाच इथं रामनाथचा!''

उल्काला भोला परिचित होता. भोला किंचित स्थूल देहाचा, तर रामनाथ किडकिडीत अंगलटीचा. त्या जोडीकडे पाहून उल्काच्या ओठांवर स्मित प्रकटलं. नकळत लॉरेल-हार्डीची तिला आठवण झाली.

रामनाथनं पुढं होऊन दोघांना वंदन केलं.

दोघंही बंगल्याच्या मागे गेली. बंगल्याच्या मागे थोड्या अंतरावर नोकरांसाठी बांधलेलं निवासस्थान होतं. बंगल्याच्या भोवती विस्तीर्ण आवार होतं. चारी बाजूंनी ती जागा तांबड्या दगडाच्या भिंतींनी बंदिस्त झाली होती. त्या भिंतीच्या आतल्या कडेनं आंबा, फणस, चिक्कू यांची झाडं लावली होती. नकळत उल्का बोलून गेली,

''बंगल्याच्या मानानं आवार खूपच मोठं आहे नाही?''

''हो ना! पिताजींनी जवळ-जवळ एक डोंगराचा भागच खरीदला आहे. आर्किटेक्ट रुस्तुमजींनी या जागेची निवड केली आणि त्यांनीच याचा प्लॅन केला.''

''सुंदर! पण एवढ्या मोठ्या जागेचं करणार काय?''

''का? कधी काळी आपण इथं राहायला आलो, तर एका बाजूला तुझ्यासाठी बॅडमिंटन हॉल बांधू.''

''मग प्रॅक्टिस कुणी करायची?'' उल्का हसून म्हणाली.

''तुझ्याशी लग्न केल्यापासून प्रॅक्टिस करावीशी वाटत नाही.''

''म्हणजे?''

''नाही! तशी प्रॅक्टिस करीन. पण डॉक्टरकीची नाही.'' उल्काकडे रोखून पाहात तो म्हणाला.

त्या नजरेतला मिश्किलपणा जाणवताच उल्का लाजली आणि म्हणाली,

''चला! पुरे झालं.''

''चला. तुला आणखीन एक जागा पाहायची आहे.''

उल्कासह तो बंगल्यात आला. आणि हॉलमधून वरच्या मजल्यावर जाणारा जिना चढू लागला. वर जाताच उल्काच्या नजरेत नक्षीदार सागवानी भव्य दरवाजा आला. कैलासनं तो दरवाजा उघडला. मंद धुपाचा वास दरवळला. मंत्रमुग्ध होऊन उल्का ते दृश्य पाहत होती.

अत्यंत मोठी अशी ती खोली होती. त्या खोलीत चारी भिंतीपर्यंत पसरलेला अखंड गुलाबी गालिचा होता. पश्चिमेच्या बाजूला प्रशस्त नक्षीदार सागवानी पलंग होता. उंच आरशांचं अनेक कप्प्यांनी युक्त असं ड्रेसिंग टेबल होतं. दरवाज्याच्या उजव्या हाताला सागवानी वार्डरोब होता. डाव्या कोपऱ्यात गोदरेज कपाट होतं. हे

सारं असूनही खोलीत मोकळी जागा खूप होती.

कैलासनं केलेल्या स्पर्शानं उल्का भानावर आली. आणि तिनं खोलीत पाऊल ठेवलं. कैलासनं त्या खोलीतला आणखीन एक दरवाजा उघडला. गुलाबी फरशीनं आच्छादलेलं स्नानगृह दिसत होतं. त्यात गीझर होता. शॉवर होता. आणि गुलाबी रंगाचा बाथटब होता. ते ऐश्वर्यसंपन्न स्नानगृह बघून उल्काला शब्द फुटत नव्हता. कैलासनं दरवाजा बंद करून घेतला. भारावल्यासारखी ती कैलासच्या मागून जात होती.

कैलास शय्येपलीकडे गेला. भिंतीला निळा मखमली पडदा लावला होता. दोन्ही हातांनी त्यानं तो पडदा दुभंगला. आणि उल्कांच उरलंसुरलं भान हरपलं. संपूर्ण काचेची अशी ती लांब-रुंद खिडकी होती. तिथून अस्ताचलाकडे झुकलेला सूर्य, त्या प्रकाशात दूरवर झाडं, डोंगरमाथे सारं नजरेत येत होतं. शय्यागृहाच्या बाहेर प्रशस्त टेरेस होतं.

ते दृश्य डोळे भरून पाहत असता कैलासचे हात तिच्या खांद्यांवर विसावले. त्या स्पर्शाबरोबर ती वळली. आणि कैलासच्या मिठीत बद्ध झाली. कैलास उल्कावर चुंबनांचा वर्षाव करीत होता. त्यात ती गुदमरली होती. त्या मिठीतून सुटका करून घेत उल्का कृत्रिम रागानं आपले ओठ पुसत म्हणाली,

"हे काय? दार उघडं आहे. घरात नोकर आहेत...."

"अरे छोड! आपण दोघं वर आहोत, हे कळल्यावर कुणाची शहामत आहे वर यायची?"

कैलास हसला.

"का हसलात?"

"काही नाही. एक आठवलं."

"काय?"

"एकदा मी माझ्या मित्राबरोबर आग्र्याला गेलो होतो. दीवान-ए-खासमध्ये फिरत असता माझ्या मित्राला शंका आली. त्यानं विचारलं, 'अरे, इथं सर्व आहे. पण इथं दरवाजे नाहीत.' मी त्याला म्हणालो, 'मित्रा, ही शहेनशहाची जागा आहे. इथं फक्त चिकाचे आणि उन्हाळ्यात वाळ्याचे पडदे सोडले जात असत. ज्या दालनात बादशहा आणि बेगम असेल, तिथं जायचं धाडस कोण करेल?"

उल्का खळखळून हसली, ती म्हणाली,

"बादशहा सलामत, आपण आता खाली जाऊ या."

कैलास हसला. त्यानं विचारलं, "घर आवडलं?"

"खूप! स्वप्नात वावरल्यासारखं वाटतं. ही पिताजींची खोली ना?"

"अंहं!" मान नकारार्थी हलवत कैलास म्हणाला,"एवढी जागा पिताजींनी

माझ्यासाठीच वाढवली. त्यांची खोली खालीच आहे.''

''पण या खोलीत एक कमतरता आहे...'' उल्का म्हणाली.

''कसली?''

''इथं आरामखुर्च्या आहेत. कोच आहे. पण पुस्तकांचं एकही कपाट नाही. तुम्हांला वाचनाची आवड नाही?''

काही न बोलता कैलासनं आपल्या शय्येच्या उशाशी असलेला पडदा सरकवला. अर्धी भिंत भरेल, एवढं भिंतीतलं कपाट पुस्तकांनी भरलं होतं. ते कपाट दुभंगलेलं होतं. त्याच्या मध्यभागी रेडिओ, टेपरेकॉर्डचे कप्पे होते. त्यावरच्या कप्प्यावर ओळीनं कॅसेट्स लावल्या होत्या.

''भारीच लबाड आहात! सारं झाकून ठेवायची तुम्हाला सवय आहे.''

''मला नाही. तुला!''

''चावटपणा खूप झाला. तुम्ही खाली जा, पाहू. मला माझे कपडे लावून घेऊ द्या. बॅगा तशाच पडल्या आहेत.'' म्हणत ती वार्डरोबकडे जात असता कैलासनं तिला थांबवलं. तो पुढं झाला. वार्डरोबचा एक उंच खणाचा दरवाजा त्यानं उघडला. आणि त्यातून अलगदपणे गवसणीबद्ध झालेलं वाद्य काढलं. ती गवसणी पाहताच उल्का उद्गारली,

''माझी सतार!''

''बहुतेक भोलाची करामत असावी! पण, उल्का सारखी सतार वाजवत बसायचं नाही हं? नाहीतर माझ्याच हातून माझ्या पायांवर धोंडा मारून घेतल्यासारखं होईल.''

''तेच करणार आहे मी!'' उल्का मोठ्यानं हसत म्हणाली. आणि कैलास पुढं येत असलेला पाहताच मागे सरत ती म्हणाली,''नो! गेट आउट! जा म्हणते ना!''

– आणि कैलास हसत खोलीबाहेर निघाला. दाराशी थांबून तो वळला. त्यानं उल्काकडे पाहत विचारलं,

''आर यू शुअर?''

''येस! आउट ऽऽऽ!''

कैलास हसला आणि पायऱ्या उतरू लागला.

सायंकाळच्या वेळी कैलास उल्काला म्हणाला,

''उल्का, आज तुला एक सुरेख जागा दाखवायची आहे– जी आजवर तू पाहिली नाहीस.''

''मला नको, बाई, ते पाहणं. या दऱ्या-खोऱ्या चढून माझे पाय दुखतात.''

''अगं, पण आपल्याला कुठं लांब नाही जायचं. आपल्या जागेतच ते ठिकाण

आहे. चल तर खरी.''

उल्का कैलाससह बाहेर पडली. सेवकांच्यासाठी बांधलेलं निवासस्थान ओलांडून ते वर माथ्यावर चढत होते. एक छोटी, दगडांनी रेखलेली पायवाट चढून ती दोघं वर आली. आणि उल्काचे पाय जागीच थबकले. त्या माथ्यावर एक लहान बाग होती. तिच्या मध्यभागी एक दगडी सुबक चौथरा बांधलेला होता. त्या चौथऱ्याकडे बोट दाखवत कैलास म्हणाला,

''बैस.''

मंत्रमुग्ध झालेली उल्का त्या चौथऱ्यावर बसली. तिथून खालवरचा भाग नजरेत येत होता. खालून वळणं घेत जाणारे रस्ते, रस्त्यावरून धावणाऱ्या बसगाड्या, समोरचं दाट रान- हे सारं ती पाहत होती.

''उल्का, जागा आवडली?''

''फारच छान!''

''आपण इथं नेहमी येऊन बसत जाऊ.''

''एक विचारू? पप्पाजींनी खंडाळ्याऐवजी लोणावळा का निवडला?''

''चांगलं विचारलंस. ही जागा माझ्या आईनं निवडली. खरं पाहता पप्पाजींना खंडाळ्याला जागा घ्यायची होती. पण तुम्हां बायकांचा स्वभाव बदलेल कसा? पप्पाजी हे सांगताना खूप हसायचे. माझी आई त्यांना म्हणाली होती, त्या खंडाळ्यात आहे काय? काही आणायला जायचं, तर सारखं लोणावळ्याला पळावं लागणार. त्यापेक्षा लोणावळा बरं. इथं सारं काही मिळतं. पुणं जवळ आहे. तशीच मुंबईही दूर नाही. आणि आईच्या आग्रहाखातर पप्पाजींनी हा डोंगर खरीदला.''

उल्का हसली. तिच्या मोहक हसण्यानं कैलास क्षणभर तिच्याकडे बघतच राहिला. झाडीतून सळसळत येणारा वारा सुखावत होता. उल्का हिरवीकंच साडी नेसली होती. त्याच रंगाचा ब्लाउज तिनं घातला होता. वाऱ्यानं उडणारा पदर सावरण्याचा प्रयत्न करीत होती.

''उल्का!'' कैलास म्हणाला.

उल्का कैलासकडे न पाहता समोर पाहत म्हणाली,

''काय?''

''तू फार मोठी चूक केलीस.''

''चूक! कसली?'' उल्कानं आपले काळेभोर नेत्र कैलासवर खिळवत विचारलं.

''माझ्याशी लग्न करण्याची.''

उल्काच्या ओठांवर हसू उमटलं. खट्याळपणे ती म्हणाली,

''मला मान्य आहे.''

''थट्टा नाही. मी खरं तेच सांगतो. कुठल्याही शहाण्या मुलीनं कधी डॉक्टरशी

लग्न करू नये.''

''का?''

''का! अगं, मी उद्या प्रॅक्टिस करू लागलो की, समजेल तुला. डॉक्टरला स्वत:चं कधी आयुष्यच नसतं. दिवस नाही, रात्र नाही. सणवार नाही. दारावरची बेल वाजली की, धसका भरतो. पेशंटच्या मागे धावावं लागतं.''

''मला आवडेल.''

''आवडेल?'' आश्चर्यानं कैलासनं विचारलं.

''हो! तेवढाच तुमचा छळवाद थांबेल.'' उल्का खळाळून हसली.

तिच्या त्या मोहक रूपाकडे पाहत कैलास म्हणाला,

''मी छळतो काय? थांब....''

कैलासनं पाऊल उचललेलं पाहताच उल्का धावत सुटली. पण काही क्षणांतच कैलासनं तिला पकडलं. आपल्या मिठीत घेऊन तो उल्काची चुंबनं घेऊ लागला. त्याचा उजवा हात तिच्या छातीवर विसावला होता. त्या मिठीत गुदमरलेली उल्का म्हणाली, ''चुकले, बाबा! तू छळत नाहीस. मीच छळते, मग तर झालं?''

दोघंही मोठ्यानं हसली. हातात हात घालून पॉइंटवरच्या कट्ट्यावर बसली. काही न बोलता उल्का समोरचं दृश्य पाहत होती. स्वत:शीच बोलावं, तसं उल्का बोलत होती.

''काय सुरेख दृश्य आहे! हिरव्या गर्द वनराईनं शोभणारे हे डोंगरउतार, डोंगरावरची उभारलेली ती शिखरं, हा गार वारा....''

''खरं आहे... '' कैलास म्हणाला.

उल्कानं कैलासकडे पाहिलं, तर कैलास समोर पाहतच नव्हता. त्याचं लक्ष उल्कावर खिळलं होतं. ढासळलेल्या पदराची तिला जाणीव झाली. कैलासची नजर तिच्या उन्नत वक्षस्थळांवर खिळली होती. तिनं गडबडीनं आपला पदर सावरला.

''फार चावट आहेस तू!'' म्हणत ती कैलासला बिलगली.

खंडाळ्यापर्यंत फिरणं, लोणावळ्यात भटकणं, बाजार बघणं, सायंकाळी घरी आलं की, सुरेख गाणी ऐकणं यामध्ये त्यांचे दिवस जात होते.

एके दिवशी कैलासनं उल्काला सांगितलं,

''उल्का, चल आपण चक्कर मारून येऊ.''

''कुठं?''

''सांगतो. गाडीतून फिरून येऊ.''

उल्का कैलाससह गाडीत येऊन बसली. ड्रायव्हर गाडी चालवत होता. दोघं पाठीमागे बसली होती. गाडी राजमाचीच्या पॉइंटवर आली. पाच-सहा गाड्या उभ्या

होत्या. एक छोटेखानी हॉटेल त्या जागेवर उभं होतं. कैलासच्या पाठोपाठ उल्का आत शिरली. त्या लहानशा जागेत एक सुंदर बाग होती.

"उल्का..." कैलास म्हणाला, "जीवनाचा अवघड घाट चढून वर आलं की, ट्रकवाले, मोटारवाले इथं विश्रांती घेतात. घाट उतरणाऱ्यांनाही घाटाची जाणीव होते. तेही इथं थोडा वेळ थांबतात."

कैलासनं हॉटेलमध्ये जाऊन ऑर्डर दिली. आणि ती दोघं त्या बागेत येऊन दरीच्या कट्ट्यावर बसली. पाठोपाठ चणे-शेंगदाणे विकणारी पोरं धावत आली. उल्का म्हणाली,

"मला नको, बाईऽऽ!"

"अगं, ते तुझ्यासाठी नाहीत. घे, थोडे शेंगदाणे, चणे. गंमत तर बघ."

चणे-शेंगदाण्यांचे पुडे विकत घेतले गेले. समोर खोल दरी होती. उजव्या बाजूला कड्यावरून कोसळणारा एक निमुळता झरा होता. त्याचा पांढरा फेस दरीमध्ये उसळत होता. तिकडे बोट दाखवीत कैलास म्हणाला,

"उल्का, जेव्हा पावसाळा असतो ना, त्या वेळी प्रचंड धबधब्याचं रूप इथून दिसतं. हा पाण्याचा ओघ कशासाठी झेपावतो? कोणत्या ओढीनं? कुठं जायचं असतं त्याला? त्याचं समर्पण कुठं व्हायचं, ते त्याला तरी कुठं ठाऊक असतं? सारेच ओहोळ सागराला मिळत नसतात. काही वाटेतच लुप्त होऊन जातात. पण धाव मात्र थांबत नाही. जीवन हे असंच असतं. एकदा झोकावून दिलं की, अखंडपणे धावावंसं वाटतं. मिळेल त्या वाटेनं. मिळेल त्या ध्येयानं!"

– आणि त्याच वेळी उल्का किंचाळली. कैलास तिच्याकडे बघून मोकळेपणानं हसला. तो म्हणाला, "उल्का, ती काही अपाय करणार नाहीत. तू चणे-शेंगदाण्यांची पुडी घेतलीस ना! त्यासाठी ती आलीत. त्यांना ती खाऊ घाल."

उल्कानं चण्यांचा पुडा उलगडला आणि चणे खाली टाकले. कैलास म्हणाला,

"दुसऱ्याला देताना असं जमिनीवर फेकू नये. तू चणे हातात घे. त्यांच्या समोर हात धर. ते काही इजा न करता सारे चणे टिपून खातील. तृप्त होतील."

– आणि कैलासचं म्हणणं खरं ठरलं. उल्काची भीती आता सरली होती. आनंदानं मूठ भरून चणे-शेंगदाणे ती माकडांच्या समोर धरीत होती. अधाशीपणानं ती माकडं हातावरचे चणे घेत होती. गालफडं फुगवून उल्काकडे पाहत होती. उल्का म्हणाली,

"ह्या माकडांना एवढं कसं कळतं?"

"का? भिकाऱ्याला भीक कशी मागावी, हे कळत असतं."

त्याच वेळी वेटर गरम भजी घेऊन आला. दोघं ती गरम भजी खात होती. गमतीनं उल्कानं एक भजं माकडासमोर धरलं. माकडानं ते हुंगलं आणि एकदम

नाक फेंदारून पळून गेलं. कैलास हसत उल्काला म्हणाला.

"उल्का! पाहिलंस? भिकारी का असेना, पण त्यालाही आवड असतेच. चल... रात्र व्हायच्या आत परत जाऊ."

तिथून परतताना उल्काच्या मनात एक वेगळं समाधान भरून राहिलं होतं. ∎

मुंबईमध्ये कैलासनं एम.एस.चा कोर्स पुरा केला. ती तीन वर्षं कशी गेली, हेही त्याला कळलं नाही. उल्काच्या पावलांनी त्यांचं घर आनंदानं भरून गेलं होतं. कमलाकर तर सुनेचं कौतुक करण्यात सदैव मग्न असत. उल्कानं आपल्या घरी केलेले बदल ते कौतुकानं पाहत. मुंबईत होणाऱ्या अनेक मैफली कैलास आणि उल्कानं ऐकल्या होत्या.

लग्नाचा पहिला वाढदिवस अत्यंत थाटात झाला. कैलास-उल्काचे आवडते गायक महेशकुमार यांचं गाणं ठेवलं होतं. महेशकुमार हा अखिल भारतीय कीर्तीचा कलावंत होता. उल्का आणि कैलासला तो भारतातला सर्वश्रेष्ठ गवई आहे, असं वाटत असे. लग्नाच्या पहिल्या वाढदिवशी महेशकुमारचं गाणं व्हावं, म्हणून कैलासनं जिद्द बाळगली होती. महेशनं मागितलेलं मानधन मान्य करून गाणं ठरवलं होतं. सारी मित्रमंडळी, आप्तस्वकीय वाढदिवसाच्या आनंदात भर घालीत होती. रात्री महेशकुमारांची बैठक सुरू झाली. आसावरीनं त्यांनी सुरुवात केली. हार्मोनियम, तबला, तानपुऱ्याच्या साथीवर मैफल रंगत होती. बिहागडा, यमन राग मनमुराद गाऊन त्यांनी श्रोत्यांना मुग्ध केलं होतं. रात्रीचे दोन केव्हा वाजले, हेही कळलं नाही. त्या वेळी उल्का म्हणाली,

''अहो, त्यांना 'छांड दे गले बाही, श्याम' ही ठुमरी म्हणायला सांगा ना!''

कैलासनं तशी चिठ्ठी महेशकुमारांना पाठविली. त्यांनी ती वाचली आणि आपल्या जाकिटाच्या खिशात ठेवून दिली. क्षणभर ते हसले आणि त्यांनी भैरवी सुरू केली :

''बाबुल मोराऽऽ''

मैफल संपली आणि त्यानंतर गप्पा मारीत कैलास म्हणाला,

''मी आपल्याला एक फर्माईश केली होती.''

''माफ करा.'' महेशकुमार म्हणाले, ''हे मला आधी सांगितलं असतंत, तर मी कदाचित ती ठुमरी गायली असतीही. पण माझा एक नियम आहे. मी मैफलीचा विचार करून आलेला असतो. त्यात ऐनवेळी बदल करून चालत नाही. मनासारखं

गाता येत नाही.''

रात्री शय्यागृहात जेव्हा कैलास-उल्का आले, तेव्हा नाराज झालेली उल्का म्हणाली,

''एक ठुमरी म्हणायला त्यांना काय जड झालं होतं?''

''पण–''

''काही बोलू नका. पाच हजार बिदागी घेतात. साथीदारांचा खर्च घेतात. आमच्या खर्चानं हॉटेलमध्ये उतरतात. एवढी मिजास असेल, तर फुकट गावं... मग हे बोलणं ऐकवावं....''

''उल्का, अगं, कलावंत हे असेच असतात. जरी ते गायले असते, तरी मनाविरुद्ध गायिलेली ठुमरी रंगली असती का?''

''तेच म्हणते मी– जर मी मैफलीतून उठून गेले असते, तर ते त्यांना चाललं असतं का? त्यांनी गाण्याची किंमत ठरवली होती. गायकांनाच मिजास असते, असं नाही; श्रोत्यांनाही असते.''

''अशी संतापू नको. महेशकुमारांनी मैफल रंगवली ना? एक ठुमरी म्हटली नाही, म्हणून काय झालं? तू सतार वाजवतेस. ती सतार बोलत नसते. त्या वेळी तुझं मन बोलत असतं. आपण त्यांचं गाणं विकत घेतलं नाही. आपण रसिक त्यांचे भक्त आहोत. तुझ्यासारख्या कलावंतानं तरी असा विचार करू नये.''

''तुम्ही असं बोलणार, हे मला माहीतच होतं.'' उल्का म्हणाली.

''नाही, उल्का तसं नाही. जरा विचार कर. महेशकुमारांनी माझी फर्माईश ऐकली नाही, त्यात मी माझा अपमान मुळीच समजत नाही.''

''पण 'छांड दे गले बाही, श्याम' ही ठुमरी भैरवीतच होती ना? मग वाढदिवसाच्या दिवशी 'बाबुल मोरा' म्हणायची काय गरज होती?''

''तीही भैरवी सुंदरच आहे. ती कुणी लिहिली माहीत आहे?''

''कुणी?''

''अवधचे नवाब वाजिदअली. हे मोठे कवी. कलासक्त मनाचे होते. त्यांचं संगीतावर अलोट प्रेम होतं. इंग्रजांनी त्यांचं राज्य खालसा केलं. आणि त्यांची रवानगी कलकत्त्याला केली. अत्यंत प्रिय असणारी अवध सोडताना त्यांना अपार दुःख झालं, आणि त्यांनी 'बाबुल मोरा' लिहिली. भैरवीला रंगत आणणारं ते काव्य. भैरवीला आवश्यक असणारी आर्ततासुद्धा त्यात आहे.''

'' पण–'' उल्का म्हणाली.

''पण–'' उल्काला पुढं बोलू न देता कैलास तिच्या खांद्यावर हात ठेवत म्हणाला. ''पणबिण काही नाही. उल्का, जेव्हा हे गवई मैफलीत येतात, तेव्हा ते

मैफलीचा अंदाज बांधूनच येतात. एखादा रोगी आमच्याकडे येतो, तेव्हा त्या रोग्याच्या रोगाचं निदान आमच्या मनाशी निश्चित झालेलं असतं. आम्ही त्यावर विचार करूनच उपचार करीत असतो. ऐनवेळी एखाद्या तज्ज्ञ डॉक्टरांनी त्यात बदल सुचवला, तर आम्ही जरूर विचार करतो. त्या डॉक्टरांचा सल्ला, अधिकार लक्षात घेऊनही आम्हांला त्या रोग्याची जबाबदारी विसरता येत नाही. आजवर त्या रोग्यावर जे उपचार केले, ते सारे विचारात घ्यावे लागतात. त्याविरुद्ध आम्हाला जाता येत नाही, जमेल तेवढेच बदल आम्ही करतो. उपचार आमच्याच पद्धतीनं चालू असतात.''

''ठीक आहे. माझ्या मनात काही नाही...'' उल्का हसून म्हणाली.

कैलासनं तिला जवळ घेतलं. तिची हनुवटी उंचावत तिच्या नजरेला नजर भिडवत हसून तो म्हणाला,

''त्या महेशकुमारांनी ती ठुमरी गायली नाही, म्हणून काय झालं? आज आपल्या लग्नाचा पहिला वाढदिवस ना? मी ती ठुमरी तुला ऐकवीन.''

''तुम्ही?'' उल्का खळखळून हसली.

''खरंच ऐकवीन, त्या ठुमरीची हीच वेळ आहे. मध्यरात्र केव्हाच उलटून गेली आहे. पहाट आता फार दूर नाही. 'छांद दे गले बाही, श्याम, भोर गई अंगना!' प्रेयसी आणि प्रियकर एकमेकांच्या प्रणयाराधनेत झोपले नाहीत. रात्र केव्हा सरली, हेही त्यांना कळलं नाही. त्या वेळी प्रेयसी म्हणते : 'राजा, थकले मी आता. गळ्यातली मिठी सोड. बाहेर उजाडू लागलं आहे. यमुनेला पाणी भरण्यासाठी आता चालत असतील....''

– आणि आवेगानं कैलासनं उल्काला मिठीत घेतली.

विमानातल्या आवाजानं कैलास भानावर आला. विमानातून आवाज उमटला.

''सभ्य स्त्री-पुरुषहो! आता काही क्षणांत विमान मुंबई तळावर उतरेल. कृपा करून आपल्या कमरेचे पट्टे बांधून घ्या. सिगारेट ओढू नका, ही विनंती.''

त्या सूचनेनं कैलास पुरता भानावर आला. त्यानं आपल्या कमरेचा पट्टा बांधला. काचेतून दिसणारी मुंबईतील छोटी-मोठी घरं, वळणं घेत जाणारे काळेभोर रस्ते, एखादी जाणारी आगगाडी तो पाहत होता. विमानतळावर उल्का जरी आली नाही, तरी मल्होत्रा, बालिगा, नवीनदास, कांचनताई आणि पपाजी आले असतील. अर्थात रिवाजाप्रमाणे मिठाईचे पुडे, हारतुरे हे असणारच!

पण त्या कल्पनेतसुद्धा त्याला सुख नव्हतं.

जे यायचं होतं, तेच नेमकं येणार नव्हतं!

दीड दिवसांचा प्रवास संपवून कैलास विमान-तळावर उतरला, तेव्हा सकाळचे दहा वाजले होते. सामानाची तपासणी होऊन जेव्हा तो बाहेर आला, तेव्हा बालिगा, मल्होत्रा त्याच्या स्वागतासाठी आले होते. पण कुणाच्याच हातांत हारतुरे नव्हते. सामान गाडीत ठेवून डॉक्टर मल्होत्रा ड्रायव्हर शेजारी बसले. पाठीमागे डॉक्टर बालिगा व कैलास बसले. काही वेळ कोणीच बोललं नाही. शेवटी न राहवून कैलासनं विचारलं,

"उल्का कशी आहे?"

"बरी आहे." बालिगा म्हणाले.

"पण काय झालं? कशानं आजारी पडली? किती दिवस आजारी आहे?" कैलासनं अधीरतेनं विचारलं.

"हे बघ, कैलास, टेक इट् इझी! उल्काला टी.बी. झाला आहे."

"टी.बी.!" कैलासनं आश्चर्योद्गार काढला, "उल्काला? अशक्य!!"

"कैलास, आम्ही तिची फॅमिली-हिस्ट्री तपासली. उल्काची आजी टी.बी.नं गेली. पण नुसती आनुवंशिकता ग्राह्य धरून चालणार नाही. क्षय व्हायला अनेक कारणं आहेत. एकटेपण, मनात झुरणं, न बोलता सोसत राहणं, अशा अनेक गोष्टींतून ही व्याधी जडू शकते. गेले दोन वर्षं ती–'

"पण मला का नाही कळवलं?"

"तसं उल्कानं निक्षून सांगितलं होतं."

"अरे, पण आपण कुठं निघालो आहोत?"

"जुहू!"

"जुहू?"

"हो! उल्कावहिनी तिथंच आहे. पप्पाजी एकटे. तेव्हा नवीनदासांनी तिला माहेरीच नेऊन ठेवलंय."

"म्हणजे! ती सॅनिटोरियममध्ये नाही?"

"हे बघ, कैलास. ती तुझ्यापेक्षा जास्त हट्टी आहे. तिनं सॅनिटोरियममध्ये राहण्यास साफ नकार दिला."

"आणि तुम्ही ते ऐकलंत?"

आत्तापर्यंत स्वस्थ बसलेला मल्होत्रा मागे वळला. तो म्हणाला,

"कैलास, आम्ही का मूर्ख आहोत? वहिनीची काळजी कशी घ्यावी, हे का आम्हाला कळत नाही? रोगी नुसता औषधोपचारानं बरा होत नाही. त्याचं मनही जाणावं लागतं. तिच्यावर आमचे डोळे सदैव खिळून असतात."

"त्यात काही बदल घडला नसता. तुझ्या पिताजींची इच्छा होती की, तू शिक्षण पुरं करावंस. तसंच उल्कावहिनीलाही वाटत होतं. पिताजींच्या घरी उल्कावहिनीला

राहवंसं वाटत होतं. पण तिथं आणखीन कोणीतरी राहणं आवश्यक होतं. नवीनदासांनी विनंती केली. तिथं आईवडील आहेत....''

''पण मला तातडीनं का बोलावून घेतलंत?''

मल्होत्रा म्हणाला, ''जेव्हा वाटलं, तेव्हाच.''

''म्हणजे?''

''कैलास, आम्ही का परके आहोत? जेवढी करता येणं शक्य आहे, तेवढी पराकाष्ठा आम्ही केली. त्यासाठी हवे ते तज्ज्ञ आम्ही मागवले. तू येऊन जास्त काय करणार होतास? उन्हाळ्यात आम्ही लोणवळ्याला जात असू. पावसाळा संपेपर्यंत भाभी, नवीनदास तिथं सहकुटुंब राहत असत. आम्ही आठवड्यातून दोन वेळा लोणावळ्याला जात असू. फोनवरून दररोज संपर्क साधत असू. पण आम्हाला यश आलं नाही.''

''मल्होत्रा, त्याबद्दल मला शंका नाही. अरे, परवापर्यंत मला तिची पत्रं येत होती. कसली काळजी नाही, आनंदात आहे, असं ती लिहीत होती. तिनं ऐकलेल्या मैफली, सिनेमा यांची वर्णनं होती....''

बालिगा हसला, ''समजलं ना? भाभी केवढी मोठी आहे, ते! ते सारं खोटं होतं. तुला प्रसन्न राखण्यासाठी ती पत्रं लिहीत होती. आणि ती पत्रं पिताजींच्या पत्त्यावरूनच जात होती. त्याच पत्त्यावर तुझी पत्रं येत होती.''

कैलासला काही कळत नव्हतं. सारं समजून घेण्याचा तो प्रयत्न करीत होता. हवेत झालेला बदल, उष्मा त्याला जाणवत नव्हता. थकल्या आवाजात त्यानं विचारलं, ''मग आता?''

मल्होत्रा म्हणाला, ''तिची तब्येत सुधारत होती. आणि तिला न्यूमोनिया झाला. त्यातून ती सावरली. पण रोग बळावला होता. परवा चेकिंग करून घेतलं. कार्डिओग्राम काढला. पण सारे रिपोर्ट निगेटिव्ह आले. तिचं हार्ट अत्यंत दुर्बल बनलं आहे. म्हणून तुला तातडीनं बोलावून घेतलं.''

कैलासनं दीर्घ नि:श्वास सोडला आणि त्यानं मागच्या बैठकीवर मान विसावली. डोळे भरून आले. बालिगा कैलासकडे पाहत होता. पण काही बोलायचं धाडस त्याला नव्हतं. त्यानं कसंबसं विचारलं,

''पप्पाजींची तब्येत कशी आहे?''

''बरी आहे. पण सध्या ते कुठं बाहेर जात नाहीत. घरातच असतात. थोडेफार बागेत फिरतात.''

''त्यांना उल्काची कल्पना आहे?''

''हो! सांगणंच भाग होतं.'' मल्होत्रा म्हणाला, ''पण त्यांनी ते सारं धीरानं घेतलं आहे.''

"धीरानं!" कैलास खिन्नपणे हसला.

"कैलास!" बालिगा म्हणाला, "तू पुष्कळ शिकून आलास. मीही तोच व्यवसाय अनेक वर्षं करीत आहे. पण मला एक अनुभव आला आहे. जन्म आणि मृत्यू हा डॉक्टरांच्या सल्ल्यानं कधी घडत नाही. तो पराजय स्वीकारावाच लागतो."

गाडी जुहूच्या बंगल्यात शिरत होती. दरवाज्यात नोकर आले. त्यांनी सामान उतरून घेतलं. तिघे बंगल्यात गेले. नवीनदास हॉलमध्ये बसले होते. कैलासनं पुढं होऊन त्यांना नमस्कार केला. नवीनदासांचे डोळे भरून आले होते. त्यांनी कैलासच्या पाठीवरून हात फिरवला.

बालिगा म्हणाला, "डॅडी, कैलास आला ना! आता काळजीचं कारण नाही. उल्कावहिनीला बरं वाटेल."

कैलासच्या बॅगा वरती नेल्या जात होत्या. कैलासनं विचारलं,

"उल्का कुठं आहे?"

"ती वर आहे. तू येणार, हे तिला माहीत आहे."

कैलास एकटाच जिना चढत होता. तो उल्काच्या खोलीच्या दाराशी आला. त्यानं दरवाजा हळुवार हातानं ढकलला. उल्का तक्क्याला टेकून पलंगावर बसली होती. फिकट गुलाबी रंगाचं, गुलाबी काठाचं पातळ ती नेसली होती. कैलास येणार, म्हणून तिनं प्रसाधन केलं होतं. चेहरा तोच होता. ओठांवर तेच स्मित होतं. पण त्या रूपात केवढा फरक पडला होता. गालफडं आत गेली होती. त्यामुळे उठून दिसणारं ते सरळ नाक. सावळ्या वर्णावर आलेली फिकट छटा. ज्या डोळ्यांत सदैव हास्य खेळायचं, ते निस्तेज रूप पाहून कैलास दाराशीच थबकला. कैलासला पाहताच उल्का हसत म्हणाली,

"ये, राजा! किती दिवसांनी... किती वर्षांनी भेटलास!"

आपले काष्ठवत हात तिनं पसरले होते. कैलास आवेगानं धावला. उल्काच्या मिठीत तो तिची चुंबनं घेत होता. तिच्या कपाळाची, गालाची तो चुंबनं घेत होता. पण ओठांकडे झुकताच उल्का मान वळवत होती. त्याच्या पाठीवरून हात फिरवीत ती म्हणत होती,

"माझ्या राजा! केवढा मोठा झालास तू! एवढा शिकलास, पण पूर्वीचा अल्लडपणा अजून जात नाही ना? अरे, मला दम लागतो."

कैलास तिच्याजवळ बसला. कैलास आधीच रूपानं देखणा होता. उंचापुरा. निळ्याभोर नेत्रांचा. परदेशातली हवा त्याला मानवली होती. रंगानं तो आणखीन उजळ झाला होता. उल्का आनंदानं त्याला पाहत होती.

"काय पाहतेस?" कैलासनं विचारलं.

"तुला! तुझी मैत्रीण कशी आहे?"

क्षणभर कैलास काही समजलं नाही. पण नंतर क्षणात त्याच्या ध्यानी आलं. तरी त्यानं विचारलं,

"कुठली मैत्रीण?"

"ती तुला इंडियन एम्बसीमध्ये भेटलेली?"

"ती होय? छान आहे. आनंदात आहे अगदी."

"मग तिला का नाही घेऊन आलास?"

"का? तिला सोडून येईन कसा?"

"इथं आलीय?"

"हो!"

"मग कुठं हॉटेलात ठेवून आलास? अरे, मला तिला पाहायचं होतं. खूप बोलायचं होतं."

"सवती-मत्सर वाटत नाही?"

"मुळीच नाही. तुझ्यासारख्या सज्जन माणसावर जी प्रेम करते, ती चांगलीच असणार."

"आणि मी?"

"सज्जन म्हटलं ना? मला भेटव ना तिला."

"आत्ता भेटवतो."

"आत्ता?"

"हो, आत्ता! पण तिचं नाव मी उल्काच ठेवलंय हं!"

"खाली बसवून आलास तिला?"

"अग, केवढी उतावीळ!" म्हणत कैलास उठला. नोकरानं दोन्ही बॅगा तिथंच आणून ठेवल्या होत्या. त्यांतली एक बॅग त्यानं चावीनं उघडली. कपड्यावरचे बंद सोडले. वरचे कपडे उचकटून तो बाजूला फेकत होता. आणि कपड्यांच्या मधोमध ठेवलेली राजस्थानी वेश केलेली कपड्यांची बाहुली त्यानं बाहेर काढली. ती उल्काच्या हाती देत तो म्हणाला,

"ही बघ माझी प्रेयसी...."

"ही!" बाहुली हातता घेत उल्का म्हणाली,"थट्टा करतोस?"

"नाही, गं! इंडियन एम्बसीतर्फे राजस्थानी हस्तकला प्रदर्शन लंडनला भरलेलं होतं. ते पाहयला मी गेलो होतो. तिथं ही बाहुली मला आवडली. तुझी आठवण झाली आणि तिला घेऊन मी परतलो. बघ, तुझ्यासारखी छान आहे की नाही?"

उल्कानं त्या बाहुलीला कुरवाळलं आणि तिचा मुका घेतला.

"हेच माझ्या बाबातीत केलं असतंस, तर?'' कैलास रागानं म्हणाला.

"नाही, राजा! मी आजारी. मला तुला जपायला हवं.''

"ठीक आहे. जप. मी खाली जातो.''

"असा रागावू नको.'' उल्का त्याचा हात धरीत म्हणाली,

"डॉक्टर कधी रोग्यावर रागावतो का?''

"उल्का!''

"कैलास! अरे, तू कैलासासारखं मोठं व्हावंस, ही माझी इच्छा आहे.''

"आणि म्हणून तू मला खोटी पत्रं पाठविली होतीस? कैलास चढणं एक वेळ सोपं. पण खरी अवघड गोष्ट असते, ती कैलास उतरून खाली येणं. शिक्षण अर्धवट सोडून मी आलो असतो. तुझ्याजवळ मी राहिलो असतो. वाटलं असतं, तर परत शिकायला गेलो असतो.''

"तेच मला नको होतं. मी अशी माडीवर. पप्पाजींना जिना चढता येत नाही. मला खाली उतरता येत नाही. तेव्हा डॅडींनी माझ्याजवळ दुसरा फोन आणून ठेवला. आम्ही दररोज एकमेकांशी बोलत असतो. डॉ. बालिगा आणि मल्होत्रा सदैव येत असतात. पण मला एक आवडत नाही.''

"काय?''

"पावसाळा संपेपर्यंत आम्हाला लोणावळ्याला ठेवण्यात येतं. तिथं साऱ्या आठवणी येतात. नको त्या... हव्या त्या... पण तुझ्या त्या मित्रांना कळतच नाही!''

"खरं आहे! तू म्हणतेस, ते समजतं. उल्का, मी लंडन सोडायच्या आधीच लता मंगेशकरांचा कार्यक्रम झाला. रॉयल अल्बर्ट हॉल ही काही साधी जागा नाही. सहा हजार प्रेक्षकांचं ते ठिकाण! लताजींचे तिन्ही दिवसांचे कार्यक्रम केव्हाच फुल्ल झाले होते. पहिल्याच कार्यक्रमाला मी गेलो होतो. त्यांच्या स्वरात एवढी जादू आहे की, जीवनातल्या साऱ्या सुखदु:खांचा विसर पडून जातो. कार्यक्रमानंतर थेट घरी आलो आनंदानं. मम्मीनं दार उघडलं. मम्मी आठवते ना?''

"हो! तुझी ती म्हातारी ना?''

"तीच! रात्री झोपलो. झोपताना विचार केला होता, तुला बोलावून घ्यायचं. युरोप फिरायचा. आणि सकाळी बालिगाचा फोन....''

"काय होता फोन?''

कैलासनं स्वत:ला सावरलं.

"जेलसी! दुसरं काय? अभ्यासक्रम संपला होता. शिवाय चैन पडत नव्हतं. म्हणून आजाराचं निमित्त सांगितलं आणि बोलावून घेतलं.''

"नाही, रे! तसे ते दुष्ट नाहीत!''

“तू म्हणतेस. पण मी त्यांना फार दिवसांपासून ओळखतो. पक्के रास्कल आहेत!”

दोघेही मनमुराद हसले; उल्का म्हणाली, “अरे, पण तुझा ब्रेकफास्ट?”

“तो विमानातच झाला. एअर होस्टेस काय चिकणी पोर होती, म्हणून सांगू! तू नसतीस ना, तर मी तिला नक्की मागणी घातली असती.”

“मग अडलं कुठं?”

“कुठं? ती सुंदर होती; पण तुझ्याइतकी नव्हती.”

तोच उल्काशेजारचा फोन वाजला. उल्कानं फोन घेतला.

“हॅलो! पप्पाजी, मी चांगली आहे... तुमचे चिरंजीव आत्ताच आलेत... हो, इथंच आहेत.. हो... देते फोन....”

उल्कानं कैलासच्या हाती फोन दिला.

“हॅलो!... हो, पोहोचली. सफरचंदं छान होती... नाही, पप्पाजी. आंबट मुळीच नव्हती... मस्कती डाळिंबं? खूप आवडतात मला... हे काय, पप्पाजी! तुम्ही पण माझी थट्टा करू लागलात?... हे मजेत आहेत. जेवल्याबरोबर पाठवते. आज भोलानं काय केलंय?... माहीत नाही? मी सकाळीच त्याला सांगितलं आहे... मी यापुढे फोन करणार नाही... तुम्ही का भेटायला येत नाही? मग मी येऊ? सांगा ना डॉक्टरांना... गाडीतनं तर यायचं... जशी आज्ञा!... रागावू? आणि तुमच्यावर?... हो! बंद करा.”

कैलास कौतुकानं ते भाषण ऐकत होता. तो हसून म्हणाला,

“भारीच भाव दिसतो.”

“आहेच मुळी! दिवसातून दहादा पप्पाजींचे फोन येतात. पण तुम्ही....”

“अग! मी लंडनला. दररोज फोन कसा करणार? मी आता स्नान करतो. मग आपण बोलू.”

“बाथरूममध्ये सारं आहे. टॉवेल आहे. साबण आहे. आणखीन काय हवं?”

“तू!”

“चला!” उल्का हसत म्हणाली,“लवकर स्नान करा. तुम्हाला विमानतळावर घ्यायला कोण आलं होतं?”

“दुसरं कोण? बालिगा आणि मल्होत्रा.”

“म्हणूनच तिसरा डॉक्टर वर पाठवला, वाटतं.”

“तू झोप. तोवर मी स्नान आटोपतो.”

“मला झोप येत नाही. झोपलं की श्वास लागतो. मी नंतर झोपीन.”

कैलासनं आपला सूट उतरवला आाणि तो स्नानगृहाकडे गेला. स्नान आटोपून, कपडे बदलून तो बाहेर आला. त्याच्या अंगात झब्बा आणि विजार होती. आपले

केस विंचरत असता तो म्हणाला,

"आता कसं बरं वाटतं, बघ. तीन वर्षं या पँट-बुटात कंटाळा आला होता."

"म्हणूनच बाथरूममध्ये मी तुमचे कपडे ठेवले होते." उल्का म्हणाली.

कैलास उल्काजवळ गेला. तिच्या गालाचं चुंबन घेत तो म्हणाला,

""मी खाली जाऊ? वाट पाहत असतील."

उल्कानं हसून मान डोलावली. कैलास खाली गेला. तिघे त्याचीच वाट पाहत होते. त्यांना ओलांडून तो आत गेला. कांचनताईंच्या पाया पडला. त्याच्या पाठीवर हात ठेवत त्या म्हणाल्या,

"ठीक आहेस ना?"

"जी!"

"वास्तविक पाहता आम्ही दोघं तुझ्या स्वागतासाठी विमानतळावर यायला हवं होतं; पण उल्का–"

"काही बिघडलं नाही. आता मी आलो ना! काही काळजी करू नका."

कैलास बाहेर आला. नवीनदास, मल्होत्रा, बालिगा हॉलमध्ये बसले होते. कैलास तिथं जाऊन बसला.

"बोल, मल्होत्रा! काय करायचं?"

"काय करायचं, म्हणजे?" मल्होत्रानं विचारलं.

"उल्काला नीट झोप येत नाही. तिला बसून राहावं लागतं. जरा बोललं, तरी धाप लागते."

"खरं आहे." बालिगा म्हणाले, "तू आमच्यापेक्षा जास्त शिकून आला आहेस."

"इथं शिकण्याचा प्रश्न नाही. अनुभव मोलाचा आहे. माझ्यापेक्षा तो अनुभव तुम्हाला आहे."

"खरं सांगू?" मल्होत्रा म्हणाला, "उल्कावहिनीची प्रकृती अत्यंत नाजूक बनली आहे. श्वासाचा तिला त्रास आहे, तो तिच्या कमजोर होत जाणाऱ्या हृदयामुळे. ऑक्सिजन देत राहिलं, तर तिला आराम मिळेल."

"मग तसं करा."

"पण तिनं ऐकायला हवं ना?"

"ते मी पाहीन."

मल्होत्रा उठला. तो घड्याळाकडे पाहत म्हणाला,

"मला जायला हवं."

"अरे, पण आज रविवार ना?"

"डॉक्टरला कधी रविवार नसतो. माझे दोन पेशंट आहेत. वाट बघत असतील."

“कैलास लंडनहून आला.” नवीनदास म्हणाले,“मला वाटलं, तुम्ही एकत्र जेवण कराल.”

“नको.” मल्होत्रा म्हणाला,“हा बालिगा आहे. मला जायलाच हवं.”

“एवढ्यात जेवण होईल.” नवीनदास म्हणाले.

“नको, डॅडी! परत मी संध्याकाळी येईन. माझे पेशंट तसेच सीरियस आहेत.” मल्होत्रा हसत उठला. “डॅडी, आयुष्यात काहीही व्हावं पण डॉक्टर होऊ नये. आम्हा डॉक्टरांचा पेशा फार वेगळा. एका बाजूला भंग्याचं काम करीत असता त्याला किळस बाळगता येत नाही. आणि रोगी बरा होऊ लागला की, त्याला अमृताचा वर्षाव करीत झटावं लागतं. त्या वेळी त्याचं रूप देवदूताचं असतं. तिथं स्वत:चा स्वार्थ, जीवन विसरून त्याला आपल्या निष्ठेला, ज्ञानाला पणाला लावावं लागतं. येतो मी.”

“थांब. मी आलोच.” म्हणत कैलास झपझप पावलं टाकीत वर गेला. आणि काही क्षणांत तो खाली आला. मल्होत्राकडे पाहत तो म्हणाला,“अचानक तुमचा फोन आला. शॉपिंग करायला वेळ मिळाला नाही. एअरपोर्टवरती हे दोन पेनसेट्स मिळाले. तेवढे घेतले. एक तुझ्यासाठी आणि दुसरा बालिगासाठी.”

बालिगानं ती मखमली पेटी उघडली. त्यात शेफर्स पेनचा सेट होता. नवीनदास हसले आणि म्हणाले,

“आणि मला?”

“तुम्हाला तुमची लाडकी सॅनल ५५ आणली आहे.”

“आणि उल्काला?”

“तिच्यासाठी डझनभर सेंट्सच्या बाटल्या आणल्या आहेत. पण शेवटी त्या कचऱ्यातच पडणार.”

“का?”

“हे शहाणे डॉक्टर आहेत ना! त्यांनी तिला सेंट वापरायचं नाही, म्हणून सांगितलंय.”

मल्होत्रा हसला. म्हणाला, “येता मी.”

मल्होत्रा सर्वांचा निरोप घेऊन निघून गेला. कैलासनं आपण सायंकाळी येत असल्याचं वडिलांना कळवलं.

उल्काचं जेवण होईपर्यंत कैलास तिच्याजवळ बसला होता. उल्का म्हणाली, “ह्या जेवणाचा कंटाळा आला! हे सूप, त्या उकडलेल्या भाज्या. नको वाटतं.”

कैलास हसला.

“उल्का! तू फॉरिनला यायला हवं होतंस. दररोज कांद्याचं, नाहीतर बटाट्याचं

सूप. स्मॅश पोटॅटो, उकडलेली भाजी हेच अन्न! आता मला जरासुद्धा तिखट सहन होत नाही.''

उल्का हसली.

कैलास म्हणाला, ''मी एक सांगितलं, तर ऐकशील?''

''सांगा ना! हवं ते ऐकीन.''

''मल्होत्रा म्हणाला की, तुला मधून-मधून ऑक्सिजन दिला, तर तुला श्वासाचा त्रास होणार नाही. बरं वाटेल.''

''तुम्हाला काय वाटतं?''

''माझंही तेच मत आहे.''

''ठीक आहे. मी घेईन. पण एक अट आहे.''

''कसली?''

''आज संध्याकाळी तुम्ही पप्पाजींच्याकडे जाणार आहात ना?''

''हो!''

''मला पप्पाजींना भेटायचं आहे. मला घेऊन चला.''

''पण–''

''पणबीण काही नाही. ते होणार नसेल, तर मी ऑक्सिजन घेणार नाही.'' उल्का म्हणाली.

''बघू. मी बालिगाला विचारतो.''

''त्याला कशाला विचारता? तुम्ही डॉक्टर आहात ना?''

''संतापू नको. मला कळतं. पण तो तुझा डॉक्टर आहे. त्याचा सल्ला मी घेईन. तू काही काळजी करू नकोस.''

कैलास खाली गेला. बालिगाला त्यानं सर्व सांगितलं.

बालिगा म्हणाला, ''कैलास, उल्का आता हार्ट-पेशंट आहे. ती जिना उतरेल; पण चढणं–''

''ते मी बघेन.''

''मग घेऊन जा. तिला बरं वाटेल.'' बालिगा म्हणाला.

साऱ्यांची जेवणं झाली. कैलास वर गेला, तेव्हा उल्का झोपली होती.

सायंकाळच्या वेळी नर्सच्या मदतीनं उल्का सावकाश पायऱ्या उतरत खाली आली. तेवढ्या श्रमानंही तिला धाप लागली होती. ती कोचावर बसली. नवीनदास, कैलास तिच्याकडे पाहत होते. फिकट अस्मानी रंगाची बनारस साडी ती नेसली होती. आजारपण असूनही तिच्या चेहऱ्यावर निरागस मोहकपणा जाणवत होता. काही वेळ ती तशीच बसून राहिली.

नंतर म्हणाली, "आपण जायचं ना?"
"हो! गाडी तयार आहे." कैलास म्हणाला.
कैलासनं हात पुढं केला; पण उल्कानं त्याचा स्वीकार केला नाही.
उल्का आणि कैलास गाडीत पाठीमागे बसली. गाडी सुरू झाली.

वरळीच्या बंगल्याच्या पोर्चमध्ये जेव्हा गाडी आली, तेव्हा कमलाकर दारात उभे होते. कैलासपाठोपाठ त्याच्या आधारानं उतरणारी उल्का पाहताच कमलाकरांच्या आश्चर्याला पारावार राहिला नाही. भान विसरून भरभर पायऱ्या उतरून ते खाली आले. कैलास, उल्का हसऱ्या चेहऱ्यानं कमलाकरांच्या पाया पडले. उल्काला उठवत कमलाकारांनी तिच्या पाठीवरून हात फिरवला. दोघांच्याही नेत्रांतून अश्रू ओघळत होते. स्वत:ला सावरत कमलाकर म्हणाले,

"बेटी, कशाला श्रम घेतलेस?"

"तिनं हट्टच धरला." कैलास म्हणाला.

मल्होत्रा त्या तिघांकडे पाहत होता.

कमलाकर म्हणाले, "ह्या डॉक्टरांच्या पुढं काही चालत नाही, बघ. तिला जिना उतरू देत नाहीत. मला जिना चढू देत नाहीत. लाख वेळा मनात येतं. हिला भेटायला जात असता मरण आलं, तरी चालेल."

"पिताजी!" उल्का उद्गारली.

त्याच वेळी नोकर भोला बाहेर आला. कैलासला पाहून त्याला आनंद झाला होता. त्याच्या पाया पडून भोला गाडीतलं सामान काढण्यात गुंतला. कैलास, कमलाकरांच्या आधारानं उल्का बंगल्यात आली. कोचावर बसली. कैलासचं लक्ष आपल्या वडिलांच्याकडे गेलं.

लिंबासारख्या गोऱ्यापान असलेल्या त्यांच्या चेहऱ्यावर निस्तेज, पांढुरकी छटा आली होती. मानेवर सुरकुत्या उमटलेल्या होत्या. किंचित स्थूल देहाचे कमलाकर आता सडसडीत दिसत होते.

सारे गप्पा मारीत होते. भोला आला.

त्यानं विचारलं, "चहा आणू?"

कमलाकर हसले. ते म्हणाले,

"अरे भोला, तुझे छोटे मालक आता मोठे डॉक्टर झाले आहेत. त्यांना चहा काय देतोस? आणि बालिगाही आहे. तेव्हा व्हिस्की घेऊन ये. आज सारे जमलो. सेलिब्रेट करू." उल्काकडे वळून ते म्हणाले.

"चालेल ना?"

उल्का हसली.

"माझी काही हरकत नाही."

भोलानं विचारलं.

"आणि, बाईसाहेब...."

उल्का म्हणाली, "मला लिंबू-सरबत दे. साखर जास्त नको."

"आणि, भोला, पाणी साधं. थंड नको."

"जी!" म्हणून भोला आत गेला.

सारे गप्पांत रंगले होते. उल्का उल्हासित दिसत होती. भोलानं टेबल मांडलं. त्यावर पॅकबंद कुटीसार्कची बाटली होती. पेले होते. बर्फाचं भांडं, पाण्याची बाटली होती.

बालिगा म्हणाला, "पप्पाजींचा ट्रे करून आण."

चेहरा वाकडा करीत कमलाकर म्हणाले,

"अरे, निदान आज तरी नको."

पण ते बोलणं पुरं होण्याआधीच भोला ट्रे घेऊन आला. उकळलेलं पाणी, कापूस, इंजेक्शनची सीरिंज, औषधाची बाटली, डेटॉलची बाटली त्या छोट्या ट्रेमध्ये होती.

"पाहिलंस उल्का? सारे कसे तरबेज झाले आहेत. आता म्हाताऱ्याला कोण विचारत नाही."

सारे हसले. बालिगानं इंजेक्शन तयार केली. कमलाकारांनी झब्ब्याचा हातोपा वर केला. उल्कानं मान फिरवली. इंजेक्शन दिलं गेलं. भोला हात चोळत होता. बालिगानं सीरिंज, सुई पाण्यात टाकली आणि त्यानं विचारलं,

"पप्पाजी, फार दुखलं का?"

"सुई भोकसतोस आणि वर विचारतोस?" कमलाकर हातोपा नीट करीत म्हणाले, "कैलास, आज मान तुझा! तू बाटली उघड. अरे, आता संकोच मानू नको. तुला कुटीसार्क आवडते, हे मला माहीत आहे. म्हणूनच ती तुझ्यासाठी जपून ठेवली होती."

कैलासनं बाटलीचं टोपण उघडलं. बालिगा उठला. त्यानं ती बाटली हातात घेतली आणि एका ग्लासात थोडी व्हिस्की ओतली. बर्फाचे खडे टाकले आणि पाण्यानं पेला पूर्ण भरला. तो कमलाकरांच्या हाती दिला.

"बघितलंस, कैलास!" कमलाकर म्हणाले, "असं रेशनिंग चालतं. बालिगा, त्याऐवजी पाणीच का देत नाहीस?"

सारे मनमुराद हसले. उल्काच्या सरबताबरोबर चीज, वेफर्स, भाजलेले शेंगदाणे आणून ठेवले होते. बालिगानं आपला व कैलासचा ग्लास भरला. उल्काच्या हाती सरबताचा पेला दिला आणि आपला पेला उंचावत कमलाकर म्हणाले,

"चिअर्स ऽऽ!"

साऱ्यांनी पेले उंचावले. गप्पा मारीत असता मध्येच कमलाकारांनी विचारलं,

"आणि मल्होत्रा आला नाही?"

"तो विमानतळावर आला होता. पण पेशंट असल्यामुळं उल्काच्या घरूनच गेला."

"अस्सं!" कमलाकर म्हणाले, "हे बघ, बालिगा. आता याचं शिक्षण पुरं झालं आहे. मला तर घराबाहेर पडता येत नाही. मी खूप विचार केला. लॅमिंग्टन रोडवरची आपली 'राजलक्ष्मी' बिल्डिंग मी मोकळी करून घेतली आहे. ती जागा आणि ती इमारत कैलासच्या हॉस्पिटलला पुरेशी आहे, असं मला वाटतं. आता ती जबाबदारी तुम्हा दोघांची."

"पप्पाजी!" बालिगा म्हणाला, "तुमची कल्पना चांगली आहे. तुम्ही काही काळजी करू नका. ते सर्व आम्ही पाहून घेऊ."

भोला आला. त्यानं विचारलं,

"आपलं सामान कुठं ठेवायचं?"

"कुठं म्हणजे! माझ्या खोलीत." कैलास म्हणाला.

कमलाकर त्याच्याकडे पाहत होते. कैलासनं सांगितलं,

"पप्पाजी, मी संध्याकाळी इथं येत जाईन. सकाळी उल्काकडे असेन. आम्ही तसं ठरवलंय्."

"तसं करा." कमलाकर म्हणाले.

रात्र होऊ लागली, तसं कैलास म्हणाला,

"आम्ही उल्काला पोहोचवून येतो."

सारे उठले, तोच कमलाकर आपल्या खोलीत गेले. येताना त्यांच्या हातात पांढरी शाल होती. ती त्यांनी उल्काच्या खांद्यावर लपेटली.

"पप्पाजी, फार गरम होतंय."

"बेटी, गाडीतून जाताना वारा लागेल. राहू दे. तब्येतीला जप. काळजी करू नको. आपण दिवसभर टेलिफोनवर बोलत असतोच ना!"

कैलास, बालिगा, उल्का गाडीतून निघून गेले. तसं बराच वेळ कमलाकर दारातच उभे होते.

कैलास उल्कासह जुहूच्या बंगल्यावर आला, तेव्हा नवीनदास दारातच उभे होते. कैलासनं उल्काला हाताचा आधार दिला आणि ते आत आले. जिन्याजवळ येताच उल्कानं कैलासकडं पाहिलं.

मागे असलेले नवीनदास म्हणाले, ''खुर्ची मागवू?''

कैलास हसला.

''खुर्ची कशाला?'' म्हणत त्यानं काय होतंय, हे कळायच्या आत उल्काला हातांवर घेतली आणि तो जिना चढू लागला. उल्का लाजून चूर झाली होती. कैलास उल्काच्या खोलीसमोर आला. लाथेनंच त्यानं दार उघडलं. आणि त्यानं हातातल्या उल्काकडे पाहिलं. कैलासच्या गळ्याला हाताची मिठी घालत उल्का म्हणाली,

''काही वाटत नाही? डॅडी आहेत. ममी आहे....''

''काय वाटायचं? माझी बायको मी उचलून नेली, म्हणून काय बिघडलं? आणि एक सांगू? पाश्चात्य देशात जेव्हा वधू गृहप्रवेश करते, तेव्हा वरानं तिला असंच उचलून न्यावं लागतं.''

''तरीच प्रॅक्टिस झालीय, वाटतं!'' उल्का मिश्किलपणे हसत म्हणाली, ''अहो, आता तरी सोडा ना!''

कैलासनं उल्काला अलगद अंथरुणावर ठेवली. तक्क्याला टेकून बसत तिनं विचारलं,

''आता तरी ही शाल काढू ना?''

उल्काच्या शेजारच्या फोनकडे बोट दाखवत कैलासनं सांगितलं,

''ते पिताजींना विचार.''

दोघे हसले. कैलास वळणार, तोच उल्का म्हणाली,

''जरा खाली वाका. मला काही सांगायचं आहे.''

''मग सांग ना!''

''नाही. कानात सांगायचं आहे.''

उत्सुकतेनं कैलासनं आपला चेहरा उल्काजवळ नेला आणि दुसऱ्याच क्षणी उल्कानं कैलासच्या गालाचं चुंबन घेतलं.

''खरंच! एवढी खासगी गोष्ट मी कधी ऐकली नव्हती.'' कैलास उल्काकडे पाहत मिश्किल हसत म्हणाला, ''पण याचं उत्तर द्यायला नको का?''

''काही नको.'' उल्का म्हणाली. ''तुम्ही सरळ खाली जा. डॅडींना भेटा.''

''तुला त्रास तर झाला नाही ना?'' काळजीच्या स्वरात कैलासनं विचारलं.

''छे! उलट, मला खूप समाधान वाटलं. वाटत होतं, कधी पप्पा दिसतील की नाही....''

कैलास तिच्या चेहऱ्यावरचं समाधान पाहत होता. उल्काची नजर कैलासच्या नजरेला भिडली. कैलासची खिळलेली नजर बघताच उल्का उद्गारली,

''कैलास!''

''राहिलं! मी खाली जातो. तू विश्रांती घे.''

कैलास खाली निघून गेला. उल्का बसल्या जागी विचार करीत होती....

लग्नानंतरची तीन वर्षं कशी गेली, हे कळलंही नाही.
एका डॉक्टरशी लग्न!
तो कसा असेल? त्याचा स्वभाव आपल्याशी जुळेल का?
पण देवानं सारं ऐकलं!
एवढा रसिक, आनंदी स्वभावाचा कैलास तिचा जीवनसाथीदार बनला.
साथीदार! तो बनला. आणि मी?
यापुढं केवढी साथ मी त्याला देणार आहे?
माझ्यानंतर त्याचं काय होईल?

उल्का त्या विचारानं अस्वस्थ झाली. पण क्षणात तिला हसू आलं.
वेडे, जीवन का कधी कुणासाठी थांबतं?
ते पुढंच जात असतं.
त्याला कदाचित नवीन जोड मिळेल.
त्याच्यासारख्या निर्मळ, रसिक माणसाला दुःख होईल कशाला?
साध्या फसवणुकीनं माणूस आनंदतो!
मग प्रत्यक्ष सुख मिळाल्यानंतर कसली कमतरता भासेल त्याला?
फसवूणक!
नाहीतर काय?
तो लंडनला गेला आणि त्याला खोटी पत्रं पाठवत राहिलीस!
तू कधी सिनेमा, नाटकं पाहिलीस? मैफली ऐकल्यास?
मग वर्तमानपत्रं वाचून कल्पनेनं त्या गोष्टी का लिहिल्यास?
ही फसवणूक नव्हती का?
नव्हती! मुळीच नव्हती!!
त्याच्या कार्यात व्यत्यय येऊ नये, म्हणून मी त्याला जपत होते.
मी त्यांची सहधर्मिणी ना!

अनेक आठवणींनी उल्काचं मन भरून आलं, तिनं कैलासनं आणलेली बाहुली उराशी कवटाळली आणि ती मूकपणे अश्रू ढाळू लागली.

बाहुली... चैतन्यहीन!
जीवनात खरी साथ न देणारी.

मी आता बाहुलीच बनले आहे. या बाहुलीसारखी!

उल्कानं ती बाहुली बाजूला टाकली आणि डोळे मिटून ती मागच्या तक्क्यावर रेलली. विचारांच्या थकव्यानं ती केव्हा निद्राधीन झाली, हेही तिला कळलं नाही.
■

कैलास दिवसभर घरी असे. सायंकाळी तो आपल्या घरी वरळीला जाई. कमलाकरांनी सुचवलेली बिल्डिंग तो, बालिगा आणि मल्होत्रा बघत होते. ती तीन मजली इमारत हॉस्पिटलला पुष्कळ होती. त्यात दवाखान्याच्या दृष्टीनं आवश्यक ते बदल करण्यासाठी अनेकांचा सल्ला घेत होता.

एके दिवशी सकाळी कैलास वडिलांच्या समवेत ब्रेकफास्ट घेत असता कमलाकर म्हणाले,

''बेटा, काल बालिगा आणि मल्होत्रा आले होते. तुझ्या नव्या हॉस्पिटलबद्दल त्यांनी मला सर्व काही सांगितलं आहे. त्यात जे बदल हवेत, ते लवकर करून घ्यायला सांगितलं आहे. त्या विचारानं मला काल रात्रभर झोप आली नाही– झोपेची गोळी घेऊनही. सारखा घाम येत होता.''

''पप्पाजी!''

''घाबरू नको. अरे, पिकलं पान केव्हातरी गळून पडायचंच. आपली मिळकत, आपला पसारा साऱ्यांची नोंद मी मृत्युपत्रात करून ठेवली आहे. शेअर्समध्ये, बँकेमध्ये, वास्तूमध्ये सारे पैसे मी गुंतवले आहेत. माझ्या पश्चात तू हवा तो निर्णय घे. पण हे घर तू विकू नको. तुझ्या आईला हे घर फार आवडायचं.''

''पप्पाजी, हे कशाला बोलता?''

''बेटा, जन्म आणि मृत्यू कुणाच्या हाती नसतो. आम्ही सुखानं संसार केला. तुझ्यासारखा गुणी मुलगा मिळाला. देवानं ऐश्वर्य दिलं. जीवन भोगण्याची ताकद दिली आता या वयात आणखीन काय इच्छा!''

दीर्घ नि:श्वास सोडून ते म्हणाले, ''एकच प्रार्थना त्या परमेश्वरानं ऐकली नाही. तुझा संसार. तो बहरलेला पाहावा, असं वाटत होतं.''

''पप्पाजी! आम्ही आनंदात आहोत. सुखी आहोत. असं बोलू नका.'' कैलासच्या डोळ्यांत पाणी तरळलं.

कमलाकरांनी डावा हात कैलासच्या हातावर ठेवला. ते म्हणाले,

''अरे, तू डॉक्टर ना? असं हळवं मन चालत नाही. आता हे धावपळीचं जग

आहे. तू विमानानं प्रवास करतोस. रेल्वेनं जातोस. मुंबईच्या भर वस्तीत गाडी चालवतोस. माझं असं मत आहे की, या धावपळीत जगणाऱ्या माणसानं आपल्या कुवतीप्रमाणं आपलं मृत्युपत्र करून ठेवावं. त्यामुळे पुढचं आयुष्य बेदरकार बनतं.''

''पण हे आत्ताच का बोलता, पप्पाजी?''

''त्यालाही कारण आहे. अरे, हिऱ्याची पारख करणारा मी. मला ते दिवस आठवतात. जव्हेरी बाजारात गेलो, तर क्षणाची उसंत नसे. घरी किती माणसांचा दिवस-रात्र राबता असे. तुझी आई गेली आणि तुझ्याकडे पाहत मी दिवस काढले. दिवस जायला आपली पेढी होती. पण आता ह्या आजारपणामुळं आलेलं एकटेपण सोसवत नाही. कधी रात्र येते आणि झोपेच्या गोळ्या घेऊन झोपतो, असं होतं. दिवस कसा तरी सरतो; पण रात्रीची भीती वाटते.''

''पण आपण दुसरीकडे का मन रमवत नाही?''

''म्हणजे कुठं?''

''टेबल गेम्स आहेत. बुद्धिबळ आहे. पत्ते आहेत त्यांत मन गुंतवावं. मित्रांना बोलवावं.''

कमलाकर मोकळेपणानं हसले.

ते म्हणाले, ''तू डॉक्टर आहेस. तुझा सल्लाही योग्य आहे. बुद्धिबळ खेळायचं झालं, तर आपण कसं जिंकू, याची महत्त्वाकांक्षा असते. एक साधं प्यादं हलवलं, तर दुसऱ्या बाजूनं केव्हा कोणत्या क्षणी ते हरेल, याचा भरवसा नसतो.''

कैलास आश्चर्यचकित होऊन वडिलांच्याकडे पाहत होत्या. त्या पिवळसर क्षीण चेहऱ्यावर एक निराळंच तेज उमटलं होतं. चेहरा लालबुंद झाला होता. चेहऱ्यावर प्रसन्न हास्य होतं. कैलासला कमलाकरांचं पूर्वीचं रूप आठवलं. त्याला पुष्कळ समाधान वाटलं. कमलाकर सांगत होते,

''पत्ते तर बोलून-चालून जुगार. नशिबानं जी पानं उलटतील, त्यांवर भरवसा. आयुष्यात मी दोनच गोष्टी शिकलो. अक्कलहुशारी असताही मी कधी प्यादं चालवलं नाही. आणि पालथ्या पत्त्यावर माझं नशीब कधी उजाळलं नाही. हे यश मिळालं, ते अनुभवाच्या दृष्टीनं. तळहातावर आलेल्या हिऱ्यांच्या पारखीनं. पालथा हात हा नेहमी आशीर्वादासाठी असतो. पसरलेला हात फक्त दानासाठी. मोलासाठी असतो.''

बोलता-बोलता कमलाकर थांबले. क्षणभरानं म्हणाले,

''आज खूप बोलावंसं वाटलं, म्हणून मी बोललो. तिकडे उल्का तुझी वाट पाहत असेल. तू जा. अजून माझं स्नान, पूजा-सारं व्हायचं आहे. भोला वाट बघत असेल.''

नेहमीप्रमाणे कैलास उल्काच्या घरी आला. नवीनदासांनी त्याचं स्वागत केलं. तो उल्काच्या भेटीसाठी माडीवर गेला आणि दाराशीच तो थांबला. उल्का सतार वाजवीत होती. भैरवी राग ती आळवीत होती. कैलासनं डोकावून पाहिलं, तो डोळे मिटून उल्का भैरवीचे सूर छेडत होती. त्या भैरवीच्या स्वरांबरोबर तिच्या चेहऱ्यावरचे भाव बदलत होते. ती आर्तता आधीच क्षीण झालेल्या तिच्या चेहऱ्यावर प्रकटत होती. उल्कानं झाला सुरू केला. तिचा सारा चेहरा घामानं डवरला होता. बेभान होऊन ती सतार छेडत होती. उजव्या हाताची नखी आणि करंगळीचं नख द्रुत गतीनं सतार छेडत होतं. डाव्या हाताची दोन बोटं सतारीच्या चमकत्या पडद्यावरून फिरत होती.

कैलास आत धावला. त्यानं सतारीच्या तारांवर बोट ठेवलं. एखाद्या स्वप्नातून जागं व्हावं, तसे उल्कानं नेत्र उघडले. क्षणभर आपण कुठे आहोत, याचंही भान तिला नव्हतं. कैलासकडे पाहत ती मंद हसली.

"उल्का, एवढे श्रम घ्यायचे नाहीत, म्हणून मी सांगितलं होतं ना?"

"माझ्यावर रागावू नका." उल्का कैलासच्या हाती सतार देत म्हणाली,"लवकर येणार होतात ना? वाट पाहून थकले आणि मग सतार मागवली."

"वेडे! अग, आज कधी नाही ते पप्पाजी बोलत होते. केवढ्या मोकळेपणानं बोलले. ते चांगल्या मन:स्थितीत होते. त्यांना थांबवणं योग्य वाटलं नाही."

"काय बोलत होते?"

"काही नाही. स्वत:बद्दल! मन हलकं करायला जागा लागते ना?"

"खरं आहे. स्वत:शीच बोलून-बोलून भारी शिणवटा येतो."

"तू थोडी विश्रांती घे म्हणजे बरं वाटेल." कैलास म्हणाला.

तोच नर्स आत आली. तिनं औषधाचा पेला दिला. उल्का वैतागानं म्हणाली,

"एक वेळ घड्याळ चुकेल. पण ही बाई चुकणार नाही."

कैलास हसला आणि उल्काचा निरोप घेऊन खाली गेला.

दोन प्रहराच्या वेळी उल्का झोपली होती. शेजारी कैलास खुर्चीवर बसून वाचत होता. त्याच वेळी बंगल्याच्या पोर्चमध्ये गाडी थांबल्याचा आवाज झाला. अशा अवेळी कोण आलं, म्हणून हातातलं पुस्तक बाजूला ठेवून कैलास उठला. तो बाहेर आला आणि त्याचं लक्ष खालच्या हॉलकडे गेलं , कमलाकर धापा टाकीत, तोल सांभाळीत आत येत होते. ते जिन्यापाशी आले. एखाद्या लहान मुलानं रांगत पायरी चढावी, तसे ते पायऱ्या चढण्याचा प्रयत्न करीत होते. जागेवर खिळलेला कैलास धावला, आणि त्याच वेळेला कमलाकर ओरडले,

"उल्काऽऽ"

त्या हाकेबरोबर सारं घरदार धावत आलं. नशिबानं त्याच वेळी मल्होत्राही तिथं आला. कमलाकरांची हाक ऐकून ताडकन उठलेली उल्का खाली आली. कमलाकरांचा चेहरा घामानं डवरला होता. सारं अंग घामानं भिजलं होतं. उल्कानं कमलाकरांचं मस्तक आपल्या मांडीवर घेतलं. पदरानं ती घाम टिपत होती. नवीनदास म्हणाले,

''आपण यांना आत घेऊन जाऊ या.''

डोळ्यांतलं पाणी न पुसता मल्होत्रा म्हणाला,

''बिलकुल हलवू नका. मी बालिगाला फोन करतो.''

मल्होत्रानं नाडी पाहण्यासाठी धरलेला हात खाली सोडला आणि तो फोनकडे धावला. मल्होत्रा हा प्रख्यात फिजीशियन असला, तरी बालिगा हार्ट-स्पेशालिस्ट होता. कैलास वडिलांना वारा घालीत होता.

कमलाकरांनी आपले डोळे उघडले. त्यांनी उल्का, नवीनदास, कैलास, कांचनताई आणि मल्होत्राकडे पाहिलं.

कष्टानं ते म्हणाले, ''उल्का, रडू नको.''

उल्का वैतागानं म्हणाली,

''पप्पाजी, एवढा त्रास घेतलात कशाला?''

सुकलेल्या ओठांवरून जीभ फिरवत कमलाकर म्हणाले,

''अचानक जागा झालो. दरदरून घाम आला होता. श्वास कोंडल्यासारखा झाला होता. आणि त्याचवेळी छातीतून डाव्या बाजूला एक विलक्षण वेदना उठली.''

''पप्पाजी, तुम्ही बोलू नका.''

''आता बोलू नको, तर केव्हा बोलू? वाटलं, आता फार वेळ नाही. शेवटी तुम्हांला बघावंसं वाटलं. आणि तसाच इकडे आलो.'' बोलता-बोलता त्यांनी नवीनदासांचा हात हाती घेतला. आणि ते म्हणाले, ''नवीन, आता सारी जबाबदारी तुझ्यावर....''

त्याचवेळी पोर्चमध्ये गाडी थांबली, कमलाकर हसले. ते म्हणाले,

''बालिगाला सांगा... फार उशीर झाला....''

– आणि कमलाकरांची मान कलंडली.

एकच आकांत उसळला. पायऱ्या चढून आलेल्या बालिगाच्या हातातली बॅग खाली पडली. एकही पाऊल टाकण्याचं धैर्य त्याच्या अंगी राहिलं नव्हतं.

तो तसाच जमिनीवर बसला.

■

कमलाकर गेल्यानंतर उल्काला ते सहन झालं नाही. आपलं सारं दुःख विसरून कैलास, बालिगा, मल्होत्रा तिला धीर देत होते. पण त्याचा काहीही परिणाम उल्कावर होत नव्हता. कमलाकरांच्या आठवणींखेरीज तिला काही सुचत नव्हतं आणि त्यातच तिची प्रकृती दिवसेंदिवस ढासळत होती.

एका सायंकाळी कैलास तिच्याजवळ बसला होता. बाहेर थोडा गारवा होता. कैलासनं पाठीमागे ठेवलेली पांढरी शाल उचलली आणि ती उल्काच्या खांद्यावर लपेटली. उल्काला एकदम हुंदका फुटला. कैलासनं तिला जवळ घेत विचारलं,

"काय झालं, उल्का?"

डोळे टिपत उल्का म्हणाली,

"काही नाही. एक आठवण झाली."

"कसली?"

"तुम्ही लंडनहून आला, त्या वेळी पप्पाजींना भेटायला मी हट्टानं तुमच्याबरोबर आले. त्या वेळी मला गाडीतून वारा लागू नये, म्हणून माझ्या अंगावर ही शाल घातली होती. शाल राहिली; पण प्रेमाची ऊब मात्र निघून गेली."

कैलासनं आवेगानं उल्काला मिठीत घेतलं. त्याच्याही डोळ्यांत अश्रू तरळले होते.

काही क्षणांनी उल्का मिठीतून दूर झाली. कैलासचे डोळे पदराने पुसत ती म्हणाली,

"पप्पाजी गेले, त्याचं मला वाईट वाटत नाही. आता लवकरच त्यांची माझी भेट होईल. वाईट एकच वाटतं. तू मात्र एकटा राहिलास त्याचं दुःख फार वाटतं."

पुढचं ऐकणं कैलासच्या मर्यादेबाहेर होतं. तो उठत म्हणाला,

"एवढ्यात आलो."

– आणि कैलास बाहेर निघून गेला.

उल्कानं बोललेले शब्द खरे केले. त्यानंतर अवघ्या आठ दिवसांतच कुठल्याही

प्रयत्नांना यश न देता आकाशातून अचानक उल्का पडावी, तशी उल्का निघून गेली.

उल्का गेली आणि कैलासचं जीवन उजाड बनलं. काही दिवस कैलास नुसता घरात बसूनच विचार करीत होता. डॉ. बालिगा, मल्होत्रासारखे मित्र सदैव भेटत होते. केव्हातरी कैलास उल्काच्या घरी जाऊन येत असे.

एके दिवशी सायंकाळच्या वेळी नवीनदास वरळीला कैलासच्या घरी आले. गाडीतून त्यांनी सतार, पांढरी शाल काढली.

कैलासनं विचारलं,

''हे काय?''

नवीनदास अश्रुपूर्ण नजरेनं कसेबसे म्हणाले,

''उल्काचं सामान राहिलं होतं, ते आणलंय.''

भरल्या डोळ्यांनी कैलासनं ती सतार आणि शाल घेतली. तो कसाबसा म्हणाला,

''एवढंच मला मोलाचं आहे. बाकी सर्व घेऊन जा. त्याचा मला त्रास होईल.''

नवीनदासनी त्याच्या खांद्यावर हात ठेवला.

ते म्हणाले, ''कैलास, माझा मुलगा अमेरिकेत शिकत आहे. जिव्हाळा दिला, तो त्या पोरीनं. उल्का गेली. पण तिच्या जागी तूच आम्हांला आहेस. हे विसरू नकोस. कधी स्वतःला एकटं समजू नकोस.''

■

कमलाकर गेले. उल्का गेली. आणि कैलासचं सारं जीवन उजाड बनलं. ती दोघं गेल्यापासून तो आपल्या खोलीत एकटाच बसलेला असे. जीवनात माणसं येतात आणि निघून जातात. पण ती गेल्यानंतर त्यांनी आपलं जीवन किती भारून टाकलं होतं, हे लक्षात येतं. संगीताचं वेड असूनही कैलासच्या खोलीतून कधी रेकॉर्ड्सचे सूर उमटले नाहीत. तो वाचण्याचा प्रयत्न करीत असे; पण त्यात त्याचं मन रमत नसे.

बिचारा भोला हे सारं पाहत होता. पण त्याला कळत नव्हतं. त्याची अवस्था कमलाकर गेल्यापासून तीच झाली होती.

बालिगा, मल्होत्रा वारंवार यायचे. कैलासला रिझवण्यासाठी गप्पा मारीत बसायचे. पण कैलास त्यात रस घेऊ शकत नसे. एकापाठोपाठ सिगारेट पेटवत, तो ऐकत असे. कैक वेळेला दोघांच्या आग्रहाखातर जुहूच्या बंगल्यावर जाऊन येत असे. एखाद्या स्मशानात प्रवेश करावा, तशा अवस्थेत तो त्या पायऱ्या चढत असे. अचानक बैठकीतून उठून तो वरती माडीवर जात असे; पण त्याच्या मागून जाण्याचं धैर्य दोघांपैकी कोणाला होत नसे. तो उल्काच्या खोलीत जाई. दार बंद करून घेई. उल्काच्या कॉटजवळचा फोन आता हलवला होता. त्या स्टुलावर राजस्थानी बाहुली ठेवली होती. त्या बाहुलीला तो कुरवाळत असे.

माणसाचं जीवन बाहुलीसारखं असावं!
तिचं रूप. बोलतात फक्त डोळे.
पण बाहुली कधी हरवत नाही.
माणूस असाच जगला असता, तर!
– आणि कैलासचे डोळे भरून येत. साऱ्या आठवणी जाग्या होत.
उल्का म्हणाली होती,
''तुम्ही आलात. आता मी बरी होईन.''
खोटी आशा!

तिला तेवढंही वचन पुरं करता आलं नाही.

मी का जगतोय?

– आणि उल्का, पप्पाजी तडकाफडकी का निघून गेले?

याला काही कारण?

सारी खोली कैलासला खायला उठायची. वैतागानं तो खोलीबाहेर पडे.

मल्होत्रा बालिगाला म्हणायचा, ''चल, आपण निघू.''

कैलासची मन:स्थिती साऱ्यांच्याच ध्यानी आली होती.

एके दिवशी सायंकाळच्या वेळी वरळीच्या बंगल्यावर मल्होत्रा, बालिगा आणि त्यांच्यासह दोघे आले होते. कैलासनं त्यांचं स्वागत केलं. सारे हॉलमध्ये बसले. मल्होत्रा हसून म्हणाला,

''कैलास, पप्पाजींची इच्छा होती की, तू मोठं हॉस्पिटल काढावंस. त्यासाठी आम्ही या पाटलांना आणलं आहे. हे मोठे आर्किटेक्ट आहेत. यांनीच माझं हॉस्पिटल बांधलं. त्यांना मी लॅमिंग्टन रोडवरची जागा दाखवली आहे. त्यांनी प्लॅन करून आणला आहे. तो एकदा नजरेखालून घाल.''

पाटलांनी निळसर कागदांची बिंडोळी उघडली. त्यावरचा प्लॅन ते समजावून सांगत होते. पण कैलासचं लक्ष त्यात लागत नव्हतं. ते सारं पाहून कैलास म्हणाला,

''प्लॅन इथंच राहू दे. मी रात्री बघेन.''

चहा-पाणी घेऊन पाटील निघून गेले. मल्होत्रा वैतागला होता. तो म्हणाला,

''अरे कैलास, तू डॉक्टर आहेस ना? तुला एवढं कळत नाही की, गेलेली माणसं कधी परत येत नाहीत. आठवणी फक्त कायम राहतात. पण त्या साऱ्याच दु:खदायक असतात का? ज्यांच्या आठवणींमुळं तू हे एकाकी जीवन जगतो आहेस, त्यात त्या माणसांचा केवढा उपमर्द होतो. हे कधीतरी लक्षात घे.''

''म्हणजे काय करू?''

''काही करू नको. कुठंतरी कामात गुंतवून घे. तुझा विरह उल्कावहिनींनी सोसला. आपलं आजारपण सांगितलं नाही. उलट, तुला आनंद मिळावा, म्हणून तुला पत्रं लिहित राहिल्या. पप्पाजींची तब्येत बरी नव्हती. पण त्यांनी कधी मरणाची भीती बाळगली नाही. तुझं शिक्षण पुरं व्हावं, म्हणून त्यांनी तुला प्रोत्साहनच दिलं. हे तर खरं? मग त्यांनी जो तुझ्यासाठी त्याग केला, आपल्या मनाची कुचंबणा केली, त्याचं तुला उतराई व्हायला नको? तू असा दु:खी कष्टी पाहून ते कुठे असतील, तर त्यांना आनंद होत असेल का?''

“हे तत्त्वज्ञान फार झालं. मला ते ऐकण्याची गरज नाही.”

मल्होत्रा त्याच संतापात उठला. तो बालिगाला म्हणाला,

“ह्या घरात आपल्याला जागा नाही. येतो, कैलास. आपल्या खोलीत जा. व्हिस्कीची बाटली उघड. झोप येईपर्यंत दारू पी. आणि झोपून जा.”

– आणि काही न बोलता दोघेही बाहेर पडले. पण त्यांना अडवण्याचं बळ कैलासला राहिलं नव्हतं.

यानंतर चार दिवस कैलासनं पुऱ्या बेचैनीत काढले. दररोज येणारे बालिगा, मल्होत्रा फिरकले नव्हते. त्या बेचैनीत कैलासला मल्होत्रा, बालिगांची आठवण येत होती.

मल्होत्रा म्हणाला, त्यात काय खोटं होतं?

गेलेली माणसं हाताला लागत नाहीत.

मग किती रडत बसायचं?

आणि रडत बसणाऱ्या माणसाला बालिगा, मल्होत्रानं किती कुरवाळत राहायचं?

त्यांनाही त्यांचं जीवन आहे. व्याप आहेत.

मल्होत्रा, बालिगाला थांबवायला हवं होतं.

कैलास त्याच विचारात उठला. आणि त्यानं फोन उचलला.

कैलासच्या फोननं बालिगा, मल्होत्रा सायंकाळी कैलासकडे आले. ते आले; पण नेहमीसारखं बोलले नाहीत. त्यांची मुग्धता बघून कैलास म्हणाला,

“मल्होत्रा, बोलत नाहीस?”

“काय बोलू? अधिकार असला, तर माणसानं बोलावं.”

कैलास कळवळून म्हणाला,

“मल्होत्रा, असं बोलू नको. अरे, माझ्या आयुष्यात मला अधिकारवाणीनं सांगणारे फक्त तुम्हीच उरलात. माझं चुकलं. मी मान्य करतो.”

थोडा वेळ कुणीच काही बोललं नाही.

कैलास स्वत:ला सावरत म्हणाला,

“बालिगा, उद्या शनिवार. तुम्हाला सवड आहे?”

“का?”

“उद्या आपण लोणावळ्याला जाऊ.”

कैलासच्या शब्दांनी चकित झालेले दोघेही क्षणभर त्याच्याकडे बघत राहिले. कैलास मुंबईबाहेर पडतो आहे, याचा आनंद दोघांनाही झाला होता. त्यांनी आनंदानं

होकार दिला. कैलासनं लोणावळ्याला फोन लावला. आणि दुसरे दिवशी लोणावळ्याच्या वाटेला दोन गाड्या लागल्या. डॉ. मल्होत्रा, बालिगा यांची मुलंबाळं पुढच्या गाडीमध्ये होती. मागच्या गाडीत कैलास, मल्होत्रा आणि बालिगा होता.

रामनाथनं सारी व्यवस्था आधीच करून ठेवली होती.

सायंकाळच्या वेळी कैलास, बालिगा आणि मल्होत्रा बंगल्याच्या आवारातून फिरत होते. तो डोंगराचा अपार परिसर पाहून बालिगा उद्‌गारला, ''पप्पाजींनी केवढा डोंगर खरेदी केला! त्यांच्या मनात काय हेतू असेल?''

''त्यांना भवितव्य कळलं होतं!'' कैलास उद्‌गारला.

''कसलं भवितव्य?'' बालिगानं न समजून विचारलं.

आपल्या विचारात असलेल्या कैलासला बालिगाच्या प्रश्नानं भान आलं. तो विषय बदलत म्हणाला,

''हे बघा, बालिगा, मल्होत्रा. वाळवीसारख्या जगणाऱ्या त्या मुंबईत आता मला राहायचं नाही.''

''मग?'' आश्चर्यानं बालिगानं विचारलं.

''त्यासाठी मी तुम्हाला इथं आणलं आहे.''

''म्हणजे?''

''इथं आपला बंगला आहे. चारी बाजूंनी हवी तेवढी मोकळी जागा आहे. या जागेत मला एक अद्ययावत हॉस्पिटल बांधायचं आहे. रुग्णाइतांसाठी निवासस्थान बांधायचं आहे. पाठीमागच्या जागेत इथल्या सेवकवर्गासाठी सुरेख गाळे बांधायचे आहेत.''

बालिगा, मल्होत्रा हे सारं ऐकून थक्क झाले होते. मल्होत्रा म्हणाला, ''कल्पना चांगली आहे. पण लोणावळ्यासारख्या ठिकाणी हे स्वप्न उभं न करता एखाद्या अधिक रमणीय ठिकाणी का करू नये?''

कैलास हसला.

तो म्हणाला, ''बालिगा, तू हार्ट-स्पेशालिस्ट आहेस. मल्होत्रा उत्कृष्ट फिजीशियन आहे. पण तुम्हा दोघांना एक कळत नाही की, माणसाचं मन जागेवर रमत नाही. ते रमतं, ते मनाच्या शांतीवर. इथं पप्पाजींचा बंगला आहे. उल्काच्या संगतीत काही दिवस मी इथं घालवले आहेत. ती सोबत सोडून कुठं जावं, असं मला वाटत नाही. तुम्ही एक करा. मुंबईला जेवढी माझी इस्टेट असेल, ती सारी विकून टाका. फक्त वरळीचा बंगला तेवढा शिल्लक ठेवा. पप्पाजींची आठवण म्हणून तेवढी राहू दे. पाटलांना आपण ही जागा दाखवू. माझ्या काही कल्पना आहेत. पाटलांना मी सारं सांगेन. प्लॅन करू. सारे कामाला लागू. मी इथंच राहीन. आपण हे स्वप्न पुरं करू.''

''आपण!'' मल्होत्रा उद्‌गारला.

"हां, मल्होत्रा! ह्या सर्व गोष्टी होतील, त्याचे तीन ट्रस्टी असतील. तू, बालिगा आणि मी. हे हॉस्पिटल असेल तिघांचं. समजलं?"

क्षणकाल स्तब्धता पसरली. बालिगा म्हणाला,

"ठीक आहे."

कैलास म्हणाला, "नुसतं ठीक म्हणून चालणार नाही. तुम्हाला आठवड्यातून काही दिवस इथं यावं लागेल. रुग्णांची देखभाल करावी लागेल. त्यासाठी तुमचा जो खर्च होईल, तो ट्रस्टी म्हणून दिला जाईल."

"पण आम्ही कधी मागितला?" मल्होत्रा संतापानं म्हणाला.

कैलास म्हणाला, "मल्होत्रा, असं संतापू नको. तुमचाही प्रपंच आहे. तो सांभाळायला हवा. तो सांभाळून आपण हे सारं निभावू."

बालिगा म्हणाला, "एक विचारू?"

"जरूर!"

"या लोणावळ्यासारख्या ठिकाणी हॉस्पिटल बांधून इथं येणार कोण?"

कैलासनं हसून उत्तर दिलं,

"बालिगा, माझ्याजवळ संपत्ती आहे, ती माझ्या कष्टाची नाही. ती पप्पाजींची. तळहातावर हिरा घेतला, तर त्यांची पारख कधी चुकली नव्हती. त्यांचा तो लौकिक होता. तीच पारख मी आज करतो आहे. जो हिरा हातावर आलेला आहे, त्याचा अंदाज मी घेतो आहे."

"आणि हे फसलं, तर?"

"माझी काहीच तक्रार नाही, फसलं, तर पिताजींची पारख चुकली, एवढंच मी म्हणेन. मग आयुष्यात कधी उपाशी मरायची पाळी येणार नाही – एवढं मला माहीत आहे. तुम्ही उद्या मुंबईला जा. पाटलांना भेटा. त्यांना घेऊन या. आपल्या कल्पना त्यांना सांगू. कामाला सुरुवात करू."

दुसरे दिवशी बालिगा, मल्होत्रा आपल्या बायको-मुलांसह मुंबईला निघून गेले. राहिला होता, फक्त कैलास.

सायंकाळी एकटाच आराम-खुर्चीत बसला होता. त्याच्या नजरेसमोर एक निराळंच स्वप्न साकारत होतं. तो उठला आणि त्यानं कारभाऱ्याला हाक मारली. त्या हाकेसरशी हरिप्रसाद समोर आले. हरिप्रसाद समोर येताच कैलास हसून म्हणाला,

"हरिप्रसाद, आता आपल्याला उसंत नाही. तुमचा मुक्काम इथंच राहील. इथली कामं लवकरच चालू होतील. सारी व्यवस्था तुम्हाला बघावी लागेल."

"जी." हरिप्रसाद म्हणाला.

"हरिप्रसाद, ही कल्पना तुम्हाला कशी वाटते?"

"जी! चांगली आहे. थोरल्या मालकांनी ही जागा खरेदी केली. तिचं सोनं होईल."

कैलास हरिप्रसादकडे बघून मोकळेपणानं हसला. हरिप्रसादच्या नजरेला नजर देत त्यानं विचारलं,

"हरिप्रसाद. मला बरं वाटावं, म्हणून बोलता ना?"

"जी, नाही!" हरिप्रसाद निश्चयानं म्हणाला, "भरल्या वस्तीत धंदा करून पैसे मिळवणारे लक्षावधी असतील. पण अशा उजाड जागी नंदनवन फुलवून गरिबांच्यासाठी जीव ओतणारा लाखात एखादाच असतो. आज कुणाला हे कळणार नाही. पण उद्या ह्या भागातल्या गरिबांचा दुवा मिळत गेला, तर त्यासारखं समाधान पैसा मोजूनही मिळणार नाही...."

समाधानानं कैलास म्हणाला,

"हरिप्रसाद! अगदी माझ्या मनातलं बोललात. मुंबईत अनेक सोयी आहेत. पण ह्या आडवळणी भागातल्या लोकांची सेवा करता-करता माझ्या एकाकी जीवनात कुठेतरी समाधान लाभेल. ही मला खात्री वाटते. आणि म्हणूनच मी हा निर्णय घेतला."

कैलास बोलत होता. कैक दिवसांत त्याच्या चेहऱ्यावर पसरलेलं समाधान हरिप्रसादला बघायला मिळत होतं. आणि ते समाधान बघत असताना हरिप्रसादचं मन आनंदानं भरून आलं होतं.

■

त्यानंतर बालिगा, मल्होत्रा एके दिवशी आर्किटेक्ट पाटील आणि दोन इंजिनियर्ससह तिथं अवतरले. कैलासनं आपली कल्पना त्यांच्यासमोर मांडली. सर्वांना ती आवडली. त्या जागेमध्ये एवढी वास्तू उभी करणं सोपं नाही, असं कैलासला वाटत होतं. आलेल्या तज्ज्ञांना ती गोष्ट तेवढी अवघड वाटत नव्हती. बंगल्याच्या डाव्या बाजूला हॉस्पिटलची जागा निश्चित करण्यात आली. उजव्या बाजूला मोकळ्या जागेत अद्ययावत चिकित्सालय उभं करण्यात येणार होतं. आर्किटेक्टला सारा प्लॅन बालिगा, मल्होत्रा आणि कैलास समजावून सांगत होते. बदल सुचवत होते. जेव्हा सारं मान्य झालं, तेव्हा प्रत्यक्ष कामाला सुरुवात झाली.

थोड्याच दिवसांत त्या जागेवर बुलडोझर्स फिरू लागले. सगळे खाचखळगे भरले जात होते. त्या जमिनीला नवीन स्वरूप येत होतं. साऱ्या परिसरात धुरळ्याचा अखंड लोट उठत होता. बंगल्याच्या चारी बाजूंनी बांधकामाची तयारी सुरू झाली होती. कैलास आपलं सारं दु:ख विसरून त्या कामात गुंतला होता. शनिवार, रविवार मल्होत्रा, बालिगा येत होते. हरिप्रसाद रात्रं-दिवस त्या कामावर लक्ष ठेवत होता.

एके दिवशी सायंकाळी मल्होत्रा, बालिगा आणि कैलास– सारे मिळून गाडीतून बाहेर पडले. राजमाचीवर येऊन त्यांची गाडी थांबली. मल्होत्रा काही बोलत नव्हता. बाजूच्या कठड्यावर जाऊन कैलास विसावला. समोर कुठंही पाण्याचा झरा नव्हता. काळाभोर पाषाण दरीमध्ये उतरलेला दिसत होता.

कैलास म्हणाला, ''जीवनात केव्हातरी असाच पाण्याचा ओघ येतो. तो या कठड्यावरून कोसळत असतो. त्या दृश्यानं मन लुब्ध होऊन जातं. आणि काही कारण नसताना तो प्रवाह थांबतो. राहतो, तो उघडाबोडका कडा. त्या प्रवाहानं ह्या कड्याला किती भेगा पडलेल्या असतात, ते तो प्रवाह आटल्यानंतरच कळतं.''

कैलास आपल्याच विचारात भान विसरला होता. त्या कड्यावरची नजर न

काढता तो बोलत होता,

"उल्का गेली. तिच्याबरोबर तो प्रवाहही आटला. आता उरला आहे, तो काळाकभिन्न पाषाण. दरीमध्ये उतरलेला. आता त्या जखमांच्या खुणा आठवण्यापलीकडे राहिलंय काय? चल, मल्होत्रा. आपण परत जाऊ. हवी असेल, तर भोलाला हाक मार. गाडीत व्हिस्कीची बाटली आहे. कँटीनमधून सोडा मागव. तुम्ही घ्या. हवं ते खायला मागवा. मी गाडीत जाऊन बसतो."

कैलासचं मन कशात रमत नव्हतं.

कैलासच्या पाठोपाठ सारे गाडीत येऊन बसले. गाडी सुरू झाली. लोणावळ्याच्या वाटेनं गाडी जात होती. कैलास फक्त एकच म्हणाला,

"मित्रहो! आज मी तुमचा रसभंग केला. मला क्षमा करा."

मल्होत्रानं त्याच्या पाठीवर हात ठेवला. म्हणाला,

"नाही, कैलास. आमच्याजवळ बोललास, याचं आम्हाला समाधान आहे."

कैलास आपले अश्रू टिपत होता.

गाडी भरधाव वेगानं जात होती.

काही न बोलताही साऱ्यांना सारं कळत होतं.

■

मंगेशीचा उत्सव सोडला, तर कैलास तिथून चुकूनही हलत नसे. ट्रकनं येणाऱ्या लोखंडी सळ्या, सिमेंटची पोती, त्यासाठी लागणारी सारी व्यवस्था हरिप्रसाद पाहत होता.

दिवसभर फिरणारा बुलडोझर, ट्रॅक्टर्स-ट्रकमधून येणारं सामान यांची यंत्रणा अखंड चालू होती. चारी बाजूंना उठणाऱ्या धुरळ्यामुळं भोला, रामनाथ वैतागले होते. घरातली झाडलोट, काचा पुसणं यांमध्ये ते अखंड व्यग्र होते. आजूबाजूच्या जमिनीचं सारं रूप पालटून गेलं होतं. पाण्याचा पुरवठा करण्यासाठी एक भव्य टाकी बांधण्यात आली होती. त्याशिवाय कैलासनं चार ठिकाणी बोअर मारून घेतले होते. बंगल्याच्या दोन्ही बाजूंना असलेले खाचखळगे बुजवून टाकण्यात आले होते. त्यावर रस्ते व इमारती रेखल्या जात होत्या.

बांधकाम सुरू झालं आणि पावसाळा सुरू झाला. पावसाळा संपेपर्यंत काम स्थगित झालं.

पावसाळा संपला आणि परत कामाला गती आली.

वर्षातून एकदाच फक्त कैलास बाहेर पडत असे. मंगेशी हे त्यांचं देवस्थान. पप्पाजी केव्हाही तो उत्सव चुकवत नसत. तीच प्रथा कैलास पाळत होता. मंगेशीच्या देवळानजीक पप्पाजींनी एक टुमदार छोटी बंगली बांधली होती. त्याच बंगलीमध्ये कैलास उतरत असे. त्या बंगलीच्या व्यवस्थेसाठी चंपा भाविणीकडे सर्व काही सोपविलं होतं.

दोन वर्षांच्या कालावधीत लोणावळ्याच्या सर्व इमारती पूर्ण झाल्या. त्या जागेचं सारं रूपच पालटून गेलं होतं. मधला बंगला. त्यासमोर सजलेली बाग. त्या बंगल्याच्या सीमेकडेनं अनेक प्रकारची झाडं होती. त्यांतली नको असलेली सारी झाडं कैलासनं तोडायला लावली आणि त्या जागी सुरूची झाडं लावली गेली.

बंगल्याभोवती उंच जाणारी अशोकाची झाडं लावली होती.

दवाखान्याच्या उद्घाटन प्रसंगी बालिगा, मल्होत्रा अनेक डॉक्टरांच्यासह आले होते.

हॉस्पिटलच्या प्रवेशद्वारी मोठी कमान होती. त्यावर 'उल्का निवास' असं लिहिलं होतं. बंगल्याला फक्त 'कमलाकर' एवढंच नाव होतं. मुंबईहून आलेली मित्रमंडळी ती वास्तू पाहून आश्चर्यचकित झाली होती.

कुणीतरी म्हणालं, "अरे कैलास, तू वेडा आहेस. अरे, एवढी सुरेख वास्तू जर मुंबईत उभी केली असतीस, तर खोऱ्यानं पैसा ओढला असतास. या माळरानात आजूबाजूच्या खेडेगावांच्या लोकवस्तीवर हे हॉस्पिटल चालेल कसं?"

मोकळेपणानं हसत कैलास म्हणाला,

"मी हे पैशासाठी करीत नाही. यामध्ये माझी अजून पैही खर्च झाली नाही. पैसा मिळवून काय सुख मिळतं, ते मी पाहिलं आहे. पप्पाजींची ही आवडती जागा. इथं हे मी अद्ययावत हॉस्पिटल उभारलं. त्या पाठीमागे श्रीमंत लोकांनी इथं यावं, ही अपेक्षा माझी नाही. आजूबाजूच्या खेड्यांतील सामान्य माणसं रुग्णाईत म्हणून इथं येतील. त्यांच्यावर योग्य ते उपचार अत्यंत स्वस्तात व्हावेत, ही माझी इच्छा आहे. मला पैशांची काळजी नाही. एवढं सगळं करूनही उदंड पैसा हाती उरला आहे. जसा मला एकांत हवा, तसंच कुठेतरी कामही हवं. हा बालिगा आहे. मल्होत्रा आहे. तुमच्यापैकी काही डॉक्टर्स इथे येतील. मला मदत करतील."

कैलासच्या बोलण्यावर कुणीच काही बोललं नाही.

आलेल्या बायका खालच्या मजल्यावर आराम घेत होत्या. कैलास आपल्या मित्रांसह टेरेसवर गेला. तिथं उत्कृष्ट गालिच्यांनी बैठक सजली होती. आतल्या खोलीतून ब्रिजलाल भूषणच्या सरोदची ध्वनिमुद्रिका कानांवर पडत होती. भोलानं मद्याच्या बाटल्या, सोड्याची तबकं, खाण्याचे पदार्थ आणून ठेवले होते. वातावरण बदललं होतं. हास्यविनोदात बैठक चालू होती. पण कैलास मात्र एकाकी बसून गप्पांची बैठक ऐकत होता.

पिण्याची आणि गप्पांची बैठक रंगत होती. पाहुणा म्हणून आलेल्या एका डॉक्टरनं विचारलं,

"कैलास, एक विचारू का?"

"विचार ना! संकोच कसला?"

"अरे, हे बोलून-चालून हॉस्पिटल. त्याला 'उल्का निवास' हे नाव का दिलंस?"

कैलास मिश्किलपणे म्हणाला,

"हे बघ. हे हॉस्पिटल नाही. हॉस्पिटल म्हटलं की, रुग्णाईत भीतीनं गांगरतात.

इथं प्रवेश करताना रुग्णाइताला आपण दवाखान्यात प्रवेश करतो आहोत, ही भावना राहू नये, ही माझी इच्छा आहे. आणि हे ठिकाण माझ्या वडिलांचं अत्यंत आवडतं ठिकाण. त्यामुळे मी ह्या बंगल्याला 'कमलाकर' हे नाव दिलं. जाऊ दे. इतक्या सुंदर बैठकीत त्या जुन्या आठवणी नकोत. जे स्वप्न मनाशी बाळगलं आहे, ते कसं साकार होईल, हे आपण सर्वांनी पाहू या.''

गोव्यातील मंगेशीच्या उत्सवानिमित्त सारा आवार सजला होता. पणजीला जाणाऱ्या गाड्या तिथे थांबत होत्या, मंदिराची भव्य कमान त्या अभ्यागतांचं स्वागत करीत होती. त्या द्वाराच्या बाहेर डाव्या बाजूला आणि उजव्या बाजूला छोटी दुकानं मांडलेली होती. त्या कमानीतून प्रवेश केला की, पहिली गोष्ट नजरेत भरत असे, ती ही की, मंदिरासमोरची दीपमाळ. पांढऱ्या स्वच्छ चुन्यानं रंगवलेली ती अष्टकोनी दीपमाळ एखाद्या तपस्व्यासारखी दिसत होती. मंदिराकडेचा रस्ता सिमेंट-कॉंक्रीटचा होता. दोन्ही बाजूंना सुबक कोठडी होती. निम्म्या वाटेवरती उजव्या बाजूला छोटी मोकळी जागा होती. मोटारीनं यायचं झालं, तर त्याच रस्त्यानं यावं लागे. मंदिरालगत असलेल्या जागेवर दुकानं होती. त्यालगत शाळेचं क्रीडांगण होतं. शाळेची इमारत होती. रस्त्याच्या दुसऱ्या बाजूला अनेक श्रीमंतांनी आपल्या छोट्या बंगल्या उभारल्या होत्या. त्यामध्येच कमलाकरांनी बांधलेली छोटी बंगली होती. कमलाकर दरवर्षी उत्सवाला तिथं येत असत. कमलाकरांच्या पश्चात कैलासनं तो नियम कधी चुकवला नव्हता.

या वर्षी कैलास-भोला मंगेशीला निघाले; पण मंगेशीवर कैलासचं मन गुंतलं नव्हतं. घाट उतरताना त्याला राहून-राहून उल्काची आठवण येत होती. अनेक जागा अशा होत्या की, तिथं गाडी थांबवून कैलास आणि उल्का त्या खोल दऱ्या, ती वृक्षराई सारं पाहत. आज मात्र फक्त भोला ड्रायव्हर बसला होता. कैलास डोळे मिटून स्वस्थ पाठीमागे पहुडला होता. गाडी केव्हा मंगेशीच्या आवारात आली, हेही त्याला कळलं नाही.

भोला म्हणाला, ''छोटे मालक! उतरा. आपला बंगला आला.''

कैलासनं डोळे उघडले. कैलासच्या बंगलीसमोर केशर उभी होती. गौर वर्णाची, नाकीडोळी नीटस, सडसडीत बांध्याची केशर कैलासची गाडी थांबताच हसतमुखानं सामोरी आली. कैलास आळसावलेल्या वृत्तीनं खाली उतरला. केशरकडे बघत त्यानं विचारलं,

''चंपाआई आली नाही?''

"नाही.'' केशर म्हणाली, ''आज पूजेचा दिवस आहे ना! त्या गडबडीत ती आहे.''

कैलासनं बंगल्यात शिरत असता केशरला विचारलं,

"आज गर्दी दिसते.''

केशर म्हणाली, ''तुम्हाला माहीत नाही? आज महेशकुमार सेवेला बसणार आहे, साऱ्या गोव्याला ते कळलं आहे.''

"महेशकुमार! आज गाणार?''

"रंगा मास्तर आहेत ना! त्यांनी महेशकुमारला आज्ञा केली. आणि त्यानं ती मानली.''

त्याचवेळी रंगा मास्तर आत आले. धोतर, अंगावर अंगरखा आणि डोक्यावर काळी टोपी हाच त्यांचा वेश. रंगा मास्तर हात जोडत म्हणाले,

"डॉक्टरबाबू, देवळातली व्यवस्था पाहायची होती. त्यामुळे यायला वेळ लागला.''

कैलास रंगा मास्तरांच्याकडे बघत म्हणाला,

"रंगामास्तर, आज भारी गडबड दिसते तुमची!''

"हो ना! मोठी जबाबदारी अंगावर घेतली. निभवून नेणारा हा मंगेश पाठीमागे आहे. लोकांची आतापासनं रीघ लागलीय.''

"बरं झालं. बऱ्याच वर्षांनी का होईना, आज महेशकुमारांचं गाणं तुमच्यामुळे ऐकायला मिळतंय.''

"माझ्यामुळे नव्हे, हो!'' रंगा मास्तर हसत म्हणाले. "हा मंगेशी! त्याच्यामुळेच हे घडतंय!''

"खरं आहे.'' कैलास म्हणाला, ''आपण फक्त कारण.''

रंगा मास्तरांच्या चेहऱ्यावर समाधान होतं. ते कैलासला म्हणाले,

"डॉक्टरबाबू, जातो मी. तुम्ही आल्याचं कळलं. म्हटलं, भेटून जावं. आजचा कार्यक्रम झाला, म्हणजे उद्याला सवडीनं बोलता येईल.''

– आणि रंगा मास्तर कैलासचा निरोप घेऊन गेले.

रंगा मास्तर गेलेल्या दिशेकडे कैलास बघत होता. रंगा मास्तर दिसेनासे होताच कैलास वळला. केशरकडे बघत तो म्हणाला,

"केशर, हा रंगा मास्तर भारी उपद्व्यापी माणूस, बघ!''

"उपद्व्यापी!'' केशर अचंबा दाखवीत उद्गारली, ''नाही, डॉक्टर, तो उपद्व्यापी माणूस नाही. त्यांची पत्नी वारली, एकुलता एक कर्ता सवरता मुलगा होता. तोही गेला. रंगा मास्तरांच्या आयुष्यात काही उरलं नाही. तो एकाकी जीव जगतो आहे. त्यांच्या चेहऱ्यावर कुठल्याही प्रकारचं एकाकीपण, दुःख जाणवत नाही. तुम्ही

डॉक्टर आहात. तुम्ही आयुष्यात अनेक सुख-दु:खं भोगलेली आहेत. पण ती विसरण्यासाठी तुम्ही मोठं हॉस्पिटल बांधलं, असं ऐकलं. आयुष्यात पळवाट शोधून कधी मिळते का?''

बोलता-बोलता केशर भानावर आली. म्हणाली, ''लवकर अंघोळ करून घ्या.''

''अंघोळ! मी सकाळीच आटोपलेय.''

''ते इथं चालायचं नाही. आईनं सांगितलंय की, अंघोळ आवरा आणि पूजेला या. डॉक्टरबाबू, तुम्ही सर्जन आहात. ऑपरेशनला जाण्याआधी हात धुऊन का जाता? अभिषेकाला जाताना असंच निर्मळपणानं जायला नको का?''

कैलास हसत म्हणाला, ''बरं, बाई. मी अंघोळ करून घेतो.''

''एवढी घाई नको. मी चहा-पोहे केले आहेत. अभिषेकाला उशीर होईल. आधी चहा-पोहे घ्या. नंतर अंघोळ करा.''

''ठीक आहे. तसं करू.''

कैलास न्याहारी करून, अंघोळ आटोपून आला. पांढरा स्वच्छ लखनवी झब्बा आणि पायजमा परिधान केलेल्या कैलासकडे केशर कौतुकानं पाहत होती. आरशासमोर जाऊन कैलास केस विंचरत होता. पावडर हातावर घेऊन त्यानं चेहऱ्याला फासली. सेंटची बाटली घेऊन अंगावर फवारली. साऱ्या खोलीमध्ये तो सुगंध दरवळला. कैलासनं हसून केशरकडे पाहिलं आणि तिच्या अंगावरही त्यानं सेंट फवारला.

केशर हसून म्हणाली, ''पूजेला जातानाही हे नखरे करायला हवेतच का?''

''नाही, केशर. हे नखरे नाहीत. एकाकी जीवनात सुगंध यायला एवढा एकच उपाय आहे. चल, आपण देवळात जाऊ.''

– आणि ती दोघं देवळाच्या दिशेनं चालू लागली.

केळीच्या मोन्यांनी सजलेली देवाची मखरं, देवाच्या प्रवेशद्वारापासून ते देवाच्या गाभाऱ्यापर्यंत गेली होती. एखाद्या राजमहालात प्रवेश करावा, तशा त्या कमानी भासत होत्या. मंदिरामध्ये नक्षीदार खांबांनी ते मंदिर तोललं होतं. संगमरवरी फरश्यांनी बैठक सजली होती. केशरच्या पाठोपाठ कैलास आत गेला.

चंपानं इतरांचा अभिषेक थांबवला. अभिषेकाची सुरुवात झाली. पण कैलासचं लक्ष अभिषेकात गुंतत नव्हतं. एक उपचार म्हणून तो सांगितलेलं करीत होता. कधी फुलं, अक्षता टाकत, हळद-कुंकू वाहत होता.

त्याला आठवत होतं ऑपरेशन.

तोंडाला पांढऱ्या शुभ्र पट्ट्या बांधून इतर डॉक्टरांच्यासह तत्पर असलेल्या

परिचारिका सभोवती उभ्या होत्या. ऑपरेशनचा भाग नजरेत होता.

हातातलं तीक्ष्ण हत्यार नाजूकपणे आपलं काम करीत होतं. क्लोरोफॉर्मच्या गुंगीनं पेशंट केव्हाच झोपला होता. कैलासची रबरी हातमोज्यांतली बोटं चारी बाजूंनी बंदिस्त झालेल्या उघड्या केलेल्या त्या भागातून फिरत होती. लागेल ते साहित्य परिचारिका तत्परतेनं पुरवीत होत्या.

ऑपरेशन आटोपत आलं.

टाके घातले जात होते. ऑपरेशनमध्ये काही धोका नव्हता.

समाधानानं तो बाहेर पडला.

हे नेहमीच होतं.

आजही तो तेच करीत होता.

पुजाऱ्यानं अभिषेक संपल्याचं सांगितलं. कैलास उठला. देवाला नमस्कार करून, केळीच्या मखरातून वाकून तो बाहेर आला.

केशर म्हणाली, ''दमलात?''

''हां...'' कैलास म्हणाला, ''थोडे श्रम झाले, एक महत्त्वाचं ऑपरेशन होतं, ते आटोपलं.''

''ऑपरेशन!''

कैलास भानावर आला. हसून तो म्हणाला,

''नाहीतर काय? देवापुढं मन उघडं करायचं. आपल्या साऱ्या व्याधी त्याला सांगायच्या. ते ऑपरेशन पुरं झालं की, कुठून तरी आवाज येतो. तथास्तु!''

केशर खळखळून हसली. म्हणाली, ''बोलून चालून डॉक्टर तुम्ही. चांभाराचं लक्ष नेहमी जाणाऱ्या माणसाच्या तुटक्या अंगठ्याकडेच जायचं. तेच तुमचं आहे. तुम्हाला त्याखेरीज काही सुचत नाहीच.''

''अगदी खरं! ज्या व्यवसायात माणूस पडतो, त्याखेरीज त्याला काही सुचत नाही. चल, आपण घरी जाऊ.''

मागे उभी असलेली चंपा म्हणाली, ''प्रसाद.''

''भोलाबरोबर पाठवून दे. आई, आता थोडी विश्रांती घेतो.''

''जा, बाळा. विश्रांती घे. केशर, त्यांना पोहोचवून ये.''

कैलास झब्बा-विजार घालून बाहेर पडला. गाड्या येत होत्या. त्यांना चुकवत कैलास जात होता. थाटलेल्या दुकानांच्या शेजारी गिऱ्हाइकांची वर्दळ होती. काजूची, आमसोलांची, फणसपोळ्यांची प्लॅस्टिकमध्ये बंद केलेली पाकिटं दुकानभर लावलेली होती. थंड पेयांच्या बाटल्या मांडलेल्या होत्या. शहाळ्यांचे ढीग दुकानाबाहेर पडलेले होते. सारं पाहत कैलास फिरत होता. मूळ रस्त्यापर्यंत जाऊन कैलास परत आला. आपल्या बंगल्यामध्ये येताच त्यानं भोलाला सांगितलं,

"भोला, माझी व्यवस्था कर."

थोड्या अवधीतच भोलानं कैलासच्या टेबलावर ट्रे आणून ठेवला. त्यात व्हिस्कीची बाटली, सोड्याच्या बाटल्या, तळून ठेवलेले पापड होते. भोलानं सोड्याची बाटली फोडली. व्हिस्कीच्या पेल्यात त्यानं सोडा ओतला. मंद विजेचे दिवे पेटलेले होते. पंखा फिरत होता. कैलास मद्याचा आस्वाद घेत होता. त्यानं घड्याळात पाहिलं. आठ वाजले होते. कैलासनं आपला पेला उचलला. त्याच वेळी केशर आत आली. एकवार तिनं कैलासकडं पाहिलं आणि भोलाला तिनं हाक मारली,

"भोला ऽ"

भोला बाहेर आला. कैलासच्या समोरच्या ट्रेकडे बोट दाखवत ती म्हणाली, "हे घेऊन जा."

कैलासनं विचारलं, "महेशकुमार आले?"

"नाही. गर्दी खूप झालीय. रंगा मास्तरांनी सांगितलंय तुम्हाला, लवकर या, म्हणून. बसायला चांगली जागा मिळेल."

"ठीक आहे, केशर. दारूइतकीच मायेची सत्ताही मोठी असते. चल."

केशरनं विचारलं, "रागावलात?"

"कशाबद्दल?"

"त्या भोलाला मी सगळं न्यायला सांगितलं, म्हणून?"

कैलास हसला. म्हणाला, "केशर, दारूचा कैफ कधी चढत नसतो, हा माझा अनुभव आहे."

दोघं बंगल्याबाहेर आली आणि देवळाच्या दिशेनं चालू लागली.

दीपमाळ उजळली होती. नारळीच्या झावळ्यांनी उभारलेला मंडप श्रोत्यांनी भरला होता. कैलास आणि केशर आत आली. रंगा मास्तर तत्परतेनं पुढं झाले. छोटं व्यासपीठ सजवलं होतं. स्टेजसमोर लोडतक्क्यांची बैठक अंथरलेली होती. रंगा मास्तरांनी कैलासला त्या बैठकीवर नेऊन बसवलं. कैलासनं विचारलं,

"अजून महेशकुमार आले नाहीत?"

रंगा मास्तर म्हणाले, "कैलासबाबू, तो महेश कुणाचंही वचन मोडेल; पण माझा शब्द तो मोडणार नाही. तो आल्याशिवाय राहणार नाही."

रंगा मास्तर विश्वासानं बोलले खरे; पण नऊ वाजले, तरी महेशचा पत्ता नव्हता. श्रोत्यांमध्ये चुळबुळ सुरू झाली होती. म्हापसा, पणजी, बांदवडे, पेडणे – इकडून सर्व रसिक आले होते."

जसा वेळ जात होता, तशी कुजबुज वाढत होती. संतापलेला वामन पुजारी

बाहेर आला. रंगा मास्तरांना गाठत तो म्हणाला,

"रंग्या, असल्या फंदात पडू नको, म्हणून तुला सांगितलं होतं. उंटाच्या गांडीचा मुका घ्यायला तुला कुणी सांगितलं होतं? आता जमलेल्या लोकांच्यासमोर बडके टाकत गाणार आहेस का? जे निभवत नाही, ते करू नये, इतकं कळण्याइतकी तरी अक्कल तुला पाहिजे होती."

रंगा मास्तर म्हणाले, "नाही, वामन, तो आल्याशिवाय राहणार नाही."

"वाट बघ."

– आणि त्याच वेळी रंगा मास्तरांनी पाठविलेला केशव धावत आला.

तो म्हणाला, "मास्तर, शेवटची बस येऊन गेली. पण महेश आले नाहीत. "

रंगा मास्तरांना काही सुचत नव्हतं.

महेश आला नाही. आता हा प्रसंग निभवायचा कसा?

त्याचवेळी केशर मंदिरात प्रवेश करीत होती. रंगा मास्तरांनी केशरला हाक मारली. ती जवळ येताच रंगा मास्तर म्हणाले,

"केशर, शेवटची बस येऊन गेली. पण महेश आला नाही. तो आला नाही, याबद्दल मला दुःख नाही. पण उगीच काळजी वाटते, बघ. प्रवासात कुठं अपघात तर...."

केशर म्हणाली, "मास्तर, तसं काही झालं असतं, तर कळलं नसतं का?"

मंगेशीला हात जोडत रंगा मास्तर म्हणाले,

"आता त्या मंगेशीलाच काळजी! केशर, ही सारी दूरदूरची माणसं आलीत. त्यांना, थोडा वेळ का होईना, रिझवायला हवं. तू बैठक घे. गाणी सुरू कर."

"मी?"

"घाबरू नको. तुझा आवाज सुरेल आहे. तुझं गाणं लोकांना नक्की रिझवेल. न भिता, न संकोचता जाऊन बैठक घे."

केशर वरच्या बैठकीवर गेली. साथीदार वाद्यं जुळवीत होते. रंगा मास्तर उठले. श्रोत्यांना हात जोडून म्हणाले,

"रसिकहो! आज गाण्याला महेश येणार होता, पण अद्याप तो येऊ शकला नाही, हे ऐकून माझ्याइतकीच तुमची निराशा झाली असेल, हे मी जाणतो. तोवर माझी शिष्या केशर गाते आहे. कृपावंत होऊन ते गाणं आपण गोड मानून घ्या."

पुढे रंगा मास्तरांना काही बोलवलं नाही. ते खालच्या बैठकीवर बसले.

बैठकीवरचे तानपुरे जुळले होते. पेटीनं सूर धरला होता. तबला जुळवला जात होता. सारी वाद्यं जुळली. केशरनं रंगा मास्तरांना नमस्कार केला आणि ती गौळण गाऊ लागली :

'धाव धाव कृष्ण वदन
विरहाचं दु:ख....'

सुरुवातीला अस्थिर झालेला स्वर स्थिर झाला. बेभानपणे केशर गौळण गात होती. महेश न आल्यामुळं नाराज झालेलं रसिक त्या गौळणीमध्ये रस घेऊ लागले होते. आणि ही मैफल रंगत असता अचानक श्रोत्यांमध्ये गडबड उडाली. केशरचं गाणं थांबलं. तीही पाहत होती –

प्रवेशद्वारातून महेश आत येत होता. केस धुळीनं माखलेले. खांद्याला शबनम पिशवी होती. रंगा मास्तरांना महेशला पाहताच आनंदाचं उधाण आलं होतं. महेश रंगा मास्तरांपर्यंत पोहोचला होता. त्यानं रंगा मास्तरांचे चरणस्पर्श केले.

रंगा मास्तर म्हणाले,

"मला वाटलं, तू येणार नाहीस."

"असं कसं होईल? तुमचं वचन मी कधी मोडलंय का?"

रंगा मास्तर, महेश बसले. उच्चासनावर केलेल्या बैठकीवर केशर बसली होती. ती उठू पाहत होती. त्याच वेळेला महेश म्हणाला,

"केशर, गातेस, ती गौळण पुरी कर. नंतर मी गाईन."

केशर गौळण पुरी करीत होती. पण त्यात तिचं लक्ष लागत नव्हतं. सुरुवातीची सारी मिजास हरवली होती. तिनं कशीबशी गौळण पुरी केली आणि ती उठली. रंगा मास्तर समाधानानं महेशकडे बघत म्हणाले,

"कसं वाटलं गाणं? आवडलं ना?"

"ठीक!" मिश्किलपणे हसत महेश म्हणाला, "अदा करून म्हणायला ठीक आहे."

महेशच्या त्या उद्गारानं केशरचं मन तडकून उठलं.

कोण समजतो स्वत:ला?

असेल मोठा गायक.

मोठा गायक असला, म्हणून काय झालं?

सुरांची जाण असायला नको?

ज्याला सुरांत हरवता येत नाही, तो कितीही मोठा गायक असला, तर त्याच्या गाण्याला काय किंमत?

त्या विचारानं संतापलेली केशर सरळ देवळाबाहेर जाऊ लागली. ती कमानीजवळ आली आणि त्याच वेळी तिच्या कानांवर सूर आले :

'जथा वैष्णवांचा पंढरीशी जातो
कानी नाद येतो टाळ-मृदंगाचा...'

    त्या आवाजाबरोबर केशराची पावलं थबकली. कमानीपाशी बांधलेल्या कट्ट्यावर नकळत ती बसली.
    आता कानांवर पडणारा आवाज ती विसरली होती....
    जुन्या आठवणी तिच्या डोळ्यांसमोर साकारत होत्या....

■

तिच्या कानांत घुमत होता ओढ्याच्या पाण्याचा खळखळाट.

उन्हं वर आली होती. डोईवर धुण्याचं ओझं घेऊन केशर पायवाटेनं ओढ्यानजीक आली आणि त्या ओढ्यात वाकून घागर भरणाऱ्या महेशकडे तिचं लक्ष गेलं. त्याला बघताच केशरनं हाक मारली,

"महेशऽऽ"

महेशनं मागे पाहिलं. केशरला बघताच महेश हसला. काही न बोलता भरलेली घागर उचलून त्यानं काठावर ठेवली. समोर आलेल्या केशरनं आपल्या डोईवरचं धुणं खाली ठेवलं आणि तिनं महेशकडे पाहिलं.

अंगात नुसतं बनियन, गुडघ्यांपर्यंत अर्धी असलेली विजार भिजून चिंब झाली होती. अंगातलं बनियनही भिजून अंगाला चिकटलेलं.

ते बघताच केशरनं हसून विचारलं, "अंघोळ केलीस?"

"हो! केव्हाच. अंघोळ करूनच पाणी भरतोय."

"मग कपडे कुणी बदलायचे?"

"आता बदलायचे. ही शेवटची खेप."

"खरंच शेवटची खेप?"

"हो!"

"बघ हं! आपल्याला दुपारी–"

"हो! आठवण आहे. तू धुणं आटोप आणि घरी ये. मागच्या दाराला मी उभा असेन."

केशर हसली. महेशनं भरलेली घागर उचलली. खांद्यावर घागर घेऊन धुण्यासाठी ओढ्यात उतरलेल्या केशरकडे न बघता तो म्हणाला, "लवकर ये."

– आणि एवढं बोलून खांद्यावरची घागर सावरत चालू लागला.

महेश घरी आला. मधल्या पडवीत असलेल्या काका-काकूंच्याकडे बघत महेश स्वयंपाकघरात आला. खांद्यावरची घागर उतरून त्यानं भरलेल्या हंड्यालगत

ठेवली. त्या भरलेल्या घागरीवर एक ताटली ठेवली. आणि पायांचा आवाज न करता तो चौकटीत आला. त्याची चोरटी नजर काका-काकूंवर गेली.

जमिनीवर अंथरलेल्या चटईवर काका मांडी घालून बसला होता. त्याच्यासमोर वाकून काकी त्याच्या डोक्याला तेल लावत होती. डोक्याला घासणी चालली होती. काकीच्या हातातल्या काकणांचा लयबद्ध आवाज येत होता. वाटीमधल्या तेलाचा शेवटचा थेंब काकाच्या डोक्यावर ओतून काकीनं त्याचं डोकं चोळलं आणि ताठरलेल्या कंबरेनं ती उभी राहिली. तेलाचे हात तिनं नकळत आपल्या डोक्याला पुसले ते बघताच काका एकदम उफाळला,

"पुसलंत ना डोक्याला? अगो, ते हात जरा माझ्या डोक्याला पुसले असतेस, तर काय तुझ्या बापाचं जात होतं? अशी उधळण करायला लागली, तर राजलक्ष्मीसुद्धा घरात घुसायची नाही."

त्याचवेळी केशर परसदारी उभी होती. दोघे परसदारानं बाहेर पडली, ती सरळ रंगा मास्तरांच्या घरी आली. रंगा मास्तरांच्या घरात रंगा मास्तरांच्या शेजारी एक नवखे गृहस्थ पाहताच दोन्ही पोरं चपापली.

रंगा मास्तर म्हणाले, "अरे महेश, मी तुलाच बोलवणार होतो. हे माझे मित्र नारायण बुवा. प्रख्यात गवई आहेत." आणि नारायण बुवांकडे वळून ते म्हणाले, "ही दोन्ही मुलं फार गुणी आहेत. त्यांना आवाज आहे. तसंच सांगितलेलं उचलण्याची ताकद आहे. आज संध्याकाळी देवळात भजन होईल. तेव्हा या दोन्ही पोरांचा आवाज ऐका. पटलं, तर हो म्हणा. नाहीतर सोडा."

केशर आणि महेश घरातून बाहेर पडले. नारायण बुवा म्हणाले,

"अरे रंगा, मला शुद्ध स्वराचा मुलगा हवा आहे. आपण गुरुघराणं जपलं, ते गाणं कुठंतरी पाठीमागे शिल्लक असावं, असं वाटतं. पोरींना शिकवून काही उपयोग होत नाही. शेवटी त्यांची लग्न होतात. त्या परघरी जातात. आणि घराणं तिथंच संपतं. मुलाला शिकवलं, तर काहीतरी राहतं."

"खरं आहे. आज ऐका तर खरं."

रात्री भजनाच्या वेळेला रंगा मास्तर गात होते. दोन्ही पोरं साथ करीत होती. गाभाऱ्याच्या समोर फारच थोडी माणसं उपस्थित होती. रंगा मास्तरांच्या पाठीमागे महेश साथ करीत होता.

'अगा पंढरीच्या राया....'

नारायणा बुवा तो आवाज ऐकून थक्क झाले होते. भजन संपताच ते रंगा मास्तरांना म्हणाले,

"मोठं गुणी पोर आहे. हा मला मिळेल?"

''न मिळायला काय झालं? आपण तसा प्रयत्न करू. बुवा, ह्या पोराचा बाप मोठा नादिष्ट होता. सुरेख गायचा. पण व्यसनापायी तो निघून गेला. गळ्याचा वारसा मात्र ह्याच्यात आला. काय सांगू, बुवा? त्याचा बाप ज्या वेळी एखादी तान घेत असे, तेव्हा दीनानाथांची आठवण यायची हो ऽ!''

दुसरे दिवशी नारायण बुवा आणि रंगा मास्तर महेशच्या काकाच्या घरी गेले. रंगा मास्तरांनी काकाला नारायण बुवांची ओळख करून दिली.

नारायण बुवा म्हणाले, ''तुम्ही आम्हाला महेश दिलात, तर त्याच्या आयुष्याचं मी सोनं करीन. एवढ्या गोड गळ्याचा आणि स्वरांची जाण असलेला पोरगा घरात ठेवून बरबाद करू नका. मी तुमच्या दाराशी महेशला मागणी घालायला आलोय. माझा मुलगा म्हणून मी त्याला जपेन. माझी सारी विद्या मी त्याला देईन.''

ते सारं बोलणं आतल्या पडवीतून महेश आणि केशर ऐकत होती.

गोपूकाकानं क्षणभर विचार केला आणि तो म्हणाला, ''जरा मी आत जाऊन येतो.''

गोपूकाका येतो आहे, हे लक्षात येताच महेश आणि केशर पाठीमागच्या दरवाज्यातून बाहेर पळाली. स्वयंपाकघरात काकी स्वयंपाक करीत होती. गोपूकाका स्वयंपाक घरात आला.

तो म्हणाला, ''अगो, आपल्या महेशला न्यायला नारायण बुवा आला आहे. मोठा गवई आहे, हो ऽऽ. पोराला त्याच्या स्वाधीन केलं, तर त्याच्या आयुष्याचं कल्याण करील.''

''पण त्याची जबाबदारी....''

''अगो, तो बुवा सगळं करेल ना! आपल्याला कसली काळजी! उलट, एक जबाबदारी कमी झाली. कसं?''

काकीनं मान डोलावली. हे सारं परसदारातून केशर-महेश ऐकत होते.

दुसरे दिवशी महेश नारायण बुवांच्यासह जायला तयार झाला. मंगेशीच्या देवळात येऊन देवापुढं त्यानं मस्तक टेकलं. केशर दरवाज्यात रडत उभी होती. पुजाऱ्यानं महेशला आशीर्वाद दिला. एक खडीसाखरेचा खडा प्रसाद म्हणून महेशच्या हातात ठेवला. महेश बाहेर आला. दाराशी अश्रुपूर्ण नजरेनं उभी असलेली केशर त्याच्या नजरेत आली.

तिनं मान वर करून विचारलं, ''महेश, खरंच जाणार?''

''हो! मी जाणार. तू बस अशीच रडत.''

हातातला खडीसाखरेचा खडा केशरच्या हातात कोंबून महेश धावत बाहेर

पडला. रस्त्यावर नारायण बुवा, रंगा मास्तर उभे होते. महेशनं रंगा मास्तरांच्या पायला स्पर्श केला. त्याच्या मनाचा बांध फुटला.

त्याला जवळ घेत रंगा मास्तर म्हणाले, ''अरे महेश, रडू नको. तू खूप मोठा होशील. ते बघण्याचं बळ मला परमेश्वरानं द्यावं.''

रंगा मास्तरांनी खिशातून चुरगळलेल्या दहा-दहा रुपयांच्या दोन नोटा महेशच्या खिशात घातल्या.

– आणि महेश निघून गेला.

हे सारं केशर पाहत होती. तिच्या हातात पांढरं शुभ्र नागचाफ्याचं फूल होतं. त्या फुलाच्या मध्यभागी असलेल्या परागाच्या भोवती नागफणा दिसत होता. त्या फुलाकडे बघत असता केशरचे अश्रू झिरपत होते....

वाढलेल्या कोलाहलानं केशर भानावर आली. महेशचं गाणं संपलं होतं. लोक स्वस्थानी जाण्यासाठी धडपडत होते. केशर उठली आणि ती सरळ आपल्या घराकडे चालू लागली.

ती घरात आली. तेव्हा पाठोपाठ चंपाही आली.

चंपा म्हणाली, ''आजवर ऐकत होतो, पण नाव काढलंन, हो.''

केशर काही बोलली नाही. ती मागच्या आखणात गेली आणि त्याच वेळी महेशचा आवाज कानांवर आला, ''आई, मी आलोय.''

चंपा बाहेर आली. महेशला पाहून चंपा आनंदानं म्हणाली, ''ये.''

महेश आत येत म्हणाला, ''आई, नेपाळला मी गाण्यासाठी गेलो होतो. तुमच्यासाठी रुद्राक्ष आणलाय. द्विमुखी आहे.''

''एवढी आठवण ठेवलीस?'' चंपानं कौतुकानं विचारलं. ''इतक्या वर्षांनी आलास. खूप बरं वाटलं. आता किती दिवस राहणार?''

महेश म्हणाला, ''आई, आता मी जाणार नाही. मी खूप थकलो. आता इथं विश्रांतीसाठी राहावंसं वाटतं.''

''बरं झालं, हे तू ठरवलंस, ते. पेपरमधून काहीतरी छापून यायचं आणि तो रंग्या काहीतरी सांगायचा. ते आम्ही ऐकायचं, जा हात-पाय धुऊन घे. महेश परसदारी गेला. तिथल्या दगडावर उभा राहिला. केशर पाण्याची बादली आणि साबण घेऊन आली. केशर महेशच्या पायांवर पाणी घालीत होती. त्या गरम पाण्याच्या स्पर्शानं महेशला बरं वाटत होतं. केशरनं साबण पुढं केला.

''नको...'' म्हणत महेश वाकला. ''डोक्यावर पाणी घाल.''

महेशच्या डोक्यावर पाणी घालत असता केशरला हसू फुटत होतं. लहानपणी ती दोघं खेळून आली की, प्रथम चंपाच्या घरी येत असत. तिथं असेच हातपाय धुऊन तो काकांच्याकडे जात असे.

"पुरे." महेशचे शब्द आले.

केशरनं पंचा पुढं केला. त्या पंच्यानं केस पुसत महेश म्हणाला,

"केशर, आज माझी धडगत दिसत नाही."

"का?"

"का! अग, ते काका-काकू वाट पाहत असतील ना!" आपल्या खिशातून कंगवा काढून केस विंचरत महेश म्हणाला,

घरात येताच चंपानं दुधाचा पेला त्याच्या हाती दिला. उभ्या उभ्याच महेश दूध पीत होता.

चंपा म्हणाली, "अरे, उभ्या उभ्याच दूध का म्हणून पितोस? जरा बैस ना!"

"नको, आई. घरी जायला हवं. गाणं झालं, ते सरळ इकडंच आलो."

महेश घराबाहेर आला आणि भिंतीला पाठ लावून उभ्या असलेल्या केशरकडे त्याचं लक्ष गेलं.

"केशर ऽऽ"

"हो! एवढ्या वर्षांत एक तरी पत्र लिहायचं." केशर म्हणाली.

"चुकलं खरं. पण पत्र लिहायची मला सवय नाही."

"थोडं थांबला असतात, तर...."

"का?"

"काही नाही. अदा करून एखादी नथ ऐकवली असती...."

"रागावू नको. पण आता ते जमायचं नाही. ते बघ, डॉक्टर इकडे येताहेत, त्यांना तुझी अदा दाखव."

एवढं बोलून महेश वळला. केशरनं पाहिलं. तो खरंच कैलास, आणि रंगा मास्तर येत होते.

कैलासनं समोरून येणाऱ्या महेशकडे पाहिलं. महेश जवळ येताच त्यानं नमस्कार केला.

"फार वर्षांनी गाणं ऐकलं. बरं वाटलं."

"ठीक आहे." महेश म्हणाला, "मी चलतो. केशर तुमची वाट बघते आहे."

उत्तराची अपेक्षा न करता महेश निघून गेला. कैलास आणि रंगा मास्तर चंपाच्या घरी आले.

रंगा मास्तर आणि कैलास पलंगावर बसले.

चंपा म्हणाली, "डॉक्टरबाबू, भोलाकडे किल्ली दिली होती."

“आई, त्यासाठी मी आलो नाही. आज महेशचं गाणं ऐकलं. मी आतापर्यंत त्याच्या खूप मैफली ऐकल्या आहेत. पण आजच्या गाण्यात मला फार फरक वाटला. कदाचित त्याच्या प्रवासामुळेही असेल. तेच कारण असेल, तर मला काही म्हणायचं नाही; पण गाताना त्याची होणारी दमछाक, त्याला येणारा खोकला... ही चिन्हं मला ठीक नाही वाटली.”

रंगा मास्तर म्हणाले, “डॉक्टरबाबू, काही तरीच काय बोलता! तुम्ही डॉक्टर. कोणीही माणूस बघितला की, तुम्हांला तो रोगीच वाटतो.”

कैलास मोकळेपणानं हसला.

तो म्हणाला, “खरं आहे, रंगा मास्तर. या जगात कोणीच माणूस व्याधिमुक्त नाही. काहींना शरीराचे रोग जडलेले असतात, तर काहींना मनाचे. शारीरिक व्याधींवर उपचार करता येतात; पण मनाच्या व्याधीवर डॉक्टरी इलाज अपुरे पडतात. त्या व्याधीचं मूळ शोधता येत नाही; डॉक्टरांना मला महेशकुमारांना भेटता येईल का?”

रंगा मास्तर म्हणाले, “त्यात काय कठीण आहे? उद्या आपण जाऊ?”

महेश गोपूकाकांच्या घरच्या पायरीशी आला. त्यानं पाहिलं. दुमजली माडीचं घर उभं होतं. काही न बोलता महेश बाहेरच्या सोप्यात आला. सोप्यात मध्यभागी झोपाळा होता. महेश झोपाळ्यावर बसला आणि त्याच वेळेला गोपूकाकानं आतनं प्रवेश केला. महेशनं उठून गोपूकाकांना नमस्कारसुद्धा केला नाही. झोपाळ्याला हलकेसे हेलकावे देत, तो शांतपणे बसून होता. महेशला पाहताच गोपूकाका छद्मीपणे हसून म्हणाले,

“छान! आल्याबरोबर भाविणींची घरं शोधलीत ना? गाण्याबरोबर हेही शिकून आलात, वाटतं!”

महेश काही बोलला नाही. आपल्या खांद्याला लावलेल्या शबनम बॅगेतनं त्यानं पानाचा डबा काढला. त्याचबरोबर त्यानं खिशात हात घातला. नोटांचं पुडकं बाहेर काढून त्यानं झोपाळ्यावर ठेवलं आणि काकाकडे न बघता तो पान जुळवत राहिला.

गोपूकाकाची नजर त्या नोटांकडे लागली होती. त्या झोपाळ्यावरच्या नोटांकडे पाहत असता गोपूकाकाचा नूर एकदम पालटला.

तो म्हणाला, “अरे, तू येणार म्हणून सकाळपासनं हिची कोण धावपळ. केवढी काळजी करीत बसलो होतो. तुझं गाणं झालं आणि तू नाहीसा झालास. अरे, किती केलं, तरी आतडं आहे ना! ते कुठे जाईल?”

महेशनं शांतपणे ते नोटाचं पुडकं उचललं आणि काकाच्या हाती दिलं.

“काका, हे पाच हजार आहेत. घ्या.”

काकानं नोटा हातात घेतल्या. महेशकडे बघत तो म्हणाला,

''अरे, तुझ्यापेक्षा पैसे का मोलाचे? बरं झालं आलास, ते. अरे, पोफळीची बाग सजली. विहीर काढली. पण त्यात पोहरा नको? शिंचणं नको? पोहरा नाही, तर पाणी मिळणार कुठनं? ती बाग सजणार कशी? बरं झालं, हो! तू पैसे आणलेस, ते. आता पोहऱ्याची काही काळजी नाही.''

महेश पान चघळत बसला होता.

''अरे, तुझं जेवण व्हायचं असेल ना! का त्या चंपाच्या घरी जेवून आलास?''

नि:श्वास सोडून महेश म्हणाला, ''काका, माझं जेवण झालं आहे, मला आता झोपेची गरज आहे.''

''मग झोप ना? तू काय, बाबा! आज इथं, तर उद्या तिथं. पन्नास ठिकाणी तुला फिरावं लागतं. ते का आम्हाला कळत नाही?''

''नाही काका, आता फार फिरावं लागणार नाही. मी थकलो आहे. माझी तब्येत बरी नाही. थोडे दिवस मी इथे विश्रांती घेणार आहे.''

''घे ना! अरे, घर तुझंच आहे. वरच्या माडीवर तुझी खोली आहे. मी हिला तेच सांगत होतो. एवढासा पोर. वणवण किती करायची जिवाची! अरे, पोफळीचं रोपटं लावलं ना, तर ते नुसत्या खत-पाण्यावर वाढत नाही. दक्षिणायन जेव्हा चालू होतं, तेव्हा त्याची प्रखर किरणं रोपट्याला सोसवत नाहीत. त्याला सावली करावी लागते. जा माडीवर. आरामात झोप.''

महेश माडीवर गेला. तो पुरा थकलेला होता.

महेशची नजर खिडकीतून बाहेर गेली. परसदारीच्या नारळीच्या झावळ्यांतून आकाशात अनेक नक्षत्रं चमकत होती. गार वाऱ्याची झुळुकही नव्हती. सारं कसं नि:स्तब्ध, शांत होतं....!

■

दुसरे दिवशी भल्या पहाटे महेशला जाग आली, पण अंथरुणावरून उठायचं बळ त्याच्या अंगात उरलं नव्हतं. रात्री तो उपाशीच झोपला होता. पण भुकेची जाणीव त्याला नव्हती. कपाळावर उतरलेला घाम नॅपकीननं पुसत तो विचार करीत होता :

'आयुष्य भोगलं. कीर्ती मिळवली.
गाण्याच्या निमित्तानं देशभर फिरता आलं.
पण यातून हाती काय गवसलं?
नारायण बुवांनी तालीम दिली. खूप शिकलो.
पण गायलो, ते नारायण बुवांचं गाणं होतं का?
त्यांचा सूर निराळा. माझा सूर वेगळा.
रागदारीचे सूर एकच असतात.
पण गळ्यातून उमटलेल्या स्वरांनी त्याला केवढं भिन्नत्व लाभतं!
ती आसावरी. तो गंभीर भैरव. ती भैरवी–
यात कुठेतरी मन रमतं.
आता तो शंकरा, केदार गाऊ नयेसं वाटतं.
यमनाची वाट तर आता राजरस्ता झाली आहे.
पण या राजरस्त्यावरून जातानाही एकाकी वाटतं.
एकाकी!''
हां! म्हटलं, तर एकाकी. म्हटलं, तर नाही.
नारायण बुवांच्या त्या तालमी! पहाटे पाचला उठायचं. रियाझ करायचा.
भल्या पहाटे नारायण बुवा तालमी द्यायचे.
का?
भीती एकच! आपलं घराणं, आपली गायकी कुणीतरी ऐकेल.
घराणं हे नाव फार खोटं!
राग तेच असतात. सुरावट रुळलेल्या मार्गांनी गेली की, ते घराणं!
गायकी कुठल्याही घराण्याची असू दे. पण यमन, कल्याण, तोडी यांची कधी

सुरावट बदलली आहे का?

आविष्कार बदलला.

आविष्कार!

घराणं आणि आविष्कार जन्मतो गायकाच्या गळ्यातून!

महत्त्वाचा असतो, तो सूर! आवाज! आणि त्या कलावंतांची फेक!

एकाच घराण्याच्या दहा गायकांची गाणी ऐकली, तर नव्या माणसाला ते घराणं कळेल का?

काहीतरी गोंधळ होतो. काही समजत नाही.

सुरानं बद्ध झालेली. तीन सप्तकांच्या पलीकडे जाता येत नाही.

वाटतं! त्या पलीकडे जावं.

नवे सूर, नवे अंदाज गाठावेत. नवे राग जन्माला यावेत.

पाठीमागच्या लोकांनी घोटण्यासाठी नव्हे.

त्यांनी तसंच काहीतरी निर्माण करावं, म्हणून!

ते नवं शोधायला; नवे पंख हवेत.

सुरवंट आपला कोश बांधतं आणि नंतर त्यातून फुलपाखरू जन्मतं.

या फुलपाखराचा जन्म कलावंताला लाभत नसला, तर त्या कलावंताच्या जीवनाला अर्थ काय?

आपल्याच विचारात गर्क असलेला महेश उठला. आपल्या विचारातून त्याला बाहेर पडायचं होतं.

बाहेर सूर्य उगवला होता. तो तसाच खाली आला आणि त्याचं लक्ष पुढं गेलं. धापावत असलेली काकी पाण्याची घागर घेऊन येत होती.

महेश तसाच पुढं गेला. त्यानं काकीच्या डोईवरची घागर घेण्यासाठी हात पुढे केले.

"नको रे, महेश...."

"काकी ह्या खांद्यांना घागरीची सवय झाली आहे. जेव्हा तानपुरा घेऊन गायला बसतो ना, तेव्हा ह्या मोकळ्या खांद्याची कैकदा आठवण येते."

"वेडा, रे, बाबा वेडा! तू तोंड धुवून घे. चल, तुला चहा करून देते."

"आणि काका कुठं गेलेत?"

"सकाळी उठून रंगा मास्तरांनी बोलावलं, म्हणून तिकडं गेलेत."

"रंगा मास्तरांच्याकडे?"

"हो! त्यांनी बोलावणं पाठवलं होतं. म्हणून गेले. चल. कधीतरी ह्या घरात निवांतपणे बोलायला मिळू दे."

महेश परसदारी गेला. त्यानं तोंड धुतलं. तो स्वयंपाकघरात आला, तेव्हा

काकी चुलीवरचं आधण उतरत होती. तो जमिनीवर बसला. काकी चहा गाळत होती. काकीनं चहा गाळून कप महेशपुढं ठेवला आणि काकीला एकदम हुंदका फुटला.

महेश म्हणाला, ''काकी...''

तो उठून काकीजवळ गेला. काही क्षण महेशला मिठी मारून काकी रडत होती. थोड्या वेळानं काकीचा आवेग ओसरला, तिनं डोळे पुसले. मिठीतून दूर होत ती म्हणाली,

''अरे महेश, तुझा बाप फार चांगला होता, रे! तुझी आईसुद्धा चांगली होती. तुला आठवत नसेल, पण तुझ्यासारखाच छांदिष्ट. भजनं म्हणायचा. गावोगाव फिरायचा. श्रीमंती कधीच ह्या घरात नांदली नाही. तुझा काका त्याला दारुडा म्हणायचा. आणि तुझी आई डोळे पुसत संसार करायची. आणि एक दिवस तुझा बाप असाच निघून गेला. तेव्हा तुझ्या काकानं काय म्हणावं? एक कटकट मिटली. आता सगळी वाडी आपली.''

''काकी, कशाला मला हे सांगता?''

''नाही, पोरा! आता मला हे सांगायलाच हवं. नाहीतर वेड लागेल मला.'' काकी सांगत होती, ''तुझ्या बापाचं प्रेत बाहेर होतं आणि आत तुझा काका मला हे सांगत होता. बायांनी सोसायचं किती? ते मी सोसलं. बायकांना दुसरा जन्म असतो कुठं? आणि त्यानंतर महिनाभरात तुझी आई गेली. आमच्या घरात तू राहिलास. रंगा मास्तर तुला शिकवीत होते. आम्हाला त्यातलं काही कळत नाही. त्या वेळी वाटत होतं, हे पोरदेखील बापासारखं छांदिष्ट होणार. पण नाही, रे. तू पुष्कळ नाव कमावलंस. तुला आठवतं? एक दिवस तो नारायण बुवा आला.''

काकीचं लक्ष भरलेल्या चहाच्या कपाकडे गेलं. ती महेशला म्हणाली,

''चहा घे. थंड होतोय.''

महेश बसला. त्यानं चहाचा कप हाती घेतला.

काकी म्हणाली, ''तर तो नारायण बुवा आला एक दिवस. तुझा काका मला म्हणाला, नारायण बुवा आलाय. प्रसिद्ध गवई, होऽ! त्यांना आपला महेश हवा.

''तुम्ही त्याला होकार दिलात ना?'' मी विचारलं, तर म्हणाले कसे? ''अगो, बापाच्या वळणावर गेलाय तो. घरात ठेवून का घराची राखरांगोळी करायची? तो जातोय, ते बरं आहे.'' मुला! मला तुझ्या खऱ्या आईचं मन नसेल, रे! पण ज्या दिवशी नारायण बुवाबरोबर गेलास ना, त्या दिवशी मी आयुष्यात फार मोठं पाप केल्यासारखं वाटलं. तो मंगेश मला कधीही क्षमा करणार नाही... कधीही नाही....''

महेशच्या हातातला कप थरथरत होता. काकीचं एक नवं रूप तो पाहत होता. राखेत लपलेला निखारा जाणवावा, तसं ते काकीचं रूप होतं.

"महेश, ही दुमजली इमारत बांधली. नारळी-पोफळीच्या बागा घेतल्या. कुणाच्या जिवावर? तुझ्याच ना? म्हणूनच तुला ही माडी मिळाली.''

चहा पिता-पिता महेश हसला.

म्हणाला, "काकी, काका एवढे दुष्ट नाहीत, ग.''

"तू मला सांगू नको. नवऱ्याबद्दल कुठल्याही बाईला वाईट बोलता येत नाही. त्यांचा स्वभाव तसा फार चांगला आहे, पण व्यवहारात गुंतागुंत झाली की, तांदळातल्या खड्यासारखं उचलून बाजूला टाकतील. त्या ठिकाणी मी असले, तरी! जे तुझ्या आई-बापाचं झालं, तेच केव्हा ना केव्हा तरी माझं होईल... महेश, तुला माहीत नाही. दाराशी भिकारी यावा आणि मूठभर तांदूळ त्याच्या पदरात टाकावेत, तसं त्यांनी तुला त्या नारायण बुवांच्या पदरात टाकलं.''

महेशला काही बोलता आलं नाही. मुकाटपणे तो चहा प्याला आणि माडीवर निघून गेला.

त्यानं आपले स्नानविधी आटोपले. कपडे करून तो माडीवर बसला.

त्याच वेळी खालून हाक आली : "अरे महेशऽ!''

महेश उठला. काका माडीवरच्या जिन्याच्या वरच्या पायरीवर उभे होते. महेशकडे बघत ते म्हणाले,

"महेश, तुला भेटायला रंगा मास्तर, डॉक्टर आणि केशर आलेत.''

काही न बोलता महेश मागे वळला.

"पाठवू त्यांना?'' काकांनी विचारलं.

"पाठवा...'' महेशनं सांगितलं.

महेश आपल्या खोलीत उभा होता. डॉ. कैलास, रंगा मास्तर आणि केशर महेशच्या खोलीत आली. रंगा मास्तरांच्या हाती डॉक्टरांची बॅग होती.

महेश हसून म्हणाला, "डॉक्टर, आज सकाळीच बरी आठवण केलीत?''

कैलास म्हणाला,

"आज दोन प्रहरी मला निघायला हवं. वाटलं, तुम्हाला भेटून जावं.''

"का?'' महेशनं निर्विकारपणे विचारलं.

"महेशकुमार, तुम्हाला आठवत नसेल. माझ्या लग्नाच्या पहिल्या वाढदिवसानिमित्त माझ्या घरी मी तुमचं गाणं ठेवलं होतं. आम्ही तुमचे भक्त आहोत. तुमच्या स्वरावर आम्ही लुब्ध आहोत.''

"मग काय आज्ञा आहे?''

"आज्ञा काहीनाही. मला फक्त तुम्हाला तपासू द्या.''

"मला काय झालंय?''

"महेशकुमार, मी तुमच्या अनेक मैफली ऐकल्या आहेत. काल रात्री जे तुम्ही

गायलात, ते ऐकताना तुमची होणारी दमछाक, तुम्हाला येणारा खोकला मला नकोसा वाटला. तुमची परवानगी असेल, तर मी आपल्याला तपाशीन.''

''ठीक आहे, डॉक्टर. तुम्ही तपासा. माझी काही हरकत नाही.''

डॉक्टरांनी आपल्या बॅगेतून स्टेथस्कोप काढला. महेश अंथरुणावर झोपला. त्याच्या अंगातला सदरा केशरनं वर केला. स्टेथस्कोपच्या त्या गार स्पर्शानं महेशच्या अंगातून एक शिरशिरी निघून गेली. कैलास सांगत होता :

''दीर्घ श्वास घ्या... पाठ करा...''

कैलास महेशला तपासत होता. महेश पालथा पडला. पुन्हा क्रिया तीच होती.

कैलासनं महेशला तपासून होताच महेश उठून बसला. हसत त्यानं कैलासला विचारलं,

''डॉक्टर, काहीनाही ना?''

''मला तसं काही वाटत नाही.'' कैलास म्हणाला, ''जरा उताणं झोपा.''

महेश उताणा झोपला.

कैलास म्हणाला, ''महेशकुमार, जरा पाय वर घ्या. जरा विजार सैल करा.''

रंगा मास्तर, केशर दाराशी पाठी वळवून उभे होते. महेशच्या विवस्त्र पोटावरून कैलासची बोटं फिरत होती. महेशच्या मनात आलं :

हार्मोनियमच्या स्वरांवरून अशीच बोटं फिरत असतात.

कैलासनं स्टेथस्कोप काढला. तो म्हणाला,

''महेशकुमार, मी काही औषधं लिहून देतो, तेवढी तुम्ही घ्या. तुम्हाला बरं वाटेल.''

महेश म्हणाला,

''डॉक्टर, मला काय झालंय, ते स्पष्ट सांगा.''

''काहीनाही. तुम्ही फार अशक्त झाला आहात. तुमच्यावर फार ताण पडला आहे. एवढी औषधं घ्या.''

कैलासनं आपली बॅग आवरली. ते खाली आले. रंगा मास्तर आणि केशर एकमेकांकडे बघत उभे होते. कैलासनं औषधांची लिहिलेली चिठी गोपूकाकानं घेतली आणि ती चिठी आपल्या खिशात ठेवत विचारलं,

''डॉक्टर, काय झालंय महेशला?''

''ते मला आत्ताच सांगता येणार नाही. ती औषधं तेवढी आणून घ्या. नियमितपणे द्या. सवड मिळेल, त्या वेळी मी येऊन जाईन.''

''पण झालंय तरी काय?'' गोपूकाकानं परत विचारलं.

''मला संशय आहे. त्यांना टी.बी. झाला असावा. ते प्रथमावस्थेत आहेत.''

कैलासच्या शब्दांनी गोपूकाका डॉक्टरांच्याकडे बघतच राहिला.

"टी.बी! म्हणजे क्षय?" काका उद्गारला.

"हो! असं मला वाटतं."

गोपूकाकाचं सारं अवसान ढळलं होतं.

सर्वांचा निरोप घेऊन कैलास निघून गेला. काकी अश्रुपूर्ण नजरेनं दाराशी उभी होती.

दुसरे दिवशी सकाळी गोपूकाका पाठीमागच्या अडगळीच्या खोलीतील लाकडं बाहेर फेकत होता. तो वैतागला होता. काकी तिथं आली.

तिनं विचारलं, "अहो, हे काय चाललंय?"

"मला विचारता? अहो. ते कलावंत ना! कोणते रोग संगती घेऊन आलेत, ते कोणी सांगावं? त्यांच्यासंगती टाळ-चिपळ्या बडवत का आम्हाला स्वर्गात जायचंय? त्यांचा महाल सजवतोय. ही खोली सारवून घ्या. एक खाटलं आणून टाक इथं...."

वरच्या माडीतनं महेश सारं ऐकत होता. संध्याकाळपर्यंतच खोली तयार झाली. काही न बोलता महेश त्या खोलीत गेला. काकी सारं उघड्या डोळ्यांनी बघत होती. सारवलेली जमीन ओलीच होती. शेणाचा वास दरवळत होता. काकी म्हणाली,

"महेश, जमीन अजून वाळली नाही, इथं यायची घाई का? आजचा दिवस माडीवर राहिला असतास, तर बिघडलं असतं का?"

महेश खिन्नपणे हसला, तो म्हणाला,

"काकी, आम्ही कलावंत ना! ओल्या मातीवरच आम्ही जगतो. त्याची काळजी आम्हास नाही. आणि ती तुम्ही करू नका. काकी, जन्माला आलेला माणूस केव्हातरी मरतोच. मरण कुणाला टळलंय? ते मरण या खाटल्यावर येणार असेल, तर माझा राग नाही. शेवटचा श्वास या खाटल्यावर येणार असेल, तर त्याला माझी तयारी आहे."

काकीनं नि:श्वास सोडला. ती भरल्या आवाजात म्हणाली,

"मी काही करू शकत नाही, रेऽऽ"

"काकी, केलंत, तेवढं पुष्कळ झालं. तुम्ही मला आईची माया दिलीत. वाढवलंत. काकांचा डोळा चुकवून गोड-गोड खाऊ घातलंत तेवढं आयुष्याला पुरलं."

काकी पदरानं डोळे टिपत निघून गेली.

महेश भकास डोळ्यांनी ती चिंचोळी खोली बघत होता. ते खाटलं, ती सारवलेली ओली जमीन, तो शेणाचा उग्र वास – सारं तो सहन करीत होता. त्याच्या मनात आलं :

एक ना एक दिवस असंच चौपाईवरून आपल्याला नेलं जाईल.

बाभळीच्या काळ्याभोर शय्येवर याच शेणकुटांची शय्या रचली जाईल.

कुणीतरी त्याला अग्नी देईल.

हे सारं मी वरून पाहत असेन!

माझा देह भस्मसात होताना फारच थोड्यांच्या डोळ्यांतून अश्रू येतील.

– कदाचित त्यांमध्ये काकी असेल, रंगा मास्तर असतील. केशरही असेल.

– आणि कुणी सांगावं! त्या वेड्या डॉक्टरसारखे काही जण असतील.

मरताना कोणी माणसानं एक पिडा गेली, असं म्हणू नये. चार माणसांनी का होईना, हा जगायला हवा होता, असं म्हटलं, तरी जीवनाची सार्थकता झाली, असं मला वाटतं.

सार्थकता!

ती कुणी आणि कशी ठरवायची?

मरणोत्तर कालाचा कुणी अंदाज बांधायचा?

मरण!

केवढी भयानक कल्पना!

त्यानंतर काय?

तिथंच सारं संपतं का?

कुणास माहीत. त्यानंतरही कुठलं तरी जीवन असेल.

आज मानानं जगता आलं नाही. त्या वेळी जगता येईल.

दरवाज्यातल्या चाहुलीनं महेश आपल्या विचारातून भानावर आला. त्यानं पाहिलं. दरवाज्यात केशर आणि रंगा मास्तर उभे होते.

"या, मास्तर. पाहिलीत माझी खोली? कशी छान आहे, नाही? आता इथं माणसांची वर्दळ नाही. कुणाचं बोलणं नाही. सारं कसं शांत आहे."

"त्या भडव्याला मी जोड्यानं मारतो. ज्याच्या पैशांवर पोफळीच्या बागा सजवल्या, माडी बांधली, आणि आज तुला तो अडगळीच्या खोलीत आणून टाकतो? अरे, मी श्रीमंत नसेन. माझ्याजवळ पैसा नसेल, पण मला तू जड नाहीस. चल, ऊठ! माझ्या घरी जाऊ."

"मास्तर!" महेश उठला. मास्तरांच्या गळ्याला मिठी घालून तो म्हणाला, "मास्तर, माझ्या आयुष्यात मला कोणीही घरी चल, असं म्हटलं नाही. ते तुम्ही म्हणालात. ही केशर आहे. तुम्ही आहात. तोवर ह्या आयुष्यात माझं कोणी नाही, असं मी म्हणणार नाही. मी इथं सुखानं राहीन."

उभ्या जागी रंगा मास्तरांना हुंदका फुटला होता. उघडंबोडकं रूप, अंगात एक सदरा, पायांत विजार, खुरटी दाढी वाढलेला तो गोरापान, असहाय झालेला चेहरा

पाहून महेशला काय बोलावं, ते कळत नव्हतं.

तो कसाबसा म्हणाला, ''मास्तर, माझी काळजी करू नका. मला कसलाही त्रास नाही.''

''अरे, पण त्या डॉक्टरांनी औषधं लिहून दिलीत ना! ती आणवून घ्यायला हवीत. ती इथं मिळतात थोडीच. पणजीला जायला हवं.''

''नको, मास्तर. त्या डॉक्टरांचा मला काही उपयोग व्हायचा नाही. त्या डॉक्टरांच्यावर माझा भरवसाही नाही.''

पाठीमागे उभी असलेली केशर हे सारं ऐकत होती.

रंगा मास्तर म्हणाले, ''पोरी, आता ह्याची काळजी तू घे. मी त्या गोप्याला चांगला ओळखतो. त्यानं माडांच्या बागा वाढवल्या. पण त्या उंच झाडांवर नारळात गोड पाणी कसं येतं, ते त्या हलकटाला कळलं नाही. आयुष्यात कळणार नाही. महेश, मी संध्याकाळी येतो.''

''या.'' महेश म्हणाला.

रंगा मास्तर गेले. एकटी केशर दरवाज्यात उभी होती.

महेशनं विचारलं, ''तू का थांबलीस?''

''काहीनाही. चार उदबत्त्या आणल्यात. त्या लावून जाऊ का?''

केशरनं उदबत्त्या काढल्या. उदबत्त्या पेटवून ती भिंतीतल्या एका कोपऱ्यात खोवत होती.

महेश हे सारं पडल्या जागेवरून पाहत होता. केशर जेव्हा वळली, तेव्हा महेश म्हणाला,

''केशर, जळल्याखेरीज सुगंध दरवळत नाहीच का?''

केशरनं हुंदका दिला.

''कशाला छळता मला?''

''नाही, केशर. मी तुम्हाला छळत नाही. तुम्ही मला छळता आहात.''

''असू दे. तुमच्या नशिबात छळवाद असेल, तर तो तुम्ही भोगा.''

– आणि केशर वळली. तिनं धुण्याचे कपडे गोळा केले. वळत ती म्हणाली, ''येते मी.''

''ठीक आहे.'' महेश म्हणाला.

महेश अंथरुणावर पडलेला होता. उदबत्तीचा सुगंध दरवळत होता. खालच्या ओल्या जमिनीची जाणीवही त्यात नाहीशी झाली होती. सारं अंग थंडीनं कुडकुडत होतं. पायांशी असलेलं पांघरूण त्यानं अंगावर घेतलं.

त्या ग्लानीत केव्हा झोप आली, हेही त्याला कळलं नाही.

दोन दिवस गेले. केशर महेशची सारी व्यवस्था पाहत होती. एके दिवशी धीर करून रंगा मास्तरांनी गोपूकाकाला विचारलं,

"अरे गोपू, त्या महेशची औषधं आणलीस काय?"

"कपाळ माझं!" कपाळावर हात ठेवत गोपूकाका म्हणाला, "अरे, भर उन्हाचं पायताण झिजवत साऱ्या पणजीभर फिरलो. त्या डॉक्टरानं लिहून दिलेलं औषध दुकानात नाही. काय पाहिजे ती औषधं लिहून देतात. पण कुठं मिळतात नाही, याचा तरी विचार करावा...."

रंगा मास्तर म्हणाले, "मला ती औषधाची चिठ्ठी दे. मी बघतो."

"अरे, बघतोस काय? चार दिमड्या तरी आहेत का खिशात? ती औषधं, म्हणे, मुंबईतच मिळतात. इतकी का सोपी गोष्ट आहे ती?"

त्या बोलण्याकडे दुर्लक्ष करीत रंगा मास्तर म्हणाले, "तो कागद मला दे."

"कागद! अरे, त्या पणजीमध्ये वणवण फिरलो. सारी दुकानं पालथी घातली. औषधं नाही. संतापलो आणि त्या कागदाच्या चिंध्या करून गटारात फेकून परत आलो."

रंगा मास्तर काही न बोलता उठले. खोलीत येऊन त्यांनी आपली पेटी उघडली. फक्त अठ्ठावीस रुपये बारा आण्यांची शिल्लक होती. रंगा मास्तर तसेच उठले. ते सरळ चंपाच्या घरी आले.

चंपाला त्यांनी विचारलं, "चंपा, तुझ्याकडे काही पैसे आहेत का?"

उभ्या आयुष्यात एक पैसाही न मागणारा रंगा मास्तर. चंपाला आश्चर्य वाटलं.

"कशासाठी?" चंपानं विचारलं.

"त्या गोप्यानं काही औषधं आणली नाहीत. महेशचं दुखणं तर वाढतं आहे."

चंपा हताशपणे म्हणाली, "रंगा! तू आणि मी सारखेच. तू टाळ कुटत फिरतोस. मी भावीण. आमच्याजवळ पैसा असणार कुठला? पण तुला एक सांगू? आपल्या गावातला केशवशास्त्री आहे ना? तो चांगलं औषध देतो, म्हणे. त्याची औषधं आपण सुरू करू या."

रंगा मास्तर काही बोलले नाहीत. त्यांनी आपली काळी टोपी मस्तकी चढवली आणि ते चंपाच्या घरातून बाहेर पडले.

दुसऱ्या दिवसापासून केशवशास्त्र्याचं औषध महेशला सुरू झालं.

दिवस उलटत होते; पण गुण दिसून येत नव्हता. उलट, महेश जास्तच अशक्त होत चालला होता. ज्वर येत होता. केशर महेशची सारी व्यवस्था करीत होती. एके दिवशी न राहवून रंगा मास्तर गोपूच्या पुढच्या घरी गेले. पंचा नेसलेला गोपूकाका आरामात झोपाळ्यावर झोके घेत होता.

गोपूनं विचारलं, ''काय, रे, रंगा?''

''अरे गोपू. ते पोर तिकडे परसात तडफडतंय आणि उघड्या डोळ्यांनी तुला बघवतं कसं?''

पायानं झोपाळा थांबवत गोपूकाकानं विचारलं,

''कुणाबद्दल बोलतोस, रे?''

''तुला आठवत नसेल. तुझा पुतण्या महेश.'' कधी नाही तो रंगा मास्तरांचा संताप उफाळला. ''अरे गोप्या, त्याच्या जिवावर माडी बांधलीस. नारळीची बाग सजवलीस, आणि त्याला शेणामुतात ठेवलंस? लाज वाटत नाही तुला?''

''कुणाची लाज काढतोस, रे? रंग्या, तुझ्यासारखा टाळकुटा नाही मी. तुझ्या संगतीनं त्याचा बाप असाच मेला. त्या कार्ट्याचे उपकार मला सांगू नको. अरे, चार पैसे दिले, म्हणून घर उभं राहत नाही. ना नारळीची बाग उभी राहते. त्याला राबावं लागतं. हाडाची काडं होईपर्यंत आम्ही राबलो, म्हणून हे उभं राहिलं. ते तुझ्या डोळ्यांत खुपतंय होय?''

''हे बघ, गोप्या. मला वाद घालायचा नाही. मला पैसे दे!''

गोपूकाका मोठ्यानं हसला. म्हणाला,

''आत्ता कसा आलास वळणावर? कशाला पैसे पाहिजेत?''

''महेशसाठी.''

''रंग्या, पैसे म्हणजे काय चिंचोके वाटले? असते, तर तुला जरूर दिले असते.''

''व्याजानं दे.''

''कशाच्या भरवशावर? अरे, तू शेंडीला धरला, तर बोडका; आणि हाताला धरला, तर रोडका! तू, रे, कसलं व्याज देणार?''

''अरे, पण महेशसाठी....''

''तुला का, रे, एवढा कळवळा? माझं पोर जगेल, नाहीतर मरेल. त्याचं

सुतक तुला तर येणार नाही, नव्हे?''

रंगा मास्तरांचं सारं अंग थरथरत होतं. या घरात क्षणभरही थांबू नये, असं त्यांना वाटलं. आतापर्यंत उभे राहिलेले रंगा मास्तर तसेच वळले आणि घराबाहेर पडले.

पाठीमागून गोपूकाकाच्या हसण्याचा आवाज येत होता. ∎

एके दिवशी सायंकाळच्या वेळी देवळाच्या समोरच्या पुष्करणीत केशर समया उजळीत होती. त्याच वेळी काठावरून हाक आली :

"केशर ऽ!"

केशरनं पाहिलं. काकी उभी होती. केशरनं समया बाजूला ठेवल्या आणि लगबगीनं ती काकीजवळ आली.

"काय झालं?" केशरनं विचारलं.

"काही नाही, गं. तुला एक सांगायचं होतं."

"काय? सांग ना."

"हे बघ. आमच्या घरचा वरणभात खाऊन महेश कंटाळलाय. ते तुमचं शिवटंबिवटं काय असतं ना, ते खायला घातलं, तर बरं वाटेल त्याला. ते आमच्या घरात काही शिजायचं नाही आणि त्याच्या पोटात काही जायचं नाही."

"समजलं. काकी, तुम्ही चिंता करू नका. ते परसदारीच असतात ना! पाठीमागच्या दारानं त्याला सारं काही आणून देत जाईन."

काकी डोळ्यांतले अश्रू आवरत म्हणाली,

"तेच, गं, बयो! लाज वाटते बघ सांगायला. त्या पोरासाठी जीव तीळ-तीळ तुटतो. पण मी काय करू? परवा म्हणाला, काकी, मला बकुळीची फुलं हवीत. आणून देता का? मी त्याला म्हणाले, 'बरं!' तर तो काय म्हणाला माहीत आहे?"

केशरनं विचारलं, "काय?"

"तो म्हणाला, केशरला आठवण असती, तर तिनं मला ओवळीची माळ करून आणून दिली असती. पण साऱ्याच आठवणी विसरल्या."

"असं म्हणाला तो?" केशरनं संतापानं विचारलं, "त्याचे मी कपडे धुवायचे. त्याच्या खोलीची झाडलोट करायचे. आता सांगता, उद्यापासनं माशाचं कालवण करून द्यायचं. काकी, बकुळीचं झाड फार चांगलं असतं. ती फुलं कधी झाडावी लागत नाहीत. ते झाड फुललेलं फूल पायाशी टाकत असतं. त्या झाडाला वाटत असेल की, ही फुलं कुणीतरी देवाला वाहावीत. कुण्या सुंदर मुलीनं गजऱ्यात

माळावीत. कुणी नाही उचलली, तर जाणाऱ्या येणाऱ्यानं त्यांचा सुगंध घ्यावा. एवढा स्वार्थ ती बाळगतात.''

''पोरी, मला काही समजलं नाही.''

''तेच बरं झालं; काकी, तुम्ही काही काळजी करू नका. उद्यापासनं त्याच्या जेवणाची सारी व्यवस्था मी करणार. समजलं?''

काकीकडे न पाहता पायऱ्या उतरून ती खाली गेली.

ती समया उजळीत होती. त्याच वेळी एक तरुण मुलगा वरून तिचा फोटो काढीत होता. पाठीमागून रंगा मास्तर येत होते. त्यांनी एकदा त्या पुष्करणीकडे लक्ष टाकलं. गुडघ्यांपर्यंत वस्त्र वर करून, भान नसलेली केशर समया घासत होती. आणि वर कॅमेरा घेतलेला तो पोरगा ते फोटो काढत होता. रंगा मास्तरांनी जवळ जाऊन त्या पोराच्या खांद्यावर हात ठेवला.

''काय चाललंय?''

''काही नाही. फोटो काढतोय.''

''बाळा, तुला पोहता येतं?''

''नाही.'' तो तरुण गोंधळून म्हणाला.

''कुंड फार खोल आहे. पडला बिडलास, तर बुडून मरशील. असले धंदे करू नको. जा, बाळा, जा. ते आकाशाला पोहोचलेले माड आहेत. खाली हिरवीगार शेती आहे. हे डोंगर पसरलेले आहेत. त्यांचे फोटो काढ. कदाचित त्यातून तुला काही तरी गवसेल.''

ओशाळा झालेला तो तरुण तसाच निघून गेला. रंगा मास्तरांना देवळात जाण्याची इच्छा राहिली नव्हती. ते तसेच माघारी वळून आपल्या घरी आले. दरवाज्यात येताच त्यांचं लक्ष दाराशी उभ्या असलेल्या बाळकोबाकडे गेलं. रंगा मास्तरांनी दरवाज्याचं कुलूप काढलं. बाळकोबासह ते आपल्या एकछपरी घरात आले.

बाळकोबा म्हणजे रंगा मास्तरांचा साथीदार. तबला-मृदंग वाजवण्यात त्याचा हात धरणारा कोणी नव्हता.

''काय, रे, बाळ्या, काय म्हणतो?''

''आज वाळपोईला भजनाचं आवतण आहे.''

''जाऊ. केव्हा निघायचं?''

''पाचला गाडी आहे. पण, रंगा मास्तर...''

''काय, रे? काय झालं?''

''ते बिदागीबद्दल काहीच बोलले नाहीत.''

"अरे, देवाच्या सेवेला जाता ना! मग बिदागी कसली? आपला का भीक मागायचा धंदा आहे? जाऊ तिथं. करू सेवा.''

वाळपोईचं विठ्ठल मंदिर फुलून गेलं हेतं. रंगा मास्तर आणि त्यांचे वारकरी साथीदार भजन करीत होते. टाळ-मृदंगाच्या साथीवर भजन रंगत होतं.

'राजेयाची कांता काय भीक मागे?'

ते भजन संपलं आणि मध्यांतर झालं. रंगा मास्तर आपली चंची काढून पान जुळवत होते. त्याच वेळी बाळकोबा म्हणाला,

"मास्तर! महेश....''

"कोण? महेश?''

रंगा मास्तरांनी वळून बघितलं, तो देवळाच्या दारातून महेश आत येत होते. सरळ वाट काढीत महेश रंगा मास्तरांच्या शेजारी येऊन बसला. महेशकडे बघत रंगा मास्तर म्हणाले,

"अरे महेश, कशाला आलास इथं? तुला विश्रांती हवी....''

महेश खिन्नपणे हसला. म्हणाला,

"मास्तर, विश्रांती घ्यायची झाली, तर त्याला डोळे मिटावे लागतात. त्याला झोप यावी लागते. तुमच्या घरी गेलो. कळलं, तुम्ही वाळपोईला गेला आहात. एक गाडीवान भेटला. इथं सोडतो, म्हणाला.''

"अरे, पण गोपूला सांगून आलास ना?''

महेश हसून म्हणाला,

"त्यांना सांगायची काय गरज? परसदारी खोली. केव्हाही उठावं, कुठंही जावं. केव्हाही यावं. त्याला काहीच बंधन नाही. माझ्यामुळे भजन थांबलं नाही ना?''

"छे, रे! तसं काही नाही. विसावा घेण्यासाठी थांबलो होतो, तेवढंच.''

त्याच वेळी एक कथलाची किटली आणि पाच-सहा कप घेऊन एक पोऱ्या आत आला. महेशसकट साऱ्यांनी चहा घेतला. महेशनं पेटीवाल्याला खूण केली. काळी दोन धरायला सांगितली. तबला जुळवला गेला. आणि महेश गाऊ लागला :

'विष्णुमय जग, वैष्णवांचा धर्म,

भेदाभेद भ्रम अमंगळ...'

सारे तल्लीन होऊन ते भजन ऐकत होते. रंगा मास्तर, साथीदार त्याला साथ करण्याचा प्रयत्न करीत होते. महेशला काय झालं होतं, कुणास ठाऊक. तो बेभानपणे गात होता. समोरच्या विठ्ठलमूर्तीवर त्याची नजर खिळली होती. पहाट केव्हा झाली, हे कुणाच्या ध्यानी आलं नाही. गावचे सावकार विठ्ठलदास उठले. डोक्यावर गांधी टोपी, अंगात काळं जाकीट घातलेले, धोतर नेसलेले विठ्ठलराव

महेशजवळ आले. म्हणाले,

"महेशकुमार, तुमच्या आवाजानं आम्ही धन्य झालो. तुमचं पाऊल आमच्या गावाला लागलं, याचं आम्हाला समाधान आहे."

बोलता-बोलता त्यांनी खिशातून शंभर शंभरच्या दोन नोटा काढल्या. त्या महेशच्या हाती दिल्या. महेशनं हसून त्या नोटांचा स्वीकार केला. आणि त्या नोटा रंगा मास्तरांच्या हाती दिल्या.

विठ्ठलराव म्हणाले, "आपण इथंच थांबा. मी माझी गाडी मागवतो. ती गाडी तुम्हाला मंगेशीला सोडून येईल."

विठ्ठलरावांच्या गाडीतून महेश, रंगा मास्तर साथीदारांसह मंगेशीला आले.

रंगा मास्तरांच्या मागून महेश रंगा मास्तरांच्या खोलीत आला. एकखणीच खोली. पण रंगा मास्तरांनी खोली अगदी टापटीप ठेवलेली होती. खोलीच्या एका बाजूला एक खाटलं घातलं होतं. एका कोपऱ्यात एक चूल मांडलेली होती. चुलीशेजारच्या भिंतीवर मारलेल्या एका फळीवर चार-दोन भांडी ठेवलेली होती. महेश दमला-भागला असूनही त्या खोलीत शिरताच समाधानानं क्षणभर उभा राहिला. रंगा मास्तर उभ्या असलेल्या महेशकडे बघत म्हणाले,

"महेश, फार दमलास, रे. बैस थोडा वेळ."

"हो! बसायलाच हवं!" म्हणत महेश पुढं झाला. खाटल्यालगत गुंडाळी करून ठेवलेली चटई त्यानं घेतली. रंगा मास्तरांना कळायच्या आत त्यानं चटई जमिनीवर अंथरली. अणि अंथरलेल्या चटईवर आडवा होत, रंगा मास्तर काही बोलायच्या आत तो म्हणाला,

"मास्तर, थोडी हुडहुडी भरल्यासारखी वाटते. जरा पांघरूण असलं, तर द्या."

मान हलवत रंगा मास्तर म्हणाले,

"महेश, ऊठ. त्या खाटल्यावर झोप. खाली झोपू नको."

"नको, मास्तर. हे ठीक आहे. आता उजाडलंच आहे."

रंगा मास्तर पुढं झाले. आडव्या झालेल्या महेशजवळ वाकून त्यांनी त्याच्या हाताला धरलं. आणि त्याच्या अंगाला स्पर्श करताच ते चकित झाले. महेशचं अंग रसरसलं होतं. ते भयचकित होऊन उद्‌गारले,

"अरे, ताप भरलाय."

पडल्या जागी खिन्नपणे हसून महेश म्हणाला,

"त्याची काळजी नाही, मास्तर. हे नेहमीचंच आहे. उतरेल ताप सावकाश."

"नेहमीचंच? काय सांगतोस?"

'खोटं कशाला सांगू, मास्तर? हे नेहमीचंच आहे. तुम्ही चिंता करू नका.

थोड्या वेळानं वैद्यांना निरोप द्या.''

डोळ्यांत पाणी आणून रंगा मास्तर म्हणाले,

''महेश, सारं माहीत असूनही रात्री कशाला आलास भजनाला? कशाला गायलास एवढं?'' आणि रंगा मास्तरांनी त्याला बळेच उठवलं. अधिकारवाणीनं ते म्हणाले, ''ऊठ! चल! त्या खाटल्यावर झोप.''

महेश निमूटपणे उठला. रंगा मास्तरांनी त्याला खाटल्यावर नेऊन बसवलं. त्यांच्या अंगावर शाल पांघरली. म्हणाले, ''महेश, मी चहा करतो. चहा घे.''

शाल पांघरूण, मांडी घालून खाटल्यावर बसलेला महेश रंगा मास्तरांच्याकडे काही न बोलता पाहत होता. महेशकडे न बघता रंगा मास्तरांनी चुलीशेजारचा स्टोव्ह पेटवला. बघता-बघता त्यांनी चहा बनवला. दोन पेल्यांतून चहा घेऊन ते खाटल्याजवळ आले. महेशशेजारी बसत त्यांनी एक पेला महेशच्या हाती दिला. काही न बोलता दोघेही चहा घेत होते.

त्याच वेळी उघड्या दरवाज्यातून केशर आत आली. तिला बघताच रंगा मास्तर म्हणाले,

''ये, केशर. लवकर बरं आलीस?''

केशरची नजर महेशवर खिळली होती. दरवाज्यात उभी राहूनच केशरनं महेशवरची नजर वळवली. रंगा मास्तरांकडे बघत ती म्हणाली,

''यांचा सकाळचा चहा घेऊन आले होते. बघितलं, तर दाराला कडी. आत विचारायची सोय नव्हती.''

''अगं, आत तरी ये. चहा घे.''

केशर दोन पावलं पुढं आली. रंगा मास्तर म्हणाले,

''रात्री वाळपोईला भजनाचं आवतण होतं.''

''हे आले होते?''

''हो!'' रंगा मास्तर म्हणाले.

''जीव तोडून गायले. हो, नव्हे?''

रंगा मास्तरांना त्याही परिस्थितीत हसू आलं.

म्हणाले, ''केशर, महेश गायला, त्याला तोड नव्हती, हो! साऱ्यांच्या समोर त्यानं विठ्ठल उभा केला. पहाट केव्हा झाली, तेही कळलं नाही. सावकारानं आपल्या गाडीनं आम्हां साऱ्यांना इथवर पोहोचवलं. तुझ्या पुढं-पुढंच तर आलो. चहा घेऊन निघालोच होतो.''

निःश्वास सोडून केशर म्हणाली, ''चांगलं झालं. त्याशिवाय का यांना बक्षीस मिळालं.''

''बक्षीस! कसलं बक्षीस?'' गोंधळून रंगा मास्तरांनी विचारलं.

"बक्षीस नव्हे तर काय? ताप घेऊन आला, नव्हे?"

"ताप!" रंगा मास्तर चकित मुद्रेनं केशरकडे बघत म्हणाले,

"तुला कुणी सांगितलं?"

"सांगायला कशाला हवं, मास्तर!" केशर म्हणाली, "जरा नजर टाका यांच्या चेहऱ्यावर. त्यांचा चेहराच सांगतोय. बघा."

नकळत रंगा मास्तरांची नजर महेशच्या चेहऱ्याकडे गेली. निर्विकारपणे खालनजरेनं महेश चहा घेत होता. चहा संपवून त्यानं पेला खाली ठेवला आणि केशरकडे बघून तो हसला.

म्हणाला, "केशर, उगीच कुणाचा राग मास्तरांच्यावर काढू नको. हे बक्षीस काही कालचं नाही..."

केशर पुढं झाली. तिनं मोकळा पेला उचलला आणि मास्तरांच्याकडे बघत ती म्हणाली,

"मास्तर, तुम्ही वैद्यांना घेऊन या. तोवर आम्ही खोलीकडे जातो."

महेश म्हणाला, "मास्तर, काही गडबड नाही. सावकाशपणानं वैद्यांना सांगा. सावकाश येऊ द्यात वैद्य."

रंगा मास्तर कावरेबावरे होऊन केशरकडे बघत होते. केशरच्या नजरेनं अस्वस्थ झालेले रंगा मास्तर उठले आणि महेशला म्हणाले,

"महेश, तुम्ही खोलीकडे चला. मी एवढ्यात येतो."

महेश खाटल्यावरून खाली उतरला. दोन पावलं चालताच त्याच्या लक्षात आलं, आपला तोल जातोय. खोलीपर्यंत आधाराशिवाय जाऊ, याचा विश्वास त्याला वाटत नव्हता. दरवाज्यातून बाहेर पडताच तो केशरला म्हणाला,

"केशर, थोडं सावकाश चल."

केशरनं पाहिलं. महेशची अवस्था बघताच ती क्षणात पुढं झाली. महेशचा हात धरून तो तिनं आपल्या खांद्यावर घेतला आणि महेशबरोबर सावकाश पावले टाकीत ती चालू लागली.

गोपूकाका आपल्या घरच्या परसदारीच्या कट्ट्यावर गरम पाण्याचा तांब्या घेऊन उभा होता. त्याचं लक्ष महेशच्या खोलीकडे गेलं. बाहेरून कडी घातल्याचं त्याच्या ध्यानी आलं आणि तोंड धुण्याचं विसरून तो बंद दरवाजा बघत तसाच उभा राहिला. बऱ्याच वेळानं भानावर आलेला गोपूकाका पुटपुटला,

"शिव्या! उलथला वाटतं भाविणीच्या घरला! रोगच तसला, तर तो तरी स्वस्थ पडेल कसा?"

– आणि त्याच वेळेला त्याची नजर समोर गेली. केशरच्या खांद्यावर हात ठेवून सावकाशपणे पावलं टाकीत असलेला महेश बघताच गोपूकाकाच्या कपाळी

आठ्या उमटल्या. सारा संताप उफाळून आला. खोलीसमोर आलेल्या दोघांच्यावर गोपूकाका खेकसला,

"अरे शिंच्यांनो! दिवसाचा देव उघड्या डोळ्यांनी बघतोय, त्याची तरी लाज बाळगा. ही बोलून-चालून भाविणीची पोर. तिला नसेल लाज; पण तू! तू तरी बाळग. दिवसा ढवळ्या मिठ्या मारून चालाय लागलात? लोक थुंकतील, हो! तुमच्या अंगावर नव्हे... माझ्या...."

पण केशर किंवा महेशनं डोळा वर करून काकाकडे पाहिलं नाही.

केशरनं दरवाजा उघडला. खोलीत येताच केशरचा आधार महेशनं सोडला आणि तो आपल्या अंथरुणावर बसला.

केशर म्हणाली, "झोपा."

"केशर, भारी हुडहुडी आल्यासारखी वाटते. अंगावर काहीतरी दे."

केशरनं त्याच्या अंगावर पांघरूण घातलं आणि डोळ्यांत पाणी आणून ती म्हणाली,

"काय अडलं होतं, ते अंगात बरं नसता धावून गेलात?"

हसण्याचा प्रयत्न करीत महेश म्हणाला,

"विचार करीत एका जागी पडण्यापेक्षा चारचौघांत बसावंसं वाटलं. निदान तेवढा वेळ सारं विसरता येईल, म्हणून गेलो."

"कसला विचार?" केशरनं त्याच्याकडे बघत विचारलं.

केशरच्या नजरेला नजर देत महेश म्हणाला,

"केशर, एकटेपण फार वाईट. तुला कळायचं नाही. तुला माहीत आहे? आपले रंगा मास्तर कुणी बोलायचा अवकाश, धावत जातात. मान-अपमान त्यात काही नसतो. प्रसंगी पदरमोड करून जातात. माहीत आहे का?"

भरल्या आवाजात केशर म्हणाली,

"मास्तर घरदार हरवलेला माणूस आहे."

मान हलवत महेश म्हणाला,

"केशर. असं कुणी घरदार हरवत नसतो. माझे वडील आणि रंगा मास्तर एकमेकांचे साथीदार. भजनं करीत गावोगाव फिरणं, हाच त्यांचा उद्योग होता. रंगा मास्तरांचा संसार सुखाचा होता. एक दिवस मुलगा आजारी पडला. काय होतंय, हे कळायच्या आत तो तडकाफडकी गेला. त्यांच्या पत्नीनं हाय खाल्ली आणि एक दिवस तीही या जगाचा निरोप घेऊन गेली. रंगा मास्तर मोकळे पडले. आणि या एकाकी जीवाला पांडुरंगाची सोबत सापडली. तुला आठवतं, केशर? मास्तर तुला आणि मला साथीला घेऊन भजन म्हणायचे. काही माणसं आपली दुःखं लेण्यासारखी कोरून ठेवतात. उन्हाळ्यात, पावसाळ्यात ती कधीही क्षीण होत नाहीत. रंगा

मास्तर त्यांतलेच एक आहेत. आपल्या दोघांवर त्यांनी पोरासारखं प्रेम केलं. मी पोरका असूनही रंगा मास्तरांच्या मायेखाली पोरकेपण विसरलो. खरं सांगू....''

बोलता-बोलता महेशला धाप लागली. खोकल्याची उबळ आली. केशर गडबडीनं पुढं झाली. हातानं तिला थांबायची खूण करीत काही वेळ महेश खोकत राहिला. खोकल्याची उबळ थांबली आणि नि:श्वास सोडून तो म्हणाला,

''केशर, खरं सांगू? फार थोडे दिवस मी एकाकी घालवले. पण एवढ्या थोड्या दिवसांत मला या एकाकीपणाची भीती वाटू लागलीय. जीवन नको वाटू लागलंय. पण दुसरीकडे जीवनाची आसक्ती ओढ लावते. आणि म्हणून तर कसला विचार न करता मी वाळपोई गाठली; कारण एकच. स्वत:चा छळ विसरावा, म्हणून!''

''तुमचं ठीक आहे. देवानं तुम्हाला गळा तरी दिलाय. माझ्या आयुष्यात काय आहे? थोडा आवाज आणि भरपूर अदा! सोबतीला हे तारुण्य!''

''केशरऽ''

''काही बोलू नका. स्वत:चं कौतुक किती करायचं, यालाही काही मर्यादा आहेत. मी आहे, आई आहे, रंगा मास्तर आहे. आयुष्यात तीन माणसं पाठी असताही एकाकीपण जाणवावं!''

''केशर....''

''काही बोलू नका, म्हणते ना मी. तुम्ही स्वस्थ पडून राहा.''

एवढं बोलून केशर वळली आणि बाहेर पडली.

महेश अंथरुणावर झोपून होता. तापाच्या ग्लानीमध्ये तो केव्हा झोपी गेला, हेही त्याला कळलं नाही. ज्या वेळी त्याला जाग आली, त्या वेळी रंगा मास्तर आणि वैद्य जवळ बसलेले दिसले. महेशनं हसण्याचा प्रयत्न केला. घामेजलेलं अंग उशाजवळच्या पंच्यानं पुसत त्यानं वैद्याकडे पाहिलं.

वैद्यांनी महेशला तपासलं आणि ते औषध देऊन निघून गेले. रंगा मास्तर थोडा वेळ बसले आणि महेशला झोपायला सांगून तेही गेले.

महेश उघड्या दाराकडे बघत होता. जसा वेळ जात होता, तसा त्याचा संताप वाढत होता. बऱ्याच वेळानं त्यानं दरवाज्याकडे पाठ फिरवली आणि डोळे मिटून झोपण्याचा तो प्रयत्न करू लागला.

मागे न बघताही त्याला दरवाज्यातली चाहूल लागली. पण त्यानं कूस बदलली नाही. खोलीत आलेल्या केशरनं झाकून आणलेलं ताट खाली ठेवलं आणि खाटल्याजवळ येत तिनं हळुवार हाक मारली,

''झोप लागली?''

त्यासरशी महेशनं पाठ फिरवली आणि केशरवर नजर रोखत त्यानं विचारलं,

"किती वाजले?"

केशर हसत म्हणाली,

"मी कुठं घड्याळ बाळगते? एक वाजला असेल."

"बरोबर आहे!" महेश कपाळावर आठी घालून म्हणाला, "हे विचारण्याचा अधिकार मला नाही. कारण तुमच्या अन्नावर जगतो ना मी!"

"महेश!" केशर कळवळून म्हणाली," आई तुमच्यासाठी फोण्याला गेली होती. तिनं तुमच्यासाठी सुरमई आणली. त्याचं भुजणं करण्यात थोडा वेळ लागला."

केशरनं ताट-वाटी घेण्यासाठी हात घातला. त्याच वेळी महेशचे उद्गार तिच्या कानी पडले :

"तू आणि तुझी आई गेली–"

केशर ताडकन वळली. म्हणाली,

"महेश, मला हवं ते बोला. मी ते सहन करीन. पण माझ्या आईबद्दल जर काही बोललात, तर मला सहन होणार नाही. कृपा करून मला ते ऐकवू नका."

"व्वा! एवढी घमेंड? भाविणीच्या पोरीला?"

महेशच्या नजरेला नजर देत केशरनं विचारलं,

"एक विचारू?"

"विचार ना! भितो काय?"

"तुमचे वडील कसे गेले, माहीत आहे? तुमची आई कशी गेली, ते माहीत आहे? रंगा मास्तरांच्याकडून मी सारं ऐकलं आहे. माझी आई भावीण असेल. ती देवाची सेवा करते. माझा बाप कोण आहे, हे मला माहीत नाही. त्याची मी चौकशीही केली नाही. देवानं मला जन्माला घातलं. त्या देवाची मी पूजा करते. कृपा करून माझ्या कुलाचा उच्चार निदान तुम्ही तरी करू नका. कुल ते की, ज्याच्याबद्दल अभिमान बाळगावा. घराणं ते की, ज्याच्याबद्दल अभिमान वाटावा. कोणती गोष्ट तुमच्याजवळ आहे की, ज्यामुळे तुम्ही मला हे बोलावं?"

केशरचं व्याकूळ रूप महेश पाहत होता, एक दीर्घ निःश्वास सोडून तो म्हणाला,

"ठीक आहे, केशर. परत मी बोलणार नाही. विसरून जा. मला भारी भूक लागलीय. या उपाशी माणसाला जेवण वाढणार आहेस ना?"

■

रंगा मास्तर आपल्या घरापाशी आले. घराचं दार उघडं होतं. पाहतात, तो महेश अंगावर पांघरूण घेऊन चटईवर बसला होता. रंगा मास्तरांच्या आश्चर्याला पारावार राहिला नाही. ते म्हणाले,

''महेशऽ''

''हां, मास्तर! चैन पडेना. कसाबसा इथवर आलो.''

''अरे, पण मला बोलवायचं होतंस''

''बोलवणार कसं? मास्तर, मी पुष्कळ भोगलं, सोसलं. लहानपणी तुम्ही मला नारायण बुवांच्या स्वाधीन केलंत. तुमची इच्छा होती, मी फार मोठा गवई व्हावं. पण नारायण बुवा हे मास्तरच होते. बाप नव्हते. त्यांनी माझ्याकडून भरपूर तालीम करून घेतली. मला कीर्ती मिळू लागली. गुरुजी माझ्या मैफली ठरवीत होते. गावोगाव फिरवीत होते. पहाटे रियाझ आणि रात्री मैफल. कीर्ती मिळाली. उदंड पैसा मिळाला. पण तो बुवांनी आणि काकांनी घेतला. आता माझ्याजवळ फक्त दोनशे रुपये आहेत. तेवढे घ्या.''

महेशनं थरथरत्या हातानं खिशातून नोटा काढल्या आणि चटईवर ठेवल्या. रंगा मास्तर उद्गारले,

''महेश ऽऽ''

''हां, मास्तर. मी मेल्यानंतर माझं क्रियाकर्म काकाच्या पैशांतून किंवा कुठल्याही धर्मादाय संस्थेतर्फे व्हावं, असं मला वाटत नाही.''

रंगा मास्तरांचा सारा संयम सुटला होता.

''अरे, एकुलता एक मुलगा गेला; पण मी कधी खचलो नाही. तुम्ही दोन पोरं होता. त्यामुळे मी जगत राहिलो. तुम्ही जिव्हाळा दिलात. एक तू आणि केशर. त्या गोपूच्या हातात तू सुरक्षित नव्हतास, म्हणून मी तुला नारायण बुवांच्या स्वाधीन केला. तू मोठा झालास. अनेक वर्षं भेटला नाहीस. पण काही वाईट वाटलं नाही, थांब तुला दाखवतो....''

रंगा मास्तर वळले. त्यांनी कोनाड्यातली एक वही काढली.

"हे बघ. वर्तमानपत्रांतून जिथं-जिथं तुझे फोटो आले, तुझ्या मैफलीची वर्णनं आली, ती सगळी कापून ह्या वहीत चिकटवलीत. मी खरं सांगतो तुला. अरे, वर्तमानपत्र घेण्याची माझी ऐपत काय? पण कुठंही हॉटेलात जातो. वर्तमानपत्र पाहतो. मालकाची विनवणी करतो आणि दुसऱ्या दिवशी ते कात्रण कापून आणून ह्या वहीत चिकटवतो. पुष्कळ आनंद वाटतो."

"मास्तर, चला. केशर वाट पाहत असेल."

रंगा मास्तरांनी महेशला उठवलं. ते त्याला खोलीकडे नेत होते. त्याच वेळी माडीवरून गोपूचा आवाज आला,

"अरे रंग्या, त्याला बरं नाही आणि फिरवतो कशाला?"

रंगा मास्तरांची जळजळीत नजर माडीवर खिळली. ते म्हणाले,

"तो लवकर मरावा, म्हणून फिरवतोय..."

गोपूकाका म्हणाला, "तेच करणार, रे, तुम्ही! वासूचं जे केलं, तेच ह्या पोराचं करणार!"

रंगा मास्तर काही न बोलता शेजारच्या बोळातून महेशला परसदारी घेऊन गेले. परसदाराच्या खोलीचं दार उघडं होतं. रंगा मास्तर म्हणाले, "अरे, दार मोकळं ठेवून आलास?"

महेश खिन्नपणे हसला. म्हणाला, "जिथं चोरण्यासारखं असतं, तिथं दार बंद करावं. मास्तर, ह्या खोलीत वारा येतो, तो फक्त ह्या दारानं. एक तुम्ही, चंपाआई आणि केशर यांखेरीज कोणी या खोलीत येत नाही. दार बंद केलं, तर जीव गुदमरून जाईल माझा."

महेश अंथरुणावर झोपला. त्याच्या अंगावर रंगा मास्तरांनी पांघरूण घातलं आणि ते महेशचा निरोप घेऊन बाहेर पडले.

रंगा मास्तर पुरे वैतागले होते. ते तसेच चंपाच्या घरी गेले. चंपाच्या घरी प्रवेश करताच त्यांनी हाक मारली,

"चंपाऽऽ"

चंपा पदराला हात पुसत बाहेर आली. रंगा मास्तरांच्या चेहऱ्याकडे पाहून तिनं विचारलं,

"काय झालं, मास्तर?"

आपल्या खिशातल्या दोनशे रुपयांच्या नोटा तिच्याकडे फेकत रंगा मास्तर म्हणाले,

"हे घे दोनशे रुपये."

"कसले?"

"आपल्या पोराच्या मर्तिकासाठी." रंगा मास्तर म्हणाले, "आज तो महेश

आला होता. हे दोनशे रुपये देऊन गेला. तो म्हणाला, 'माझ्या मर्तिकासाठी कोणीही काही खर्चू नका. निदान माझ्या स्वतःच्या मरणानं गेलो, ह्याचं तरी समाधान लाभेल....''

विस्फारित नेत्रांनी चंपा खाली पडलेल्या नोटांकडे पाहत होती. एखादा विषसर्प दिसावा, तसं ते पुडकं चंपाला दिसत होतं.

रंगा मास्तरांचा आवाज तिच्या कानांवर आला :

''तो गोप्या मोठा चलाख. औषध आणून देतो, म्हणून पणजीला गेला आणि डॉक्टरांनी लिहून दिलेली चिठी फाडून टाकून परत आला. आज ती चिठ्ठी माझ्या हातात असती, तर ह्याच दोनशे रुपयांतनं ती औषधं आणली असती. चंपा, त्या डॉक्टरांचा पत्ता तुझ्याजवळ आहे?''

''आहे ना! दरवर्षी ते उत्सवाला येतात. त्याआधी बंगल्याची व्यवस्था करण्यासाठी त्यांचं पत्र आलेलं असतं. ती पत्रं आहेत माझ्याजवळ....''

''जरा दे, बघू.''

चंपा आत गेली. थोड्याच वेळात कैलासचं एक पत्र तिनं रंगा मास्तरांच्या हाती दिलं. रंगा मास्तरांनी ते पत्र हाती घेतलं. चश्मा नीट करीत त्यांनी ते पत्र निरखलं आणि चंपाकडे बघत ते म्हणाले,

''छान! इंग्रजी पत्ता वाचणारा कुणीतरी गाठला पाहिजे. मी हे पत्र घेऊन जातो. संध्याकाळी आणून देईन.''

''पण करणार काय?''

''बघतो. तो मंगेश काय बुद्धी देतो....''

''बस ना थोडं. दमलास.''

''नको. जातो मी. त्या डॉक्टरला पत्र लिहून कळवतो.''

''यश येऊ दे, बाबा, तुझ्या हाताला. नाहीतर माझं पोर...'' आणि चंपानं डोळ्याला पदर लावला.

''गप्प, चंपा.'' आपली पाणावलेली नजर चंपावर खिळवत रंगा मास्तर म्हणाले, ''पोर गमवाण्याचं दुःख काय असतं, ते मी भोगलंय. भजन करीत गावोगाव फिरतो. समाधान हुडकण्याचा प्रयत्न करतो. चंपा, मला पैशाचं मोल कधीच वाटलं नाही; पण आज मात्र वाटतं. कैक वेळेला जिवापेक्षाही पैसा मोठा असतो. तू काळजी करू नको. येतो मी. आपल्या पाठीशी तो मंगेश आहे. त्याला काळजी आहे....''

रंगा मास्तरांनी डोक्यावर टोपी चढवली. चंपाकडे न पाहता ते वळले. घराबाहेर जाऊन त्यांनी पायी वहाणा चढवल्या आणि हातातलं पत्र नीट धरून ते चालू लागले.

■

– आणि आठ दिवसांत अचानक डॉक्टर कैलास मंगेशीला आले. त्यांची उठ-बस करण्यात चंपा आणि केशर गुंतून गेली. कैलास आरामात होता. दोघींची धावपळ बघत होता. ड्रायव्हर माधूनं आणलेलं सामान आत नेऊन ठेवलं जात होतं. त्याच वेळी चंपा आत आली. तिनं विचारलं,

''डॉक्टरबाबू, आधी का नाही कळवलं?''

''आई, डॉक्टरांच्या जीवनात उसंत असते कुठं? मी आलोय, ते देवदर्शनाला नाही. महेशकुमारांच्यासाठी. कशी आहे त्यांची तब्येत?''

चंपाच्या डोळ्यांत पाणी तरळलं.

ती म्हणाली, ''डॉक्टरबाबू, त्या महेशला जपता येईल, तेवढं जपलं. हे रंगा मास्तर आहेत. आम्ही बघतो. यापेक्षा आम्ही काय करणार?''

''खरं आहे!'' कैलास म्हणाला, ''मी उद्या महेशकुमारना पाहीन. आई, तुम्हाला खरं सांगू? त्यांच्या अनेक मैफली मी ऐकल्या. टेप्स ऐकल्या. माझ्या एकाकी जीवनात त्यांच्या सुरांची सोबत मला सदैव असते. आणि माझं एकाकी जीवन त्या क्षणापुरतं का होईना, मी पार विसरून जातो. त्याच समाधानात मी दवाखाना चालवतो. तसं बघितलं, तर महेशकुमार माझ्या सान्निध्यात सदैव असतात. त्यांना माझी आठवण करायची गरज नसेलही. पण मी ते विसरू शकत नाही. महेशकुमारना निरोप द्या. मी उद्या सकाळी भेटायला येणार असल्याचं सांगा.''

त्याचवेळी लगबगीनं केशर आत आली. आनंदानं ती म्हणाली, ''डॉक्टर, तुम्ही?''

''हो मीच!'' डॉक्टर हसत म्हणाले, ''केशर, एक काम कर. गाडीतून माधूनं व्हिस्कीचा क्रेट काढला असेल. थोडी व्हिस्की मला दे. मी फार दमलोय. थोडा झोपतो.''

चंपानं विचारलं,

''आणि जेवणार नाही?''

''जेवायची इच्छा नाही. मला झोप हवी आहे. जेवण काय असेल, ते लवकर

पाठवा. माधूला बरोबर घ्या. त्याच्याकडून लवकरात लवकर जे असेल, ते पाठवा. तुम्ही येऊ नका...''

आश्चर्यचकित झालेल्या चंपानं विचारलं,

''काय झालं, डॉक्टरबाबू?''

''काही नाही... काही नाही...'' कैलास चंपाची नजर चुकवत म्हणाला,''चंपाआई, काल एक मुलगी आली होती. टी.बी. पेशंट होती. मी सर्व प्रयत्न केले. पण ती निघून गेली – उल्कासारखी. डॉक्टरांच्या जीवनातला फार मोठा पराजय दाखवणारा क्षण! तो पराजय स्वीकारला आणि महेशसाठी धावपळ करीत इथं आलो.''

क्षणभर कैलास थांबला आणि चंपाकडे बघत तो म्हणाला,

''मी एफ.आर.सी.एस. होऊन इथं आलो. माझी उल्का रुग्णशय्येवर होती. उल्का गेली, त्या वेळी नवीन औषधोपचार नव्हते. मी सारे प्रयत्न करूनही उल्का माझ्या हाती लागली नाही. आणि परवा माझ्या दवाखान्यात अशीच एक मुलगी आली. आज सारी औषधं उपलब्ध असतानाही मी तिला वाचवू शकलो नाही. या क्षणी भौतिक योग आणि दैवयोग याची सांगड घालता येत नाही. ते माझं दु:ख आहे. रंगा मास्तरांनी आपली पत्नी हरवली. मुलगा हरवला. एकाकी जीवन टाळ कुटत राहिलं. जीवनाच्या पळवाटा सारेच शोधतात. पण त्यातून समाधान मिळतं का, हे आजवर मला कळलं नाही. मी दहा वर्षांचा असताना माझी आई गेली... त्यानंतर मी अनेक वेळेला पप्पांजींच्याबरोबर पेढीवर जात असे. ते मला खेळण्यासाठी मखमली हिऱ्यांचा बुधला माझ्या हाती देत असत. त्या पांढऱ्या स्वच्छ पेढीवर त्या हिऱ्यांशी खेळ खेळत मी बसत असे. एखादा हिरा चुकून खाली पडला, तर नोकर-चाकरांची धावपळ होत असे. त्या वेळी पप्पाजी हसून म्हणत असत, 'एक अस्सल हिरा हाताशी असताना एखादी हिरकणी खाली सरकली, तर शोध कशाला करता?'

त्या आठवणीनं कैलास भारावला होता. बोलता-बोलता तो एकदम थांबला. भानावर येऊन तो म्हणाला,

''जाऊ दे, चंपाआई! हरवलेलं सुख आठवून हाती यायचं नाही. विश्रांतीची गरज आहे. जाताना माधूला घेऊन जा. जे असेल, ते ताबडतोब पाठवा.''

केशरनं टेबलावर व्हिस्कीची बाटली, पाणी आणि ग्लास ठेवलं.

कैलास म्हणाला, ''जा. तुम्ही.''

चंपा आणि केशर दरवाज्यात गेल्या. पाठीमागून कैलासची हाक आली : ''केशर.''

उंबऱ्यात गेलेली केशर माघारी आली. पेल्यात व्हिस्की ओतत कैलासनं विचारलं,

''महेशकुमारांची तब्येत कशी आहे?''

"सुधारणा नाही.''

"उद्या सकाळी रंगा मास्तरांना लवकर पाठव. माझीच चूक झाली आहे. दोन महिने मला मनात असूनही येता आलं नाही. त्याचा पश्चात्ताप होतो आहे. तू जा. रंगा मास्तरांना तेवढा निरोप दे.''

केशर निघून गेली.

कैलास एकटा बसला होता. व्हिस्कीचे घोट घेत तो विचार करीत होता :

माणसानं न बोलावता जावं कशाला त्याच्या दाराशी?

महेश!

त्याचा आवाज. त्याचं गाणं!

तो कलावंत जगायला हवा.

डॉक्टर काय, पन्नास येतील. पन्नास जातील.

– पण कलावंत एकदाच जन्माला येतो.

– पण तुमचा काय संबंध?

का नाही?

जरूर माझा संबंध आहे.

नाहीतर मी रंगा मास्तरांच्या पत्रानं का धडपडत आलो असतो?

माझ्यासारखी एकाकी माणसं त्या आवाजानं सारं एकाकीपण विसरतात. आनंद भोगतात.

– आणि केशर!

केवढी गोड पोरगी आहे.

ती भक्ती करते. त्या महेशची.

कोणता स्वार्थ बाळगून ती करते?

जाऊ दे! आपल्या हाती आहे, ते आपण करावं. त्यात समाधान आहे.

हाती काय आहे?

दारूचा पेला!

आणि मोकळं घर!

एवढंच ना?

वैतागानं कैलास उठला. त्यानं पेल्यातली दारू बाहेर फेकली. त्यानं आपल्या खिशातली सिगारेट काढली. तो सिगारेट ओढत होता. समोरची व्हिस्कीची बाटली त्याला ओढ लावत होती. ती बाटली फेकण्याचं धैर्य त्याच्या अंगी राहिलं नव्हतं.

त्या विचारात गर्क असताना माधू आत आला. त्याच्या हातात जेवणाचा डबा होता.

कैलासनं माधूला सांगितलं, "माधू, ही बाटली आत नेऊन ठेव आणि लवकर ताट कर."

सकाळी कैलास आपलं स्नान वगैरे आटोपून बसला होता. रंगा मास्तर आणि चंपा तेवढ्यात आली. चंपाच्या हातात ओवळीच्या दोन माळा होत्या. त्या तिनं कैलासच्या हाती दिल्या. कैलासनं विचारलं,

"काय, रंगा मास्तर? ठीक आहे ना?"

"ठीक नसायला काय झालं?" रंगा मास्तर म्हणाले, "पांडुरंग कृपेनं सारं ठीक चाललंय. त्याचं नाव घेत गावोगाव फिरतोय. आनंद आहे."

"मास्तर! तुमचं पत्र मिळालं. सर्व कामं बाजूला ठेवून मी इथं आलो. चला महेशकुमारांच्याकडे जाऊन येऊ."

कैलासनं आपली बॅग बाजूला ठेवली. रंगा मास्तरांनी ती तत्परतेनं उचलली. तिघं चालू लागले. कैलासनं विचारले,

"इकडं कुठं?"

रंगा मास्तर चालता-चालता म्हणाले,

"सध्या महेश परसदारीच्या खोलीमध्ये राहतो."

"परसदारी?"

चंपा उफाळली.

"हो ना! तो गोपू आहे ना! तो रोग्याला घरात कशाला ठेवून घेईल?"

त्याच वेळी कानांवर आवाज आला,

"अरे! डॉक्टर? केव्हा आला?"

तिघेही थबकले. कैलासनं मागे वळून पाहिलं, तो उघडाबोडका पंचा नेसलेला गोपूकाका धावत येत होता. समोर येताच रंगा मास्तरांना तो म्हणाला,

"रंग्या, अरे, तुला काही रीतभात? त्या बोळकांड्यातून कुठं घेऊन निघाला होतास त्यांना?"

"नेहमीच्याच वाटेनं जात होतो." रंगा मास्तर म्हणाले.

"फार शहाणा आहेस! तुमच्यासारख्या टाळकुट्यांना आणि भाविणींना तो रस्ता असतो, रे. डॉक्टरांसाठी नव्हे. अहो, डॉक्टर, महेश आजारी आहे. त्याला माडीवरचा गार वारा सोसेल का?"

चंपा म्हणाली,

"गोव्यात आणि गार वारा?"

"तू गप्प बस, गो. तुझ्या बापानं कधी माडी बघितली नाही, तर ते तुला कळणार कसं बोडक्याचं? तर काय सांगत होतो, डॉक्टर! महेशसाठी खालची

खोली मोकळी केली. म्हटलं, कुठेही असू दे. पण सुखानं असू दे. चला. आपण घरातनं जाऊ.''

कैलास वळला.

गोपूकाकांच्या पाठोपाठ कैलास जात होता. मागून रंगा मास्तर आणि चंपा जात होती. परसदारामध्ये टांगलेल्या दोरीवरती खोपन खोवलेली केशर महेशचे कपडे वाळत घालत होती. कैलासला पाहताच तिनं आपलं खोपन सोडलं आणि कैलाससमोर येऊन तिनं वाकून नमस्कार केला.

म्हणाली, ''डॉक्टरबाबू, मला सकाळी येता आलं नाही.''

''काही बिघडलं नाही, केशर, महेशकुमार जागे आहेत?''

''हो! चला ना आत.''

कैलास सर्वांसह खोलीत आला.

''डॉक्टर, तुम्ही! मध्येच बरे आलात?''

''देवदर्शनाला यावंसं वाटलं, म्हणून आलो.''

महेश खिन्नपणे हसून म्हणाला,

''मला फसवता? या कोणीतरी चोरांनी सांगितलं, म्हणून तुम्ही आला ना?''

कैलास हसत म्हणाला, ''कल्पना करायला हरकत नाही. पण, महेशकुमार, हे कोणी चोर नाहीत, एवढं मला म्हणावंसं वाटतं. चोरी करण्यासारखं त्यांच्यापाशी आहे काय? जे आहे, ते प्रेमासकट मुक्त हस्तानं देऊन टाकलंय त्यांनी. मला यावंसं वाटलं, म्हणून आलो.''

महेश कैलासकडे बघून हसला.

''तेही खरंच!''

कैलासनं विचारलं,

''मी लिहून दिलेली औषधं घेतलीत?''

''हो!'' महेश एकदम म्हणाला,

''घेतली ना?''

''काही फरक?''

''फरक....''

महेश पुढं काही बोलणार, तोच मागे उभी असलेली केशर ताडकन म्हणाली,

''डॉक्टरबाबू, त्यांचं काही ऐकू नका. त्यांनी काही औषधं घेतली नाहीत.''

''केशर ऽऽ''

महेशकडे बघत केशर म्हणाली,

''मी खरं तेच सांगते. निदान डॉक्टरांच्यापासून तरी काही लपवून ठेवू नका.''

गोपूकाकानं मध्ये तोंड घातलं,

"अहो डॉक्टर, घोड्याला पाण्यापर्यंत नेता येतं. पाणी थोडंच पाजता येतं? सारं करावं म्हटलं, तर ऐकेल तर खरं ना?"

कधी नव्हे ते रंगा मास्तर उफाळले,

"गोप्या, तू इथून चालता हो. एक शब्दही बोलू नको. याला अडगळीच्या खोलीत आणून टाकलंस. याचं जेवण परस्पर लावलंस. आणि परत वर तोंड करून बोलतोस?"

"रंग्या, कुणाला बोलतोस, रे, तोंड वर करून? थोबाड फोडून देईन! कुणाला ऐकवतोस? या गोपूला? महेश मला जड आहे का, रे? असले दहा जण पोशीन मी."

"बाबा, रे, पोसशील! नाही कोण म्हणतंय. पण तुझ्या पैशांवर नव्हे. याच्या पैशांवर नव्हे. याच्या पैशांवर! निघून जा इथनं!"

सारा प्रकार थंडपणे महेश बघत होता. संतापानं पाय आपटत गोपूकाका बाहेर गेला. कैलास मनात हसला. विषय बदलत कैलास महेशला म्हणाला,

"मी जरा तपासू का?"

"तपासा. जरूर तपासा." महेश म्हणाला, "पण तपासून तुम्ही काय करणार? औषधाची चिठ्ठी लिहून देणार ना? जी औषधं पणजीत मिळणार नाहीत, अशी! त्यापेक्षा केशवशास्त्री आमचे वैद्य आहेत. त्याचं औषध मिळतं. ते घेतो. तेच ठीक."

कैलास महेशवरची नजर न काढता म्हणाला,

"पण त्या औषधांनी तुम्हाला काही गुण वाटतो का?"

निर्विकारपणे महेश म्हणाला,

"डॉक्टर मी का तुम्ही? गुण आला की नाही, ते तुम्ही ओळखायचं."

"खरं आहे." कैलास ओठांवरचं हसू न लपवता म्हणाला आणि त्यानं आपली बॅग उघडली. स्टेथस्कोप काढला. महेशला त्यानं सांगितलं, "तुम्ही झोपा."

महेश झोपला. कैलास महेशला तपासत होता. पोट, छाती, पाठ कैलासनं तपासली, बराच वेळपर्यंत कैलास तपासणीचं काम करीत होता. सुरुवातीचं कैलासच्या ओठांवरचं हसू लोपलं होतं. त्याची मुद्रा गंभीर झाली होती.

सारी तपासणी आवरून कैलास क्षणभर तसाच उभा राहिला. त्याची गंभीर मुद्रा बघून रंगा मास्तर, चंपा आणि केशर – साऱ्यांच्याच मनाचा ठाव सुटला होता. कुणालाच, काय झालं, म्हणून विचारायची हिंमत होत नव्हती.

त्या भयाण शांततेचा भंग महेशनंच केला. उठनू बसत त्यानं विचारलं, "डॉक्टर! काही गुण वाटतो का?"

"महेशकुमार! अजून वेळ गेलेली नाही. तुम्हाला माझ्याबरोबर यावं लागेल."

"कुठं?"

"लोणावळ्याला. तुम्हाला निश्चितपणे बरं वाटेल."

खिन्नपणे महेश म्हणाला,

"डॉक्टर, मी खरं ते सांगतो. मला ते जमेल, असं वाटत नाही."

"का?"

"मला लोणवळ्याचा खर्च झेपणार नाही. डॉक्टर, आयुष्यात पुष्कळ मिळवलं. पण त्यातलं निम्मं माझ्या गुरूनं घेतलं. उरलेलं काकांच्या वाटणीला गेलं. तिकडे मुंबईत संगीतशाळा चालू आहे आणि इकडे माडी आहे. नारळी-पोफळीच्या बागा सजल्या आहेत. माझ्या वाट्याला ही अडगळीची खोली आहे."

महेशच्या स्पष्ट बोलण्यानं क्षणभर कैलासला काय बोलावं, सुचलं नाही.

काही क्षणांनी तो म्हणाला, "मला सारं काही माहीत आहे, महेशकुमार. पण हे रंगा मास्तर आहेत, चंपाआई आहे. केशर आहे. यांना का काहीच अर्थ नाही?"

"आहेत! पण खरं सांगू, डॉक्टर? मला त्याचा वीट आला आहे. कुणाच्या दानावर मला जगावंसं वाटत नाही. त्यापेक्षा मला मरण आलेलं बरं वाटेल. ते मी आनंदानं स्वीकारीन."

"महेशकुमार! मरण हवंसं वाटतं, तेव्हा येत नाही आणि नकोसं वाटतं, तेव्हा कुठून तरी अचानक अवतरतं. जी गोष्ट आपल्या हाती नाही, त्या गोष्टीचा वैताग माणसानं करू नये. एवढं मी आजवरच्या आयुष्यात शिकलो आहे. मला वाटतं, माणूस कितीही वैतागला, तरी जीवनाची आसक्ती त्याला सुटत नाही. नाहीतर मुकाटपणे या खोलीत तुम्ही सोसत राहिला नसता. परमेश्वरावर तुमचा विश्वास असेल, तर एक गोष्ट विसरू नका. चांगल्या गोष्टींबरोबर काही वाईट गोष्टीही आयुष्यात दिलेल्या असतात. त्या मोजक्याच असतात. तेवढ्या सोसण्याइतपत मन खंबीर ठेवलं, तर परेमश्वर उदंड हातानं देत राहील."

बोलता-बोलता कैलास एकदम थांबला आणि निःश्वास सोडून म्हणाला,

"महेशकुमार! मला माहीत आहे. हे दुसऱ्याला सांगणं फार सोपं असतं. जाऊ द्या. तुम्हाला माझ्याबरोबर यावं लागेल."

"ही सक्ती आहे?" महेशनं कैलासच्या नजरेला नजर देत विचारलं,

"तसं समजायला हरकत नाही." महेशवरची नजर न काढता कैलास म्हणाला,

"पण तुम्ही हे का करावं? तुम्हाला यातून काय मिळणार आहे?"

"खूप मिळेल! किंवा मिळणारही नाही." कैलास निःश्वास सोडून म्हणाला, "तुमचं गाणं टिकावं, हा स्वार्थ मी बाळगला. हा स्वार्थ का बाळगावा, यालाही काही गणित नाही. माझ्या लग्नाच्या पहिल्या वाढदिवसाची टेप मी का जतन करावी, याचंही गणित माझ्याजवळ नाही. तुमच्या मैफलीची याद जतन का करावी,

याचंही उत्तर माझ्याजवळ नाही.''

कैलासला थांबवत महेश म्हणाला,

''डॉक्टर, हे सारं करताना तुम्ही पैसा खर्च केलात ना?''

मोकळेपणानं हसत कैलास म्हणाला,

''जरूर केला. तुमच्या मैफलीच्या धुंदीत जे क्षण घालवले, त्याचं मोल काय होतं, हे पैशानं तुम्ही मोजू शकाल? नको त्या शंका मनात आणू नका. तुम्हाला यावं लागेल – हवं तर आमच्यासारख्या वेड्या माणसांच्या समजुतीसाठी म्हणा. उद्या सकाळी आपल्याला निघायचं आहे.''

निरुत्तर झालेला महेश हताशपणे म्हणाला,

''ठीक आहे, डॉक्टर. इथं अडगळीच्या खोलीत पडलो काय किंवा तुमच्या दवाखान्यात पडलो काय? दोन्ही सारखंच. भिकाऱ्यानं दान घेताना संकोच तरी का करावा? तुम्ही मला घेऊन चला. मी तयार आहे.''

समाधानानं कैलास बाहेर पडला. पाठोपाठ चंपाही गेली.

दोन प्रहर टळत असता केशर आली. महेश खाटल्यावर बसला होता. केशरनं विचारलं,

''आवराआवर झाली?''

''कसली?'' महेशनं विचारलं.

केशर थोडी वैतागली.

''कसली! आयुष्यात गाण्याखेरीज काहीच का येत नाही? डॉक्टरांनी सांगितलंय की, सकाळी निघायचं, म्हणून. आणि बांधाबांध काहीच नाही?''

महेश हसला.

''बांधाबांध! शाल अंगावर आहे. बॅग खाली आहे. बस्स!''

काही न बोलता केशर खाली बसली. तिनं खाटल्याखालची बॅग पुढं ओढली. बॅगेतले सर्व कपडे काढले. ते करत असता एक जुनं पाकीट बाहेर पडलं. केशरनं महेशकडे पाहिलं. खिन्नपणे हसत महेश म्हणाला,

''माझ्या वडिलांचं ते पाकीट. मुंबईला जाताना काकांनी ते भरून आणायला सांगितलं होतं. मोकळंच राहिलं ते.''

केशर हसली.

''का हसलीस?''

''काहीनाही. एक तरी आठवण जतन केलीस!''

''तसं काही म्हणता येणार नाही. मी माझ्या वडिलांना पाहिलंच नाही. पण त्यांच्या दुर्दैवी जीवनाची हकीकत ऐकली. तेव्हा ते जतन केलं. केशर माझे वडील

आणि रंगा मास्तर लहानपणापासूनचे दोस्त. दोघांनाही भजनाचा छंद, दैव काय असतं, कुणास ठाऊक. ज्यांना देवाचं वेड लागतं, त्यांचा संसार देव लवकर काढून घेतो. वास्तविक पाहता गोपूकाका धाकटा. पण त्यांनी माझ्या वडिलांना खूप राबवलं. घरातल्या गड्यागत त्यांची अवस्था केली. पण माझ्या वडिलांनी कधी त्याबद्दल तक्रार केली नाही. एकदा रामनाथांच्या मंदिरात भजन म्हणत असता त्यांना उचकी लागली. आणि काय होतंय, हे समजायच्या आत ते निघून गेले. बरं झालं, त्या नारायण बुवांच्या कृपेने त्या गोपूकाकांच्या हातून सुटलो, नाहीतर पाणक्या म्हणून आयुष्यभर खांद्यावरून घागरी वाहिल्या असत्या.''

केशर सारं खालमानेनं ऐकत होती. बॅगेतले कपडे नीट करीत होती. ते बघताच महेशचा संताप उफाळला.

''कुणाला सांगतोय मी?''

नजर वर न करता केशर थंडपणे म्हणाली,

''ऐकतेय मी.''

कपाळावर आठी घालून सरळ बघत महेश म्हणाला,

''काय ऐकतेस, ते बघतो आहे. मला इथून घालवण्याची तुम्हाला घाई लागलेली दिसते.''

केशरनं काहीच उत्तर दिलं नाही. ना नजर वर केली.

''एकदाची सुटलीस, म्हण!''

सारा संयम एकत्र करून केशर ऐकत होती.

''बोलायला दातखीळ बसली काय? मला सारं कळतं. तुम्ही खूप सोसलंत साऱ्यांनी. तुम्हाला कंटाळा आला असेल, हेही कळतं. आता माझा कुणावर भरिभार नाही. तो डॉक्टर, मी आणि माझं नशीब!''

केशरचे डोळे भरून आले. भरल्या डोळ्यांनी महेशकडे पाहत ती म्हणाली,

''कुणाला बोलता हे? मला? तेवढी नशीबवान नाही मी.''

''म्हणजे?''

''मी तुमच्याबरोबर येणार आहे.'' केशर शांतपणे म्हणाली. पण ते बोलत असताही केशरच्या डोळ्यांतून अश्रू ओघळत होते.

''तू येणार?''

''हो!''

''पण कशासाठी करतेस हे?''

''ते तुम्हाला कधी कळायचं नाही. कळणारही नाही. समज यायच्या आत आई-वडिलांना मुकलात ना!''

''अग, पण लोक काय म्हणतील?''

"ही भीती केव्हापासून वाटू लागली? आणि माझंच म्हणाल, तर...."

केशर क्षणभर बोलायचं थांबली. उसंत घेऊन ती म्हणाली,

"भाविणीची पोर कुणाबरोबर पळून गेली, याची कुणीही चौकशी करणार नाही. आणि ती चौकशी तुम्हीही करू नका."

महेशला काय बोलावं, ते कळत नव्हतं. तो कसाबसा म्हणाला,

"अगं, पण तुझी आई, ते डॉक्टर काय म्हणतील?"

त्याच शांतपणे केशर म्हणाली,

"आईनं जा म्हणून सांगितलंय. डॉक्टरांची हरकत नाही. तुम्ही स्वस्थ पडून राहा."

"ऐक माझं... हे तू का करतीस?"

"मूर्ख म्हणून!"

"केशर ऽऽ"

"तुम्ही स्वस्थ झोपा."

केशरनं महेशची बॅग बंद केली. खाटल्याखाली सरकवली आणि काही न बोलता ती निघून गेली.

बराच वेळ महेश मोकळ्या दाराकडे पाहत बसून होता.

डॉक्टरांच्या बंगलीसमोर उभ्या असलेल्या गाडीत सामान भरलं जात होतं. सारं सामान भरून होताच महेश केशरचा हात धरून गाडीत चढला. गोपूकाका धावत आला. कैलासला तो म्हणाला,

"डॉक्टर, एकुलता एक पोर, हो! त्याला सांभाळा."

कैलास म्हणाला, "काही काळजी करू नका. फक्त माझ्यासाठी, म्हणून करता आलं, तर एक करा."

"सांगा. तुम्ही सांगितलं, तर मी काय नाही म्हणणार?"

"केशर आमच्यासह येते आहे. आता चंपाआई एकटी आहे. तिच्याकडे बघणारं कोणी नाही. तुम्ही तिच्याकडे लक्ष द्या."

"त्या भाविणीला काय धाड भरलीय?" गोपूकाका एकदम म्हणाला.

कैलासनं एकवार गोपूकाकाकडे पाहिलं. गोपूकाकाच्या कपाळावर पडलेली आठी पाहून कैलास काही न बोलता गाडीकडे वळला. आणि त्याच वेळी पाठीमागे महेशशेजारी बसलेली केशर दरवाजा उघडून बाहेर आली. तिनं चारी बाजूला पाहिलं. चंपानं विचारलं, "केशर, काय विसरलं?"

"हो!" म्हणत केशर धावत सुटली. तिच्या त्या पळण्याकडे सारे गोंधळून बघत होते.

धावत सुटलेली केशर रंगा मास्तरांच्या घरासमोर आली. तिची भिरभिरती नजर बंद दारावर गेली. क्षणाची उसंत न घेता ती तशीच मंगेशीच्या देवळात आली. पुजाऱ्याला तिनं विचारलं,

"रंगा मास्तर आले होते?"

पुजाऱ्यानं नकारार्थी मान हलवली आणि हताश झालेली केशर डॉक्टरांच्या बंगलीच्या दिशेनं चालू लागली.

डॉक्टर केशरची वाट पाहत होते. थकली-भागलेली केशर संथ पावलांनी येत होती. चंपाच्या पाया पडून ती म्हणाली,

"रंगा मास्तर कुठेच नाहीत."

"त्याला बघायला गेली होतीस?"

केशर 'हो' म्हणाली. चंपा केशरकडे बघत म्हणाली,

"तेवढ्यासाठी धावत जायची गरज नव्हती. अगं, मला विचारलं असतंस, तर तुला सांगितलं असतं. तुम्ही जाणार, हे माहीत असूनसुद्धा तो इकडं फिरकला नाही. तो भित्रा कोल्हा. अशावेळी समोर येईल कसा? जा, पोरी. त्याची काळजी करू नको."

गाडी सुरू झाली. ती काळीभोर मर्सिडीज गाडी वळणं घेत जात होती. धुरळ्याचा लोट उठत होता.

– आणि त्या धुराळ्याचा लोट बघत माडाला मिठी मारून रंगा मास्तर रडत उभे होते....

बराच वेळ गेल्यानंतर महेश कैलासला म्हणाला,

"डॉक्टर, मी जरा बसू का?"

"जरूर बसा. जसं तुम्हाला बरं वाटेल, तसं करा. कुठे गाडी थांबवावी वाटली, तर सांगा."

महेश उठून बसला. तो कैलासला म्हणाला,

"डॉक्टर, मला अजून हे कळत नाही की, तुम्ही हे का करावं?"

"महेशकुमार, कुणी माणसानं कुणावर प्रेम करावं; याला गणित आहे का?"

महेश हसला.

म्हणाला, "तुमचं माझ्यावर असेल, पण माझं तुमच्यावर असायला हवं ना!"

"तसं काही नाही. काही माणसं एकांगी प्रेम करतात. त्यात समाधान मानतात. काय, केशर, तुला काय वाटतं?"

केशर कैलासच्या अवचित प्रश्नानं एकदम गोंधळली. ती कशीबशी म्हणाली,

"मला बाई, त्यातलं काही कळत नाही."

कैलास मोठ्यानं हसला. महेशही हसला. तो म्हणाला,

"डॉक्टर, खरंच माझं गाणं तुम्हाला एवढं आवडतं?"

"त्यात संशय कसला? तुम्हाला सांगितलं ना, माझ्या लग्नाच्या पहिल्या वाढदिवसानिमित्त तुमचं गाणं मी केलं होतं. त्या वेळी तुमच्या गाण्याची टेप मी केली होती. ती अजूनही मी जपून ठेवली आहे."

"काय गायलं होतं मी?"

"शुद्ध सारंगनं मैफल सुरू केली होती. आणि शेवटी तुम्ही 'बाबुल मोरा' भैरवी म्हटली होती. त्या वेळी एक गंमत झाली."

"कसली?"

"तुम्ही फर्माईश स्वीकारत नाही, हे माहीत असूनसुद्धा मी 'छाँड दे गली बाहें,श्याम,' ही भैरवी म्हणायला सांगितली होती."

"आणि ती मी गायली नाही, असंच ना!" महेशनं एकदम विचारलं.

"हो." कैलास हसून म्हणाला.

"डॉक्टर, त्याची भरपाई मी जरूर करीन."

"भरपाई?"

"हो!" महेश म्हणाला, "मी तुम्हाला 'छाँड दे' मनसोक्त ऐकवीन."

"आता त्या भैरवीला अर्थ राहिला नाही." कैलास खिन्नपणे म्हणाला.

"का? त्या वेळचा राग अजून आहे?"

नकारार्थी मान हलवत कैलास बाहेर बघत म्हणाला,

"ती मिठी आता केव्हाच सुटली. उल्का या जगात नाही."

"सॉरी. डॉक्टर! मला माहीत नव्हतं."

"दॅट्स ऑल राइट!"

कैलास एकदम व्यथित झाला होता.

कुणीच काही बोलत नव्हतं.

गाडी घाट चढत होती. डॉक्टरांच्या डोळ्यांसमोर फक्त उल्का दिसत होती. घाटातली वळणं घेत गाडी जात होती, तसं कैलासचं मनही हेलकावे घेत होतं.

लग्नानंतर कैलास आणि उल्का प्रथम मंगेशीच्या दर्शनाला आले होते. कैलास गाडी चालवत होता. शेजारी उल्का बसली होती. देवदर्शन करून परत ते मुंबईला चालले होते. घाट चढत असता मध्येच उल्का म्हणाली,

"गाडी जरा थांबवा ना!"

कैलासनं गाडी थांबवली. उल्काचं लक्ष उजव्या बाजूच्या खोल दरीवर लागलं होतं. कैलासनं दार उघडलं.

तो म्हणाला, "खाली उतर."

दोघं मिळून घाटाच्या कडेला गेले. समोर दिसणारी खोल दरी दोन्ही बाजूंना हिरव्या गर्द रानानं नटलेली होती. खोल दरीतून येणारी गार वाऱ्याची झुळूक अंगावरून जात होती. उल्का बेभानपणं ते दृश्य पाहत होती. कैलास तिचं बेभान रूप पाहत होता. त्यानं हळूच आपला हात तिच्या खांद्यावर ठेवला. उल्कानं हसून कैलासकडे पाहिलं.

"काय पाहता?"

"तुला."

"बघा ना!" उल्का समोरच्या दरीकडे बोट दाखवीत म्हणाली, "केवढं सुंदर

दृश्य दिसतंय. असं वाटतं की, तुम्ही केव्हा डॉक्टर झालातच ना, तर त्या मुंबईत राहाण्यापेक्षा अशा कुठल्यातरी सुंदर जागेत आपण राहू.''

कैलास हसत म्हणाला,

''उल्का, आधी तरी हे सांगायचं होतंस. निदान पशुवैद्य तरी झालो असतो.''

उल्का हसली आणि उल्काच्या लक्षात यायच्या आत कैलासनं तिला एकदम मिठीत ओढलं आणि तिचं चुंबन घेतलं. उल्का कैलासच्या मिठीतून सुटका करून घेत म्हणाली,

''हे काय? भर रस्त्यावर....''

''मग काय झालं? इथं आपल्याला कोण पाहणार आहे?''

''म्हणून काय झालं? चला गाडीत. हे वर्तन डॉक्टरला शोभत नाही!''

त्या आठवणीनं कैलास बेचैन झाला. त्यानं माधूला गाडी थांबवायला सांगितली. गाडी बाजूला थांबली आणि पेंगणारा महेश डोळे उघडत कैलासला म्हणाला,

''काय झालं, डॉक्टर?''

''काही नाही. इथं पाच मिनिटं थांबू. आपण विश्रांती घ्या.''

कैलास गाडीतून खाली आला. माधूला तो म्हणाला,

''माधू, माझा थर्मास काढ.''

माधूनं तत्परतेनं थर्मास आणि ग्लास काढला. कैलासनं ग्लास हातात घेतला. माधूनं ग्लासात व्हिस्की ओतली आणि गार पाण्यानं ग्लास भरला. भरलेला ग्लास घेऊन कैलास रस्ता ओलांडून दरीच्या कडेला आला.

कोवळ्या उन्हात सारी दरी उजळून निघाली होती. सर्वत्र एक वेगळी शांतता पसरली होती. नाही म्हणायला जाणारी-येणारी एखादी गाडी त्या शांततेचा भंग करीत होती. कैलास त्या खोल दरीत बघत होता....

कैलास परत गाडीत येऊन बसला. मोकळा ग्लास त्यानं माधूच्या हाती दिला आणि म्हणाला,

''चल.''

गाडी परत धावू लागली. घाटावर येताच गार वारा सुरू झाला. कैलास मागे वळून केशरला म्हणाला,

''केशर, थंडी वाजत असेल, तर काचा चढवा. महेशकुमारांच्या अंगावर शाल दे.''

गाडीला फारसा वेग नव्हता. गाडी बेळगावला आली. तिथं तिघांनी भोजन केलं.

कैलासनं महेशला विचारलं,

"थकवा वाटत नाही ना?"

"नाही, डॉक्टर."

"आपण असं करू. आज मुक्काम कोल्हापूरला करू. उद्या सकाळी पुढचा प्रवास सुरू करू."

"ठीक आहे. आपण म्हणाल, तसं करू." महेश म्हणाला.

दुसऱ्या दिवशी दोन प्रहरच्या वेळी कैलसाची गाडी उल्का निवासामध्ये शिरली. दाराशी रामनाथ उभा होता. पुढं होऊन त्यानं गाडीचं दार उघडलं. कैलासनं विचारलं,

"सारं ठीक आहे ना?"

"जी."

रामनाथ आणि भोला गाडीतलं सामान काढत असता केशरच्या आधारानं महेश खाली उतरला होता. तो सारं आवार निरखीत होता. महेशनं विचारलं,

"डॉक्टर, हे आपलं हॉस्पिटल?"

"नाही, हा माझा बंगला. पर्णकुटी."

"पर्णकुटी? ही तर हवेली दिसते, डॉक्टर!"

"ते माणसाच्या मनावर अवलंबून असतं. जिवाच्या मोलापेक्षा या जगात दुसरं काही नाही. त्यापुढे हवेलीसुद्धा पर्णकुटीच असते."

सामान उतरत असलेल्या भोला आणि रामनाथकडे बोट दाखवीत कैलासनं सांगितलं,

"हे भोला आणि रामनाथ. हे दोघे तुम्हाला काही कमी पडू देणार नाहीत."

"म्हणजे! मी तुमच्या बंगल्यात राहायचं?"

"मग पाहुण्यांनी कुठं राहायचं असतं? संकोचाचं काही कारण नाही. दवाखान्याच्या कटकटींपासून हा बंगला एकदम स्वतंत्र आहे. मी एकटाच असतो. मधूनमधून केव्हातरी मुंबईला जाऊन येतो. बस्स!"

"पण आपल्याला–"

"काही त्रास व्हायचा नाही. इथं निवांत आहे. अर्थात थोडा त्रास होईल आपल्याला. पण तो माझ्यासाठी सहन करा."

"कसला त्रास?"

"सतारीचा. मी केव्हा तरी छेडतो."

"आपण सतार वाजवता?"

"सांगितलं ना! वाजवत नाही, छेडतो." कैलास हसला. "त्याखेरीज आणखी

थोडे कष्ट आहेत. आता तुम्ही पेशंट आहा. तुमचं रक्त घ्यावं लागेल. फोटो घ्यावे लागतील. सर्व तपासणी करावी लागेल. हे माझ्यासाठी सहन करण्याची ताकद असली, तर धीटपणे ह्या पर्णकुटीच्या पायऱ्या चढा.''

महेश हसला.

''डॉक्टर,आयुष्यात भीती कसली असलीच, तर ती सुखाची! छळवादाला मी कधीच घाबरत नाही. त्याची मला सवय आहे.''

''दॅटस् गुड! केशर, भोला खोली दाखवेल. महेशकुमारांचं सामान, तुझं सामान व्यवस्थित लावून घ्या. महेशकुमार, तुम्ही विश्रांती घ्या. तोवर मी हॉस्पिटलकडे जाऊन येतो.'

– आणि डॉक्टर हॉस्पिटलकडे चालू लागले.

महेश आणि केशर तो बंगला निरखीत आत प्रवेश करते झाले. भोलानं त्यांना खालच्या मजल्यावरच्या खोल्या दाखवल्या. महेशची खोली सर्व सुखसोयींनी सज्ज केली होती. खोलीभर पसरलेला तांबडाभोर गालिचा, एका प्रशस्त खिडकीशेजारी तयार असलेला पलंग, त्याच्याच शेजारी ठेवलेल्या टेबलावर गुलाबाची फुलदाणी दोघांचं स्वागत करीत होती.

ते सारं वातावरण पाहून महेशची वृत्ती एकदम प्रसन्न झाली. तो हसून म्हणाला,

''केशर, डॉक्टर सर्व पूर्ण तयारी करूनच आले होते, वाटतं.''

''असं वाटतं खरं.''

''त्यांचं नशीब!''

''नशीब!''

''नाहीतर काय? हा डॉक्टर येतो काय, मी आजारी असल्याचं पाहून कळवळतो काय? मला इथं घेऊन येतो काय? हे का उगीच घडतं? कुठंतरी पूर्वजन्मीचे ऋणानुबंध असावेत, असा माझा विश्वास पटू लागला आहे.''

''असतीलही! तुम्ही आता विश्रांती घ्या.''

'ठीक आहे. जशी आज्ञा!'' म्हणत महेश पलंगावर जाऊन झोपला.

केशर भोलाबरोबर सारं घर पाहात होती. महेशच्या खोलीलगतच तिची खोली होती. वरच्या मजल्यावरचं डॉक्टरांचं प्रशस्त निवासस्थान पाहून ती थक्क झाली. त्या खोलीतल्या डबलबेडवर तिची नजर खिळली. गुलाबी आवरणानं ती आच्छादलेली होती. एका कोपऱ्यात स्टीरिओ, रेकॉर्ड-प्लेअर दिसत होता. त्या खालच्या कप्प्यात रेकॉर्ड आणि टेप्सचा भरणा दिसत होता. नकळत ती तशीच टेरेसवर गेली. तिथून दिसणारं निसर्गरूप ती मंत्रमुग्ध होऊन बघत होती. पाठीमागे उभ्या असलेल्या

भोलाला तिनं विचारलं,

"भोला, बाईसाहेब कधी येत असत इथं?"

"येत होत्या तर! काय सांगू? राघू-मैनावानी जोडी होती, बघा. सायबांचा लई जीव होता. सायेब परदेशाला गेले. लई घोटाळा झाला, बघा. बाईसाहेब आजारी पडल्या. थोरले मालिक होते. तेबी गेले. बाईसाहेबबी गेल्या. सायेब एकटे राहिले. आणि मुंबई सोडून इथं येऊन दवाखाना घातला."

"जाऊ दे, भोला. झाल्या गोष्टी का आता येणार आहेत?"

भोला केविलवाणं हसला.

म्हणाला, "बाईसाहेब, काळ्याचे पांढरे याच घरात झाले. माणसानं पळून पळतो म्हटलं, तर कुठवर पळंल? रात्र आनी दिवस सायेब या दवाखान्यात धावपळ करीत असत्यात. सगळे त्यांना देव मानत्यात. पण देवालाबी एकटं राहावं लागतं, हे आता कळतं."

भोलाचे ते पाणावलेले डोळे केशरला पाहवेनात. तिनं त्याच्या पाठीवर हात ठेवला. ती म्हणाली,

"भोला, आजपासून मी तुला काका म्हणेन."

डोळ्यांत आलेले अश्रू त्याच्या गालांवर ओघळले. तो म्हणाला,

"म्हण, पोरी. मला तरी काका म्हणणारं कोण आहे?"

"चला, काका खाली जाऊ."

दोघं खाली आली.

दुसऱ्या दिवसापासून महेशची तपासणी सुरू झाली. स्क्रीनिंग करण्यात आलं. फोटो काढण्यात आले. रक्त घेतलं गेलं. सर्व तपासण्या होत होत्या. इंजेक्शनं आणि औषधांचा भडिमार महेशवर होत होता. हे सारं महेश शांतपणे सोसत होता. केशरला याचं आश्चर्य वाटत होतं.

एके दिवशी केशर आणि महेश व्हरांड्यात ठेवलेल्या वेताच्या खुर्चीवर बसली होती. संध्याकाळची वेळ होती. समोर सूर्यास्त दिसत होता. महेशनं विचारलं,

"केशर, डॉक्टर आता येतील ना?"

"हो! एवढ्यात येतील."

"खरं सांगू? तो डॉक्टर दिसला की, यम दिसल्यासारखं वाटतं मला. ती इंजेक्शनं, ती औषधं, ती तपासणी. तुला आठवतं? आपण आलो, तेव्हा माझ्या पलंगाशेजारच्या टेबलावर फुलदाणी होती. आता ते टेबल औषधानं भरून गेलंय. फुलं गेली औषधं राहिली."

"पण ती फार दिवस थोडीच राहणार आहेत?"

"तेही खरं. लवकरच मी बरा होईन. मला खूप गोष्टी करायच्या आहेत."

"कसल्या गोष्टी?"

"सांगितलं, तर लाजशील तू."

"लहान नाही मी."

"म्हणूनच सांगतो. लाजशील, सांगू?"

"सांगा."

महेशनं एकदम तिचा हात हाती घेतला. त्या लांबसडक बोटांना कंप होता. केशरच्या नजरेला नजर देत तो म्हणाला,

"प्रथम लग्न करायचं."

केशर एकदम लाजली. तिनं हात काढून घेतला. महेश हसून म्हणाला, "सांगितलं नव्हतं, लाजशील, म्हणून? खरंच, केशर, आपण खूप फिरू. खूप पाहू. खूप ऐकू."

"आणि गाणं?"

"गाणं? गेल्या दोन-तीन महिन्यांत मी गायलो नाही, पण गाण्याची संगत सुटते का? ती तुझ्यासारखीच चिकटून बसलीय मला. पण यापुढे जे मी गाईन, ते सारं नवं, निराळं असेल."

"म्हणजे?"

"केशर, तू कधी विचार केलास का? अंधारी रात्र असते. अजून पहाट व्हायची असते. क्षितिजावर पिठोरी रेषाही उमटलेली नसते. अशावेळी भैरवी गातात. पहाट कधी होईल? प्रियकराची वाट पाहून थकलेल्या प्रेयसीचं विव्हल मन त्यात गुंतलेलं असतं. सगळीकडे नि:स्तब्ध, शांत, नीरव असतं. आणि मग नकळत पूर्व दिशा पांढरते. धरती जागी होऊ लागते. धुक्याच्या आवरणाखाली तापलेला जलाशय श्वास सोडू लागतो. रात्रीच्या काळोखाला भ्यालेले पक्षी सुटकेचा आनंद व्यक्त करू लागतात. अशा वेळी भटियार येतो. जणू प्रियकराच्या आगमनाचा खलिता प्रेयसीच्या हाती आलेला असतो. उजाडू लागतं. सारी धरित्री दिनकराच्या आगमनाच्या वार्तेनं चैतन्यमय बनते. तेव्हा भूप येतो. मीलनाचा क्षण नजीक आलेला असतो."

महेशचे भारावलेले डोळे केशरवर रोखलेले होते. तो थांबलेला पाहताच केशर म्हणाली, "थांबलात का? बोला ना!"

"वाटतं..."

"काय?"

"आता भूप गावासा वाटतो."

"काय म्हटलंत?"

"काही नाही. पण, केशर, आता असं वाटतं की, भैरव भटियारचं कुठेतरी नातं आहे. भटियार, भूप कुठेतरी जुळताहेत. हे मधले क्षण कुठंतरी पकडून ठेवावेत. सकाळी तोडी गातात. हे रागाचे नियम. प्रत्येक माणसाचा स्वभाव भिन्न असतो. कोणता राग केव्हा गावा, याला मर्यादाही नसते. भैरवी तर सदारंजनी समजली जाते. पण भैरवी शेवटीच गायली जाते. कारण माहीत आहे?"

"काय?"

"कारण भैरवीचे सूर कोमल असतात. तो राग संपला की, पुढच्या गाणाऱ्याला भारी कठीण जातं. त्याचमुळे भैरवी शेवटी गायली जाते. गवयाच्या मनात येणारे सूर कधी भैरवीचे ढंग घेऊन येतात. तर कधी शंकराचे तप्त सूर उमटतात. माणसाच्या मनामध्ये कोणती भावना असेल, हे कोण सांगणार? त्याला अमुकच राग आठवेल, ही कल्पना निदान माझ्या मनात तरी येणार नाही. हे रागाचं आणि काळाचं रूप जे मी पाहत असतो, त्यातूनच मी गात असतो. डॉक्टरांनी गायची मला बंदी केली. सुरांविना जीवन एकाकी बनलं आहे. केशर, एक ऐकशील?"

"कधी ऐकलं नाही?"

"फार दिवस झाले. तुझं गाणं ऐकलं नाही. एखादं म्हण ना!"

"म्हणेन! पण तुम्हांला ते आवडायचं नाही."

"का?"

"माझं गाणं अदा करून म्हणायला ठीक असतं."

"केशर!" महेश केशरवर दृष्टी खिळवत म्हणाला, "भावनेआहारी जाऊन बोललेले सारेच शब्द मनापासूनचे नसतात. मी आजारी आहे, एवढं तरी ध्यानी घे. म्हण ना...!"

केशर मनाशी हसत उठली आणि गुणगुणु लागली. रंगा मास्तरांनी शिकवलेली गौळण ती गात होती.

'रंगी रंगले मन... गोविंद चरण...'

एकनाथांची गौळण संपली. महेश काही बोलणार, तोच केशर म्हणाली,

"डॉक्टर आले, वाटतं...."

महेशनं पाहिलं, तो डॉक्टरांची काळी गाडी आवारात शिरत होती. बागेला वळसा घालून गाडी बंगल्यासमोर येऊन थांबली. डॉक्टर गाडीतून खाली उतरले. केशर खुर्चीवरून उठून उभी राहिली होती. कैलास दोघांना निरखीत होता. त्यानं विचारलं,

"फार वेळ बसलात, वाटतं? आत चला."

कैलासचा चेहरा गंभीर होता. कैलासपाठोपाठ दोघे कैलासच्या खोलीत आले. कैलास तिथल्या खुर्चीवर बसला. त्या दोघांकडे बघत कैलास म्हणाला,

"तुमचा माझ्यावर विश्वास आहे ना?"

"डॉक्टर –"

"ते मला माहीत आहे. माझं एक तुमच्याकडे भरवशाचं काम आहे. तुम्ही ते केलं पाहिजे."

महेश हसून म्हणाला,

"सांगा ना! आम्ही वाटेल ते करू."

कैलासनं दीर्घ श्वास घेतला आणि तो म्हणाला,

"महेशकुमार, तुमच्या प्रकृतीचं निदान निश्चित झालं आहे. प्राथमिक अवस्थेतील क्षयाची लक्षणं आहेत."

केशरचा हात नकळत तोंडावर गेला. डोळ्यांतल्या अश्रूंनी धरणी गाठली. महेश थिजल्यासारखा निश्चल होता.

कैलास म्हणाला, "केशर, इथं अश्रू ढाळून काही उपयोग नाही. आणि यात हताश होण्यासारखंही काही नाही. मी तुम्हाला वचन देतो. वर्षाच्या आत मी महेशला बरं करीन. ती जबाबदारी माझी."

"जबाबदारी!" महेश तुच्छतेनं हसला.

"का हसलात?"

"एक विचारू, डॉक्टर?"

"विचारा ना?"

"तुमच्या पत्नी टी.बी.नं वारल्या ना?"

"महेशऽ" केशर उद्गारली.

पण तिकडे लक्ष न देता महेश म्हणाला,

"मग त्यांना का नाही बरं केलंत?"

कैलासच्या चेहऱ्यावर एक सूक्ष्म वेदना तरळून गेली. तो खिन्नपणे हसला आणि म्हणाला,

"बरोबर आहे. तुम्ही विचारलंत, त्यात काही चूक नाही. महेशकुमार तो काळ फार वेगळा होता. आजच्यासारखी औषधं त्या वेळी उपलब्ध नव्हती. आणि सगळ्यांत दुर्दैवाची गोष्ट, म्हणजे जेव्हा मी लंडनहून आलो, तेव्हा तिचा रोग पराकोटीला पोहोचला होता. महेशकुमार, मी निश्चितपणे सांगतो. मी तुम्हांला बरं करीन. पण मला तुमचं साहाय्य हवं."

"कसलं साहाय्य?"

"स्पष्ट बोलतो, माफ करा. तुम्ही दोघंही लहान नाही. मी जी पथ्यं तुम्हांला सांगेन, ती तुम्हाला काटेकोरपणे पाळावी लागतील."

"काटेकोरपणे?"

"हो! अवघड आहे. पण ती पाळावी लागतील. महेशकुमार, तुम्ही माझे पेशंट आहात, हे विसरायचं नाही. आणि केशर तू यांची नर्स म्हणून राहायचं. यापेक्षा दुसरं नातं नाही. समजलं?"

केशरनं मान हलवली. कैलास हसला.

म्हणाला, "महेशकुमार, यात हताश होण्यासारखं काही नाही. तुम्ही स्वतःची काळजी घ्यावी, म्हणून मी हे सांगतो आहे. दोघंही वचनबद्ध आहात. तुम्ही माझा विश्वासघात करणार नाही, याचा मला भरोसा आहे. नाइलाजानं मला तुमची व्याधी आणि पथ्यं सांगावी लागली."

महेश हताश बसला होता. खिन्नपणे हसून म्हणाला,

"बरं झालं, सांगितलं, ते!"

"धीर सोडायचं काहीच कारण नाही. मी माझं वचन पुरं करीन. हे मी शपथेवर सांगू शकतो. फक्त तुम्ही तुमचं वचन पाळा. केशर, माझ्याबरोबर चल. मी आणलेली नवीन औषधं तुला देतो."

"डॉक्टर, एक विसरलात."

"काय?"

"तुम्ही तिच्याकडे औषधं द्याल; पण इंजेक्शनं...."

"ती थांबणार नाहीत. मी सकाळी देईन. चल, केशर."

डॉक्टरांच्या पाठोपाठ केशर जिना चढून वर गेली. भोलानं आणून ठेवलेलं औषधांचं पुडकं कैलास सोडत होता. त्यातली औषधं बाजूला काढत होता. कैलासची नजर मध्येच केशरकडे गेली. केशरच्या नजरेत मूर्तिमंत भीती साठली होती. तिच्या सर्वांगाला कंप सुटला होता. कैलासनं हातांतली औषधं बाजूला ठेवली. केशरच्या भयभीत नजरेला नजर देत तो म्हणाला,

"काय झालं, केशर?"

क्षणभर केशरचे ओठ थरथरले. तिनं विचारलं,

"डॉक्टर, खरंच ते बरे होतील?"

तिच्यावरची दृष्टी न काढता कैलास म्हणाला,

"निश्चितपणे! त्यात मुळीच शंका नाही. पण संपूर्ण बरं व्हायला थोडा अवधी लागेल."

आतापर्यंत आवरलेले अश्रू केशरच्या गालांवरून ओघळले.

केशरचं विव्हल रूप पाहून कैलासचं मन हेलावलं. त्यानं केशरच्या खांद्यावर हात ठेवला. नकळत केशरनं आपली मान कैलासच्या खांद्यावर ठेवली. कैलासचे शब्द तिच्या कानांवर पडत होते :

“केशर, महेशवरचं तुझं प्रेम मला माहीत आहे. तुम्ही दोघं सुखी व्हावं, असं मला मनापासून वाटतं. आयुष्यात प्रेम करणं, एकावर मनापासून प्रेम करणं किती तापदायक असतं, हे मी भोगलं आहे, माझ्यावर विश्वास ठेव. यापुढं चुकूनही डोळ्यांत अश्रू आणू नको.”

केशर झटकन बाजूला झाली. तिनं आपले डोळे पुसले आणि ती हसली. कैलासही हसला. केशरचे ते आरक्त नेत्र, हसरे ओठ तो कौतुकानं पाहत होता.

कैलास म्हणाला, “तुम्हा बायकांचं मला हेच काही कळत नाही. क्षणांत रडता काय! क्षणांत हसता काय! मी डॉक्टर असूनही याचा अर्थ कळत नाही.”

केशर हसून म्हणाली,

“ते समजून घेण्याचा प्रयत्न करू नका. ते तुम्हांला या जन्मी कळणार नाही. त्याला स्त्रीच व्हावं लागतं.”

“असेल! तेही खरं असेल. ” कैलास हसत म्हणाला.

कैलासनं तिच्या हाती औषधं दिली. ती केव्हा, कशी घ्यायची सांगितलं आणि विचारलं.

“समजलं?”

“हो!” केशर म्हणाली,

केशर औषधं घेऊन वळणार, तोच कैलासनं तिला हाक मारली. केशर वळली. कैलास म्हणाला, “केशर! आणखीन एक पथ्य सांगायचं राहिलं!”

“काय?”

“महेशकुमार क्षयानं आजारी आहेत. त्याचा तुसडेपणा वाढेल. तो संतापानं बोलेल. अपमान करेल. तुझा आणि माझाही – पण त्याकडे लक्ष द्यायचं नाही. शक्यतो तो प्रसन्न राहील, इकडं लक्ष द्यायचं – जा तू.”

केशर खाली आली. महेश पलंगावर उशीला टेकून बसला होता. काही न बोलता केशरनं औषधं ठेवायला सुरुवात केली.

“केशर, डॉक्टर वैद्य आहेत?”

“वैद्य? का?”

“नाही, औषधं आणायला एवढा उशीर लागला, म्हणून विचारलं. ही चार डबडी आणायला एवढा उशीर लागतो? बाकी चांगला रूपवान आहे, नाही डॉक्टर? तुझं काय मत?”

“महेशऽ” केशर कळवळली.

“राग आला, वाटतं!”

“नाही. ती औषधं कशी द्यायची, ते सांगत होते.”

“एवढंच ना?”

केशर झटकन वळली. खोलीबाहेर जात असता महेशचं हसणं तिच्या कानांवर पडलं. महेशच्या खोलीबाहेर येऊन, भिंतीला मस्तक टेकवून तिनं आपल्या डोळ्यांतील अश्रूंना वाट करून दिली.

महेशवर नवे औषधोपचार चालू होते. कैलास महेशकडे संपूर्ण लक्ष देत होता. पंधरवड्यात मल्होत्रा, बालिगा येत असत. तेही महेशला तपासत असत. महेशचा खोकला आता कमी झाला होता. वजन वाढण्याची चिन्हं दिसत होती. कैक वेळेला महेश प्रसन्न दिसत असे, तर कैकदा अकारण संतापत असे. त्या दोन्ही गोष्टींची सवय केशरला झाली होती.

एके दिवशी सकाळच्या वेळी महेश पलंगावर बसला होता. त्याच्या चेहऱ्यावर प्रसन्नता होती. त्याच वेळी केशर हसत आत आली. महेशनं विचारलं,

''काय झालं?''

''डॉक्टरांनी छान जोडी ठेवली आहे.'' केशर हसू आवरत म्हणाली, ''भोला आणि रामनाथ. त्या रामनाथला सकाळी सोलकढी कशी करायची, ते सांगितलं होतं. 'समजलं' म्हणाला, म्हणून गप्प बसले. आता जाऊन बघते, तर मेल्यानं आमसोलाचं कोळ करून ठेवलंय.''

''छान! नोटेशन वाचून गाणं येत नसतं.'' महेश म्हणाला, ''पण इथं चांगली सोलं मिळतात?''

केशरनं सांगितलं, ''व्वा! येताना मी आणलीयत ना भरपूर!''

महेश हसला. म्हणाला,

''गोवेकर ना तुम्ही! सोलं, नारळ आणि बाजार नसला, तर बसल्या जागी जीव जाईल तुमचा.''

केशर हसली. म्हणाली, ''स्वारी खूश दिसते आज?''

'' आहेच! खूप बरं वाटतंय मला. केवढी प्रसन्न जागा आहे, नाही? औषधं न घेताही माणसं आपोआप बरी होतील.''

''मग डॉक्टर करतात, ते सारं व्यर्थच वाटतं?''

''डॉक्टरांचे सारेच प्रयत्न यशस्वी होतात, असं नाही. या पृथ्वीतलावर दोनच गोष्टी माणसाच्या अधीन नसतात. एक जन्म आणि दुसरा मृत्यू.''

''महेशऽऽ''

''भिऊ नको, केशर. मी इथं आल्यापासून तोच विचार करतोय....

मृत्यूला सामोरं जायची ताकद माझी नाही. एकाच वेळी पापाबरोबर पुण्य उचलता येत नाही, केशर.''

केशर म्हणाली, ''जाऊ दे ना! कसलं पाप-पुण्य?''

महेश हसला. आपल्या बोटांची चाळवाचाळव करीत तो म्हणाला,

"मला या गाण्यापुढं काहीच दिसलं नाही. त्यासाठी मी घरदार सोडलं. मित्र तोडले. अनेक जीव दुखवले. कदाचित ते पापही असू शकेल. पण एका टाकल्या गेलेल्या माणसासाठी आपलं सर्वस्व पणाला लावणाऱ्या माणसाचं पुण्य केवढं जबरदस्त असेल! नाहीतर हा डॉक्टर कोण कुणाचा? त्यानं माझ्यासाठी धडपड का करावी?"

केशर हसत पुढं झाली. महेशच्या पायांवर पांघरूण घालीत म्हणाली,

"पुरे, पुरे! आज तुमची तब्येत खरोखरच बिघडलेली दिसते. नाहीतर एवढं चांगलं बोलणं तुमच्या स्वभावात कुठलं?"

केशर वळणार, तोच महेशनं तिचा हात धरला.

"थांब, केशर. या आजारानं मला खूप शिकवलं. आकाश पकडण्यासाठी मान उंचावून धावणाऱ्या माणसाला निराश बनल्यानंतर पायालगतच्या स्वच्छ जलाशयातच ते स्वच्छ आकाश दिसावं, तसं माझं जीवन माझ्या हाती आलं आहे. ते मला हरवायचं नाही. मी बरा झालो की, तेच करणार आहे."

"काय करणार?"

"लग्न!"

केशर खळखळून हसली.

ती म्हणाली, "अय्या! मला नाही वाटत, कुठली शहाणी मुलगी तुमच्याशी लग्न करायला तयार होईल, म्हणून!"

केशरच्या डोळ्याला डोळा भिडवीत महेश म्हणाला,

"तेही मला माहीत आहे. पण जगात सर्वच मुली शहाण्या नसतात. काही वेड्याही असतात. तुझ्यासारख्या."

महेशनं केशरला एकदम जवळ घेतलं. ती क्षणभर त्याच्या मिठीत सामावली. महेशचा स्पर्श तिला सुखद वाटत होता. त्याचा हात तिच्या पाठीवर फिरत होता. तिच्या गालावर महेशचे ओठ टेकले होते. आणि काही क्षणांतच केशर भानावर आली. त्याच्या मिठीतून बाजूला होत ती म्हणाली,

"डॉक्टर येतील ना!"

"हो! तेही मला माहीत आहे." महेशचा चेहरा एकदम बदलला.

तो रूक्षपणे म्हणाला, "कळतं मला."

"काय कळतं?"

"डॉक्टर आता नाश्त्याला येतील. त्यांच्यासाठी एवढ्या प्रेमानं तू सोलकढी केलीस...."

"महेशऽ"

महेश छद्मीपणानं हसला.

"केशर, सोलकढी मला चालत नाही. ती मला वर्ज्य आहे. ज्यांच्यासाठी बनवलीस, ती त्यांना दे. मी विश्रांती घेतो."

केशर काही न बोलता खोलीबाहेर गेली.

काही क्षणांपूर्वीचा सारा आनंद ओसरला होता.

■

दिवस उलटत होते. महेशचे औषधोपचार चालू होते. जेव्हा महेश विश्रांती घेत असे, तेव्हा केशर हॉस्पिटलमध्ये जात असे. आलेल्या रुग्णांशी बोलणं, त्यांना प्रसन्न करणं, हॉस्पिटलच्या नर्स, डॉक्टर्स यांच्याशी गप्पा मारणं यांमध्ये तिचा वेळ कसा जात होता, हेही तिला कळत नसे.

एके रात्री केशर महेशचं जेवण घेऊन त्याच्या खोलीत गेली. टेबलावर ठेवलेलं अन्न पाहताच त्याच्या कपाळावर आठी पडली. केशर हसली.

तिनं विचारलं,

''काय झालं?''

''काय झालं? मला विचारतेस? हे बिनतिखटाचं, नुसतं उकडलेलं अन्न, ते सूप. घोडासुद्धा तोंड लावणार नाही.''

केशर हसत म्हणाली,

''पण तुम्ही खाता ना?''

''हसतेस काय?''

''काही नाही. जेवण काही वाईट नाही. पालक भाजी आहे. इतर भाज्या आहेत. फुलका आहे. थोडा भात आहे. मी सुद्धा तेच खाते. माझं काही बिघडलं नाही.''

''कसं अडेल? जेवण करायला सुद्धा जिभेला चव लागते. तुम्हाला त्याची सवय कुठली? येईल ते गिळायचं, एवढीच तुमची जन्मजात खोड!''

त्या आकस्मिक हल्ल्यानं केशर विव्हळ झाली. ती काही बोलणार, तोच वरून सतारीचा आवाज आला. वर नजर करीत महेश म्हणाला,

''त्या डॉक्टरांचं तुणतुणं सुरू झालं, वाटतं. ज्यातलं काही कळत नाही, ती वाद्यं ही माणसं वाजवतात कशाला?''

निःश्वास सोडून केशर म्हणाली,

''प्रत्येकाला आयुष्यात वाद्य वाजवता येतं, असं नाही. काही वेळेला ती जुळवता सुद्धा येत नाहीत. तुम्ही जेवा. जेवण गार होतंय....''

"रागावलीस वाटतं?"

"छे!"

"आज लवकर बरे आले डॉक्टर?"

केशर काही बोलली नाही.

महेश म्हणाला, "केशर, ह्या दवाखान्यात फक्त दोन रोगी आहेत, बघ. एक मी आणि दुसरा तो डॉक्टर. एकानं शरीराची व्याधी गाठली आहे आणि दुसऱ्यानं मनाची. मी एक या व्याधीतून मोकळा होईन. पण तो तुझा डॉक्टर कसा सुटणार आहे, हे मला कळत नाही."

केशर काही बोलली नाही. महेश जेवत होता. ती त्याच्याकडे हवं-नको ते पाहत होती. जेवण होताच महेशनं स्नानगृहात जाऊन आपले हात धुतले. परत अंथरुणावर येईपर्यंत केशरनं त्याची शय्या केली होती.

महेश म्हणाला,

"जा, केशर. जेवणासाठी डॉक्टर तुझी वाट पाहत असेल."

महेशची थाळी घेऊन केशर बाहेर पडली. दार ओढून घेत असता केशरनं पाहिलं. महेशनं अंगावर पांघरुण ओढून घेतलं होतं.

महेशला वर्षाचे आठ महिने काही तापदायक वाटत नसत; पण पावसाळ्याचे चार महिने त्याला भयंकर जाणवत असत. हे फक्त त्याच्याच बाबतीत नव्हतं, तर साऱ्यांच्याच बाबतीत होतं.

असाच एकदा पावसाळा संपला होता. नोव्हेंबरच्या महिन्यात थोडी थंडी पडू लागली होती. सकाळच्या वेळी कैलास महेशच्या खोलीत आला.

तो महेशला म्हणाला,

"महेशकुमार, मी आज मुंबईला जात आहे."

"ठीक."

"आपली हरकत नसेल, तर केशरला घेऊन जावं, म्हणतो."

"का?" महेशनं कैलासकडे बघत विचारलं.

"मला बालिगाची तार आली आहे. कदाचित मला तिथं गुंतावं लागेल. जी खरेदी आहे, ती मल्होत्राच्या बरोबर केशर करील."

"कसली खरेदी?"

"तशी काही विशेष नाही. हॉस्पिटलमध्ये अनेक प्रकारची औषधं लागतात. त्यांचा साठा करावा लागतो. ते काम केशरला जमणार नाही.

मल्होत्रा हे सारं करेल. त्या निमित्तानं केशर थोडं मुंबईत फिरेल."

महेश हसला. तो म्हणाला,

"डॉक्टर, तुम्हाला सारेच रुग्ण कळतात का? इथं आल्यापासून केशर कुठं बाहेर पडली नाही. तिनं कुठंतरी बाहेर जावं, मोकळ्या वातावरणात फिरावं, असं तुम्हाला वाटलं, म्हणूनच हा बेत तुम्ही आखलात ना?"

कैलास म्हणाला, "तसं काही नाही. पण वाटलं, या एकाकी वातावरणातून केशरनं कुठंतरी बाहेर पडावं. जरा मोकळ्या मनानं हिंडावं."

"ठीक आहे. माझी इथली काही काळजी करू नका. भोला आहे. रामनाथ आहे. ते सारी माझी व्यवस्था करतील. तुम्ही आनंदानं केशरला घेऊन जा."

दुसरे दिवशी कैलासबरोबर केशर मुंबईला गेली.

दोन दिवसांनंतर कैलास परत आला. केशर प्रसन्न मुद्रेनं महेशच्या खोलीत आली. महेशनं विचारलं,

"प्रवास चांगला झाला ना?"

"चांगला झाला."

"पण तुम्ही काल येणार होता ना?"

"डॉक्टर बलिगांचं हॉस्पिटलमध्ये काही काम होतं. त्यासाठी डॉक्टरांनी थांबवलं."

महेश हसला. म्हणाला,

"मल्होत्रा हा फिजीशियन. त्याला कैलासची काय जरुरी?"

"ते मला माहीत नाही. मल्होत्रा मला सारी मुंबई दाखवीत होते. कैलासबाबूंनी सांगितलेल्या साऱ्या वस्तू ते घेत होते."

"नवी पातळं, सेंट्स ह्याच वस्तू ना?"

केशरच्या मनात संताप उसळला होता. संयमानं ती म्हणाली,

"त्यातलं काहीही खरेदी केलेलं नाही. महेश, तुम्हाला डॉक्टरांचा मोठेपणा कधीच कळणार नाही."

शांतपणे ऐकणाऱ्या महेशच्या चेहऱ्यावर एक वेगळंच स्मित उमटलं.

तो म्हणाला, "मग कैलासला सोडून वारुळाला मिठी कशाला घातलीस?"

केशरचा सारा आनंद कुठच्या कुठं नाहीसा झाला. तिनं गडबडीनं आपली बॅग उघडली. जणूकाही आपण काही ऐकलंच नाही, अशा थाटात तिनं त्या बॅगेतून कलाकुसर केलेले चार रेशमी झब्बे, चार विजारी, एक निळे आणि दुसरे तांबडे- अशी दोन स्वेटर्स, दोन मफलर असं साहित्य महेशच्या समोर टाकलं. आश्चर्यानं महेश म्हणाला,

"हे काय?"

"डॉक्टरांनी तुमच्यासाठी हे घेतलं आहे."

"पण माझी मापं?"

केशर हसली. ती म्हणाली,

"या दोन वर्षांतली सारी तुमची मापं डॉक्टरांच्या दप्तरी आहेत."

"पण डॉक्टरांनी का करावं?"

"ते त्यांना विचारा. मला विचारू नका. पण दोन दिवसांत काही त्रास झाला नाही ना?"

"छे! मुळीच नाही. तो भोला, रामनाथ सारं काही करत होते. आणि या खोलीत टाकलेली सारी मासिकं मी वाचीत होतो. या जीवनाची आता मला सवय झाली आहे."

"मी जाते. माझं अजून स्नान व्हायचं आहे."

केशर बाहेर गेली. महेश समोर ठेवलेल्या कपड्यांकडे बघत होता.

रात्री डॉक्टर घरी आले. महेशच्या खोलीच्या दरवाज्यात उभे राहून त्यांनी विचारलं,

"आत येऊ का?"

"या ना!" महेश हसून म्हणाला.

"काय चाललं होतं?"

"काय चालायचं? वाचत पडायचं. कंटाळा आला की झोपायचं."

"आणि केशर कुठे गेली?"

"बहुतेक ती स्वयंपाक-घरात रामनाथ, भोलाबरोबर लुडबुड करीत असेल."

डॉक्टर हसले.

"खरं आहे. महेशकुमार, केशरसारखी गुणी मुलगी पाहायला सापडणं कठीण! किती भक्तिभावानं ती तुमची सेवा करते."

"त्यात नवल कसलं? भाविणींच्या पोरींना ती शिकवण असतेच."

"महेशकुमारऽ"

"राहिलं. पण, डॉक्टर, माझ्यासाठी एवढे कपडे, ते स्वेटर्स, मफलर यांची काय गरज होती?"

"तेच सांगण्यासाठी मी आलो आहे. चला, आपण वर जायचंय."

"कुठे?"

"माझ्या खोलीत."

"पण तो जिना...."

"चढायला हरकत नाही. तुम्ही स्वेटर घाला."

महेश थक्क होऊन डॉक्टरांच्याकडे पाहत होता. त्यानं स्वेटर अंगात चढवलं.

दोघे मिळून वर गेले. टेरेसवर खुर्च्या मांडल्या होत्या. चांदणं पडलं होतं. कैलासनं घंटेचं बटण दाबलं. काही क्षणांत भोला तिथं आला. कैलासनं विचारलं,

"भोला, केशर कुठं आहे?"

"खाली. स्वयंपाक-घरात."

"तिला पाठव."

"जी." म्हणत भोला वळला.

तोच कैलास म्हणाला,

"माझी व्हिस्की आण. साहेबांच्यासाठी कॉफी कर."

"जी." म्हणून भोला निघून गेला.

कैलास म्हणाला,

"महेशकुमार, केशर यायच्या आधी तुम्हाला एक गोष्ट सांगायची आहे."

"सांगा ना!"

"सांगतो." कैलास म्हणाला, "महेशकुमार, तुम्ही आता बरे होत आहात. तुमच्या प्रकृतीची मला आता चिंता नाही. पण आता एक पथ्य पाळावं लागेल. संतापणं, वैतागानं बोलणं, बेचैन होणाऱ्या गोष्टींना आवर घालायला हवा."

"मी जरूर प्रयत्न करीन..."

कैलास महेशच्या नजरेला नजर देत म्हणाला,

"महेशकुमार, मी सांगतो, तेवढं कृपा करून ध्यानी घ्या. केशर तुमच्यावर चोवीस तास नजर ठेवून असते. मी मुंबईला जाणार, म्हणताच तिनं आपल्या हातांतल्या सोन्याच्या बांगड्या काढून माझ्या समोर ठेवत ती मला म्हणाली, 'आता हिवाळा सुरू होईल. तो त्यांना सोसवणार नाही. ह्या बांगड्या विका आणि त्यांच्यासाठी स्वेटर्स, मफलर, मोजे या साऱ्या गोष्टी घेऊन या.' मी हसलो आणि म्हणालो, 'ठीक आहे. पण तुमच्या रंगाची निवड, नवीन आलेल्या पद्धती यातलं मला काय कळणार? त्यापेक्षा तूच चल. तुला हवं ते खरेदी कर.' केशर म्हणाली, 'पण मला यायला परवानगी देतील का?' मी म्हणालो. 'जरूर देतील.' यावर ती म्हणाली, 'मी जरूर मुंबईला येईन. पण तिथली सारी खरेदी माझ्या पैशानं करीन.' मी होकार दिला. आणि तुमची परवानगी घेऊन मी तिला मुंबईला नेलं. तिनं आपल्या निवडीनं हे सारं खरेदी केलं."

हे सारं ऐकून महेश थक्क झाला होता. तो काही बोलणार, तोच केशर आत आली. टेरेसवर बसलेल्या दोघांना बघून ती म्हणाली,

"आज वाघोबाची सुटका केलीत, वाटतं."

महेश आणि कैलास मोकळेपणानं हसले. केशरनं कॉफीचा पेला महेशच्या हाती दिला. कैलासनं आपल्या पेल्यात व्हिस्की ओतली. त्यात बर्फाचे खडे घातले.

ग्लास उंचावत तो म्हणाला,

"चिअर्स!"

एक घोट घेऊन कैलास उठला, आत जाऊन त्यानं सतारीची रेकार्ड लावली. जेव्हा तो बाहेर आला, तेव्हा त्याच्या हातात कागदाची एक पिशवी होती. दुसऱ्या हातात एक नक्षीदार काम केलेली चांदीच्या मुठीची काठी होती. त्या दोन्ही वस्तू खुर्चीवर बसत कैलासनं आपल्या मांडीवर ठेवल्या. केशर म्हणाली,

"डॉक्टर, तुम्ही म्हणजे कमालच करता!"

"का? काय झालं?"

"खाली जाऊन जरा स्वयंपाक-घरात बघा. लोणावळ्याची सारी मंडई आपल्या स्वयंपाक-घरात आली आहे. मासे काय, मटण काय! भाज्या तर साऱ्या...."

कैलास हसला.

म्हणाला, "माणसाला मृत्यू केव्हा येतो, हे कधीच समजणार नाही; पण त्याला आपला जन्म-दिवस विसरता येणार नाही."

"आज तुमचा वाढदिवस?" महेशनं विचारलं.

"हो! आज सारा स्टाफ मी जेवायला बोलावला आहे. केशर, रुग्णांच्यासाठी आणलेली सारी फळं दिलीस ना?"

"हो!" केशर म्हणाली, "मी खाली जाते."

"थांब थोडा वेळ." कैलास म्हणाला,

"थांब ना काय! तो रामनाथ, त्याची बायको, भोला एवढेच खाली आहेत, आणि त्यांनी आख्खा बाजार आणलाय. तो निस्तरणार कोण?"

"थांब केशर..." म्हणत कैलासनं आपल्या मांडीवरची पिशवी महेशच्या हाती दिली आणि तो म्हणाला, "महेशकुमार, हे केशरला द्या."

"काय आहे?"

"काही नाही, तुमच्यासाठी खरेदी केली, तेव्हा वाटलं, केशरसाठी काहीतरी घ्यावं. तिच्यासाठी एक साडी घेतली आहे. तेवढी तिला द्या."

"मग तुम्ही द्या ना!"

"तो अधिकार माझा नाही." कैलास रूक्षपणे म्हणाला.

महेशनं काही न बोलता ती साडी केशरच्या हाती दिली. केशरला काय बोलावं सुचत नव्हतं. त्याच वेळी कैलासनं आपल्याजवळची काठी महेशच्या हाती देत सांगितलं,

"महेशकुमार, तुम्हाला आता थोडं-थोडं फिरायला हरकत नाही. ही माझ्या वडिलांची काठी आहे. तुम्ही वापरा."

चांदण्यामध्ये ती काठी निरखीत महेश हसून म्हणाला,

"तसं पाहिलं, तर या काठीची गरज नव्हती. ही आहे ना काठी समोर उभी!''
कैलास मोकळेपणानं हसला,

"खरं आहे. सध्या तरी तिची योग्यता तेवढीच आहे. पण चारचौघांत आधारासाठी ती काठी तुम्हाला वापरता येणार नाही. म्हणून ही काठी तुमच्या हाती देत आहे. सकाळच्या वेळी स्वेटर, मफलर घालून दवाखान्याच्या आवारात तुम्ही फिरायला हरकत नाही. थकवा आला, तर विश्रांती घ्या.''

काही क्षण कोणीच काही बोललं नाही. त्या शांततेचा भंग करीत केशरनं विचारलं,

"मी जाऊ?''

"जा.'' कैलास म्हणाला, "आम्ही बसतो थोडा वेळ.''

केशर निघून गेली. सतारीची रेकॉर्ड संपत आली होती, पण प्लेअर तसाच चालू होता. तो बंद करण्यासाठी कैलास आत गेला.

महेश टिपूर चांदण्यात एकटाच बसून होता.

सकाळी उठलं की, महेश काठीच्या आधारानं बागेत फिरत असे. जेव्हा तो विश्रांती घेत असे, तेव्हा केशर स्वयंपाक-घरातली व्यवस्था बघून हॉस्पिटलमध्ये जात असे. अनेक रुग्णांना भेटत असे. आता केशरकडे कुत्सित नजरेनं बघणारी माणसं आदारानं बघू लागली होती. रुग्णांची चौकशी करणं, सायंकाळी सेवकांच्या घरी जाणं यांमध्ये केशरचे दिवस जात होते. अनेक महिने लोटले, तरी केशरला एकाकीपण जाणवलं नव्हतं.

एके दिवशी सकाळच्या वेळी महेशचा नाश्ता घेऊन केशर त्याच्या खोलीत आली. महेशच्या चेहऱ्यावर संताप प्रकटला होता. तो म्हणाला,

"ही नाश्त्याची वेळ आहे?"

केशर म्हणाली,

"आज पहाटेच डॉक्टर हॉस्पिटलमध्ये गेले. भोला, रामनाथ घरी नव्हते. डॉक्टरांची खोली सावरायला मी गेले होते."

"एवढी सेवा करतेस?"

"ते तुम्हाला माहीत."

"केशर!" महेश संतापानं म्हणाला, "मला माहीत आहे. तुमची भाविणीची जात. वाहत्या पाण्याकडेच झुकणारी."

"फार बोललात!" केशर आपल्या डोळ्यांतलं पाणी थोपवत म्हणाली, "तुम्हाला माहीत आहे? काल रस्त्यावर एक ॲक्सिडेंट झाला. मध्यरात्री त्या गाडीखाली सापडलेलं एक सोळा वर्षांचे पोर. डॉक्टर धावत गेले. त्यांनी त्या पोराला जीवन दिलं. साऱ्या हॉस्पिटलमध्ये तोच एक चर्चेचा विषय आहे."

"मेलेल्या माणसाला जिवंत करणं कदाचित शक्य असेल; पण जिवंत माणसाला सुद्धा मारण्याची कला तुझ्या त्या डॉक्टरला कळलेली आहे."

केशर म्हणाली,

"बस्स करा! निदान डॉक्टरांबद्दल तरी काही बोलू नका. तुम्ही औषध घ्या. मी हॉस्पिटलकडे जाऊन येते."

"कशाला?"

"मला डॉक्टरांचं अभिनंदन करायचं आहे."

"एवढी जवळीक साधली?"

"निश्चितपणे! माझ्यामुळे नव्हे. तुमच्यामुळे!"

महेशला काय बोलावं, हे सुचत नव्हतं. त्यानं आपला नाश्ता केला. औषधं घेतली. त्या बश्या आवरून केशर बाहेर पडत असता त्यानं हाक मारली.

"केशर...."

केशरनं मागे वळून पाहिलं.

महेश म्हणाला, "डॉक्टरला माझं अभिनंदन कळव."

काही न बोलता केशर बाहेर पडली.

केशरनं स्वयंपाक-घरात जाऊन बश्या ठेवल्या. रामनाथ तिच्याकडे पाहत होता. तो म्हणाला,

"बाईसाहेब, तुम्ही हे कशाला करता? आम्ही आहोत ना!"

"नाही, रामनाथ! काही माणसांचा धर्मच वेगळा असतो. त्याला तू तरी काय करणार? आपलं माणूस आपणच जपायचं असते. नाही का?"

"बाईसाहेब, खरं आहे, बघा! आजारी माणसाला घरच्या माणसानं दिलेलं अन्न गोड लागतं. माणसाला बरं वाटतं. वाईट एकच वाटतं, साहेबांना तसं कोणी राहिलं नाही."

केशर काही बोलली नाही. ती तशीच बाहेर पडली.

केशर झपझप हॉस्पिटलकडे जात होती. साऱ्या हॉस्पिटलमध्ये डॉक्टरांनी एका मेलेल्या माणसाला जिवंत केलं, एवढा एकच कौतुकाचा शब्द ऐकू येत होता. केशर डॉक्टरांच्या खोलीत शिरली. सारी खोली सिगारेटच्या धुरानं माखली होती. कैलास आपल्या खुर्चीवर बसला होता. त्याच्या समोरच्या भल्या रुंद टेबलावर अनेक एक्स-रे लावलेले होते. कैलासनं एकवार केशरकडे पाहिलं. केशर म्हणाली,

"डॉक्टर, मी तुमचं अभिनंदन करायला आले आहे."

"हां!" कैलास आपल्याच तंद्रीत म्हणाला, "केशर, काल रात्री एक अपघात झाला. जवळ-जवळ तो मृतावस्थेतच होता. मी प्रयत्नांची शिकस्त केली. पुन्हा तो श्वासोच्छ्वास करू लागला. लोक म्हणतात, मी त्याला जिवंत केलं. केशर, मेलेल्या माणसाला जिवंत करण्याचं सामर्थ्य अजून तरी या पृथ्वीतलावर नाही. बस, केशर...."

"नको, डॉक्टर... मला –"

"सांगतो ना, बैस, म्हणून! एकदा या डॉक्टरांच्या नशिबात यश आणि

अपयश काय असतं, ते उघड्या डोळ्यांनी बघ. काही बोलू नको.''

केशर शेजारच्या कोचावर बसली. ती कैलासकडे पाहत होती. कैलास एकापाठोपाठ एक सिगारेट ओढत होता. अर्धवट जळलेली सिगारेट रक्षापात्रात चुरगाळून पुन्हा दुसरी सिगारेट तो पेटवत होता. केशरला कैलासचं ते रूप पाहून काही बोलायचं धाडस होत नव्हतं.

काही वेळ गेला आणि एक नर्स धावत तिथं आली.

ती म्हणाली,

''डॉक्टर, पेशंट शुद्धीवर येत आहे.''

''ठीक आहे. तो शुद्धीवर आला की, मला सांग.''

नर्स निघून गेली. केशर म्हणाली,

''डॉक्टर, मी जाते.''

''थांब. माझं कौतुक करायला आलीस का? मग थोडं थांब.''

कैलासचं ते रूप बघून केशरला काही बोलणं सुचत नव्हतं. समोरच्या टेबलावरची आरोग्यविषयक मासिकं चाळत ती तशीच बसून होती. प्रत्येक क्षण तिला तासासारखा वाटत होता.

काही वेळानं नर्स परत आली. ती म्हणाली.

''पेशंट शुद्धीवर आला आहे.''

''काय झालं?''

''डॉक्टर!'' नर्स उद्गारली, ''तो आई-बापांना ओळखत नाही.''

कैलास आपल्या खुर्चीवरून सावकाश उठला. आपल्या हातातली सिगारेट त्यानं रक्षापात्रात चुरगळली. नर्सकडे न बघता तो म्हणाला,

''सिस्टर, तुम्ही चला. मी एवढ्यात येतो.''

नर्स जाताच कैलास केशरकडे वळून म्हणाला,

''पाहिलंस, केशर? काय घडलं, ते? हा सोळा वर्षांचा मुलगा. अपघात झाला. इथं त्याला आणीपर्यंत काही क्षण तो निर्जीव बनला होता. शेवटचा प्रयत्न म्हणून मी त्याला भराभर इंजेक्शनं दिली. जेवढे प्रयत्न शक्य होते, तेवढे केले. तो परत श्वासोच्छ्वास करू लागला. पण काही क्षणांमध्ये त्याच्या मेंदूतील ज्या नसा निकामी झाल्या होत्या, त्याबाबतीत मी काहीच करू शकलो नाही. केशर, मी त्याला जिवंत केलं नाही, तर एक शाप देऊन मोकळा झालो आहे. त्या दोन-तीन क्षणांमध्ये त्याच्या मेंदूतील ज्या नसा निकामी झाल्या होत्या, त्यामुळं तो आपल्या आई-बापांना ओळखत नाही. केशर, माहीत आहे तुला? तो सोळा वर्षांचा मुलगा आज जन्मला आहे. त्याला जपणार कोण? या सोळा वर्षांतलं त्याला काही आठवणार नाही. आजपासून त्याला सारं नवीन शिकायचं आहे. त्याला सारं

शिकवायला हवं. ती ताकद कुणाची? कोण वाढवणार त्याला? त्यापेक्षा तो पोर गेला असता, तर फार बरं झालं असतं. एक शोकांतिका टळली असती.''

बोलता-बोलता कैलास एकदम थांबला. दोन्ही हातांची बोटं एकमेकांत खेळवत तो काही वेळ त्या बोटांकडे बघत राहिला.

''नाही, केशर. या बोटांना यश नाही. फक्त अपयश आहे. केशर! जा. पुन्हा कधी या डॉक्टरांचं अभिनंदन करायला येऊ नको. मला तो पेशंट पाहायचा आहे. पाहावा लागणार आहे....''

कैलास उठलेला पाहताच केशर उठली.

पांढऱ्या वस्त्रधारी कैलासचं रूप मोठं कारुण्यमय होतं. काही न बोलता ती डॉक्टरांच्या आधी खोलीतून बाहेर पडली आणि बंगल्याकडे चालू लागली.

■

त्या दिवसापासून डॉक्टरांचं एक निराळंच रूप केशरच्या मनात ठासलं होतं. त्यांच्याबद्दलचा आदर वाढला होता. ती सकाळी उठली की, महेशची सारी कामं आटोपून कैलासच्या खोलीमध्ये जात असे. कैलास त्या वेळी हॉस्पिटलमध्ये गेलेला असे. भोलानं त्यांची खोली नीट केलेली असे. तरीही कपाटातली पुस्तकं नीट लावली की नाहीत, रेकॉर्ड्स पुसून ठेवणं, कुठे धूळ दिसली, की, पुसणं ही कामं ती स्वत: करीत असे.

एकदा अशीच ती कैलासच्या खोलीमध्ये असताना महेशची हाक आली. केशर धावत खाली आली. महेश संतप्तपणे खोलीत येरझारा घालीत होता. केशरला पाहताच त्यानं विचारलं,

"कुठे होतीस?"

"बाहेर होते."

"खोटं! जिन्यावरनं उतरलेली पावलं मी ऐकली आहेत. डॉक्टरांच्या खोलीतनं आलीस, नव्हे?"

"हो."

"काय गरज होती?"

महेशच्या डोळ्याला डोळा भिडवत केशर शांतपणे म्हणाली,

"त्यांच्या खोलीची आवराआवर करते."

"त्या भोलाचे हात मोडलेत?"

"त्याचे मोडले नाहीत; पण माझेही धडधाकट आहेत."

"अरे, व्वा! इथवर मजल गेली? बरोबरच आहे. बोलून-चालून भाविणीची पोर. कुळाचार विसरेल कशी?"

डोळ्यांत तरळलेलं पाणी आवरत केशर म्हणाली,

"काय हवं होतं?"

"माझी काठी कुठं आहे?"

केशरचे डोळे खोलीभर भिरभिरले; पण काठी कुठे दिसली नाही. तिचं ते

कावरंबावरं रूप पाहून महेश मनातून आनंदला होता.

केशर म्हणाली, ''बहुतेक हॉलमध्ये राहिली असावी.''

''असावी?''

केशर तशीच बाहेर पडली. काल फिरून आल्यानंतर काठी कोचाला टेकवून ठेवलेली होती. ती तशीच होती. ती काठी घेऊन केशर महेशच्या खोलीत आली. महेश तसाच उभा होता. केशरनं काठी पुढे केली. ती काठी घेत असताना त्या काठीवर पडलेला जोर जाणवला. महेश म्हणाला,

''असला गलथानपणा मला चालणार नाही.''

मान खाली घालून केशर म्हणाली,

''पुन्हा नाही करणार.''

''ठीक आहे. मी फिरून येतो. तोवर डॉक्टरांचं घर झाडायचं असलं, तर झाडून घे.''

– आणि एवढं बोलून केशरकडे न पाहता महेश खोलीबाहेर पडला.

केशर तशीच सुन्नपणे उभी होती. आतापर्यंत आवरलेले अश्रू तिच्या गालांवरून ओघळू लागले.

रात्री महेश झोपल्यानंतर केशर आपल्या खोलीत गेली. अंथरुणावर पडूनही तिला झोप येत नव्हती. महेशचे शब्द तिच्या काळजात घर करून गेले होते. डोक्यात विचारांचं थैमान चालू होतं.

महेश कोण आपला?

प्रियकर?

प्रियकर म्हणावा, तर तिथं प्रेम असावं लागतं.

मग मित्र?

ही मैत्री असती, तर महेश तसं बोलला नसता.

हे आताचंच नाही. लहानपणापासून सोसते आहे.

कशासाठी?

माझा कोणता स्वार्थ आहे, म्हणून मी ऐकून घ्यावं?

एक भाविणीची पोर, म्हणून?

कोण समजतो स्वतःला?

त्या वैतागात केशर अंथरुणावरून खाली आली आणि त्याच वेळी कैलासच्या खोलीतून संगीताचे सूर आले. नकळत ती त्या सुरांच्या दिशेनं जाऊ लागली. सावकाशपणे जिना चढून ती वर आली. कैलासच्या खोलीचा दरवाजा मोकळा होता. रेकॉर्ड-प्लेअरवर रेकॉर्ड वाजत होती.

'सजन काहे संग लगायेऽऽ'

दारातून तिनं पाहिलं, तो डॉक्टर दिसत नव्हते. ती तशीच आत गेली. टेरेसवर फिकट चांदणं पडलं होतं. आकाशात चंद्रकोर दिसत होती. कैलास टेरेसवर उभा होता. केशर केव्हा मागे येऊन उभी राहिली, हे त्याच्या ध्यानी आलं नाही. तिनं हाक मारली,

"डॉक्टरऽऽ"

"कोण?" म्हणत कैलासनं मागे पाहिलं. "केशर! इथं? या वेळी?"

केशरला काय बोलावं, हे सुचत नव्हतं. केशर क्षणभर थांबली आणि निर्धारानं ती म्हणाली,

"डॉक्टर, मला मंगेशीला जावंसं वाटतं."

त्या फिक्या चांदण्यात केशरचं रूप दिसत नव्हतं, तरी तिचा घायाळ आवाज डॉक्टरांना जाणवत होता.

"काय झालं, केशर?"

त्या शब्दांबरोबर केशरच्या तोंडून हुंदका बाहेर पडला.

"डॉक्टर, आता मला हे सहन होत नाही."

कैलासनं केशरच्या दोन्ही खांद्यांवर हात ठेवले. ती आवेगानं कैलासला बिलगली. कैलासच्या खांद्यावर मान टाकून केशर मुक्तपणे अश्रू ढाळीत होती. कैलासचे हात तिच्या पाठीवरून फिरत होते. काही क्षणांतच कैलास तिच्या मिठीतून बाजूला सरत म्हणाला,

"पूस ते डोळे. केशर, मीही जीवनात दु:ख भोगलं आहे, जे कधीही भरून निघणार नाही. मला ते दु:ख सावरण्याची संधी कधी मिळालीच नाही. पण ती संधी तुला मिळाली आहे. ती संधी तू सोडू नको."

"कसली संधी?"

"केशर, महेश हा साधा इसम नाही. तो एक तपस्वी आहे. दुर्वासासारखा! त्याला प्रसन्न करून घेणं एवढं सोपं नाही."

खिन्नपणे हसत केशर म्हणाली,

"मला कुठं कुणाला प्रसन्न करून घ्यायचं आहे?"

"मी डॉक्टर आहे. अनेक रुग्ण पाहतो. त्यांच्या भावना पाहतो. अनेक वेळेला त्यांचे संतापाचे बोल ऐकतो. महेशकुमार मला थोडं का बोलतात? तुमचं निदान एकमेकांवर प्रेम आहे. पण माझा स्वार्थ कोणता? मी हे सारं का सोसावं? याचा कधी विचार केलास?"

केशर खालमानेनं म्हणाली,

"मला ते काही बोलले, तरी मी ते सहन करीन. पण, डॉक्टर, त्यानं

तुम्हाला...'' केशरला पुढं बोलवलं नाही. उभ्या जागी ती गुदमरली.

"एवढंच ना? आणि त्याबद्दल तू वाईट वाटून घेतेस?''

"डॉक्टर! कुणाबद्दल काही बोललं, तर चालेल, पण तुमच्याबद्दल बोललेलं मला सहन होणार नाही.''

"जा केशर. शांतपणे झोप जा. केव्हातरी मी तुझ्याशी बोलेन. पण आज तुझी मन:स्थिती ठीक दिसत नाही. मीही माणूसच आहे. मलाही भावना आहेत. माझ्याही जीवनात एकाकीपण आहे. पण मी एक डॉक्टर आहे, हे मी कधीही विसरू शकत नाही. जा, केशर. शांतपणे झोप जा. परत कधीही माझ्या खोलीत येऊ नको. निदान मी एकटा असताना.''

कैलास पाठ फिरवून उभा राहिला. क्षणभर केशरनं त्याच्या पाठमोऱ्या आकृतीकडे पाहिलं आणि मंद पावलांनी ती माघारी वळली.

केशर आपल्या खोलीत आली. ती बरीचशी शांत झाली होती.

तिच्या पाठीवरून फिरलेला डॉक्टरांचा हात तिला जाणवत होता. आजवर असा मायेचा स्पर्श फक्त दोनच हातांनी दिला होता. एक आई चंपा आणि दुसरे रंगा मास्तर.

त्या आठवणीत ती केव्हा झोपी गेली, हेही तिला कळलं नाही.

दिवस उलटत होते. आता महेशची इंजेक्शनं बंद झाली होती. काही जुजबी औषधं आणि टॉनिक्स त्याला दिली जात होती. महिनाअखेरीस महेशच्या वजनात वाढ होत होती. महेश सकाळ-संध्याकाळ केशरसह फिरत असे. कधी गावातून चक्कर मारून येत असे. तर कधी सायंकाळच्या वेळी एखाद्या पॉइंटवर जाऊन बसत असे.

एके सकाळी स्वयंपाक-घरातून केशर महेशच्या खोलीत आली. यापूर्वी ती आली होती, तेव्हा महेश झोपला होता. आत केशर आली, तेव्हा महेश खोलीत येरझारा घालीत होता. केशरनं लगबगीनं जाऊन महेशचा नाश्ता आणला. महेश म्हणाला,

"आज छान झोप लागली."

महेशच्या प्रसन्न चेहऱ्याकडे पाहून ती म्हणाली,

"झोप लागली, यात वाईट काहीच नाही. उलट, ती आनंदाची गोष्ट आहे."

"केशर, आयुष्यामध्ये एकच गोष्ट अधीन नसते. ती म्हणजे झोप. निद्रा केव्हा लागावी आणि केव्हा जाग यावी, याचं गणित माणसाच्या स्वाधीन नसतं. लागली, तर निद्रा. नाहीतर जागरण."

केशर म्हणाली,

"अगदी खरं आहे. आपण फिरायला जायचं का?"

"जाऊ ना?"

महेशची न्याहरी आटोपली. त्यानं चांदीच्या मुठीची काठी घेतली. कपडे करून बाहेर पडत असता त्यानं विचारलं.

"डॉक्टर कुठं आहेत?"

"ते मुंबईला गेलेत."

"त्यांची न्याहरी झाली?"

"ते पहाटेच गेलेत. मी खोलीत वाचत पडले होते."

"काय वाचत होतीस?"

"शरदबाबूंचा श्रीकांत."

"श्रीकांत! श्रीकांतपेक्षा तू देवदास वाच."

"वाचलाय." केशर म्हणाली, "चला, जायचं ना?"

महेशबरोबर केशर बाहेर पडली. थोडं अंतर जाताच ती हसून म्हणाली,

"आज तुला एक सुरेख जागा दाखवते."

सेवकांच्या निवासाजवळ एक टेकडी होती. तिकडे ती जात होती. महेश आपल्या हातातील काठीच्या आधारानं पायऱ्या चढत होता.

लोणावळा हे काही तसं निसर्गरम्य ठिकाण नव्हतं. चारी-बाजूंनी हिरव्या खुरट्या गवतानं आच्छादलेली हिरवळ. दोघं त्या पायऱ्या चढून वर गेली. तिथं पांढऱ्या स्वच्छ दगडांनी आकारलेला एक कट्टा बांधला होता. तिथून खालचा परिसर दृष्टिपथात येत होता. मुंबईकडे जाणाऱ्या तांबड्या-बुंद गाड्या, वळण घेत पुण्याकडे जाणाऱ्या गाड्या, हे सारं दोघं पाहत होती.

महेशनं विचारलं,

"केशर, आजवर मला कधी इथं आणलं नाहीस?"

केशर म्हणाली,

"तुम्ही जेव्हा आजारी होता, झोपून होता, तेव्हा एक दिवस सायंकाळच्या वेळी डॉक्टर मला इथं घेऊन आले होते. त्यांची ही आवडती जागा. उल्कासह ते इथं येऊन बसत असत."

महेश हसला.

"खरंच सुरेख जागा आहे. एवढा एकांतवास! मग डॉक्टर काय म्हणाले?"

"त्या दिवशी हॉस्पिटलमध्ये एक पेशंट वारला होता. डॉक्टर त्यामुळे अगदी बेचैन होते. ते मला इथं घेऊन आले. त्यांना मन मोकळं करायचं होतं."

"मग केलं मोकळं मन?"

नि:श्वास सोडून केशर म्हणाली,

"मला अजूनही त्यांचा शब्दन् शब्द आठवतो. कुणाला मारावं आणि कुणाला जगवावं, हे डॉक्टरच्या हाती नसतं. उल्कासाठी मी खूप प्रयत्न केले, पण त्या प्रयत्नांना यश आलं नाही. गवसल्याचा आनंद खूप असतो. आणि हरवल्याचं दु:ख महाविदारक असतं."

महेश मोठ्यानं हसला.

तिनं विचारलं, "का हसलात?"

"या जागेवर त्या हरवलेल्या माणसाला काहीतरी गवसलेलं दिसतं."

केशरचा संयम सुटला. ती म्हणाली,

"कुणाबद्दल बोलता हे? त्या देवमाणसाबद्दल? तुम्हाला माहीत नाही. तो माणूस एकटा आहे. त्याला आपल्या मनातलं दुःख कुठेतरी व्यक्त करायचं होतं आणि म्हणून डॉक्टर मला इथं घेऊन आले."

"कसलं दुःख?"

"डॉक्टर शिकून आले. उल्काला न्यूमोनिया झाला होता. पण ते तितकंस खरं नव्हतं. ती दररोज थोड्या-थोड्या प्रमाणात मॉर्फीन घेत होती. मल्होत्रा, बलिगांना कधी तो संशय आला नाही. पप्पाजी गेले. त्यांचे दिवस घातले गेले. आपण जगणार नाही, हे तिला माहीत होतं. आणि एके रात्री तिनं भरपूर मॉर्फीन घेतलं. हे कुणालाच माहीत नव्हतं. शेवटच्या क्षणी तिनं ती गुप्तता डॉक्टरांना सांगितली. उल्का गेली. मला जेव्हा डॉक्टर इथं घेऊन आले, त्या वेळी ते म्हणाले, 'केशर, आजवर या कठड्यावर आम्हा दोघांखेरीज कोणीही बसलं नाही. कुणीही इथं बसावं, असं मला वाटत नाही. या ठिकाणी उल्काच्या आणि माझ्या अनेक आठवणी रेंगाळल्या आहेत. उल्का गेल्यानंतर मीही कधी या जागेवर येऊन बसलो नाही. पण आज मला वाटलं, हे मनातलं शल्य तुला सांगावं."

हे बोलत असताना केशरच्या डोळ्यांतून अश्रू ओघळत होते.

महेशनं केशरला मिठीत घेतलं. काही क्षणांतच त्यानं तिच्या गालाचं चुंबन घेतलं. महेशचे ओठ तिच्या ओठांकडे वळत होते. केशर सावध झाली. तिनं महेशच्या मिठीतून आपली सुटका करून घेतली. महेशनं विचारलं.

"का? क्षय होईल, म्हणून भीती वाटते?"

त्या संतापातच केशरनं उत्तर दिलं,

"ती वाटली असती, तर तुमच्याबरोबर आलेच नसते."

केशर उभी राहिली. सुन्न मनःस्थितीत ती समोरचं दृश्य पाहत होती. बसल्या जागेवरून महेश तिच्या पाठमोऱ्या आकृतीकडे पाहत होता. तो शांतपणे उठला. केशरजवळ जाऊन त्यानं विचारलं,

"रागावलीस?"

"नाही." मागे न पाहता केशर म्हणाली, "मला रागवण्याचा अधिकार नाही."

समोर दिसणाऱ्या दरीकडे काठी दाखवीत महेश म्हणाला,

"केशर, इथं खोल दऱ्या नाहीत. कडे नाहीत. इथं प्रसन्न हिरव्यागार खुरट्या गवतानं सजलेल्या टेकड्या दिसतात. इथं दऱ्या, कडे असते, तर किती बरं झालं असतं. या गाण्याच्या नादात मी खूप फिरलो. खूप कडे पाहिले. हिमालयात उत्तुंग शिखरावर झेपावणारे अनेक सुंदर कडे आहेत. त्यांना 'भैरव जाप' म्हणतात. परमेश्वर-वियोगानं व्याकूळ झालेले महात्मे त्यांवरून सरळ झेपावतात. प्रेम-स्वरूपात मिसळून जातात. भारताचा पहिला सम्राट वत्सराज दयन. वासवदत्तेच्या

विरहानं त्यानं अशाच एका कड्याचा आश्रय घेतला होता. वाटतं, माझ्याही जीवनात असा क्षण आला आहे.''

''महेशऽऽ'' केशर व्याकूळ होऊन म्हणाली.

''खरंच, केशर! ज्याचा ध्यास घेतला, ते गाणं सुटलं, आणि जिची सोबत हुडकली, तिनं आधारासाठी काठी पुढं केली.''

केशर एकदम पुढं झाली. ती महेशला बिलगली. तिचं व्याकूळ, भयग्रस्त रूप पाहून महेश भानावर आला. केशरच्या पाठीवरून हात फिरवत तो म्हणाला,

''घाबरू नको, केशर, मृत्यूला सामोरं जायचं बळ या दुबळ्या जीवात नाही. चल, आपण परत जाऊ.''

केशर बाजूला झाली. तिनं महेशकडे एकवार पाहिलं. हसण्याचा प्रयत्न करीत ती वळली.

तिच्या मागून हातातल्या काठीनं दगड उडवत महेश चालू लागला.

दोघे फिरून जेव्हा बंगल्यापाशी आले, तेव्हा क्षणभर दोघांचीही पावलं थबकली. त्यांचं लक्ष बाहेरच्या व्हरांड्यात आराम-खुर्चीत बसून पाइप ओढणाऱ्या कैलासकडे गेलं. त्यांना पाहताच कैलास आनंदानं उठला. महेशकडे बघत त्यानं विचारलं,

''फिरून आलात?''

''हो!'' महेश म्हणाला, ''आपण केव्हा आलात?''

''थोडा वेळ झाला.'' कैलास म्हणाला, ''पण उभ्या आयुष्यात कुणाची वाट पाहिली नाही, तेवढी तुमची वाट पाहिली.''

महेशनं विचारलं, ''का?''

''तुमच्यासाठी मुंबईहून एक भेट आणली आहे. ती दाखविण्यासाठी जीव उतावीळ झाला होता.''

महेश खिन्नपणे हसून म्हणाला,

''कुठलं नवीन औषध शोधलंत, वाटतं?''

''हो!'' कैलास हसून म्हणाला, ''चला आत.''

कैलासच्या पाठोपाठ दोघं आत आली. केशरनं महेशकडं पाहिलं. महेशनं खांदे उडवले. महेशची खोली बंद होती.

कैलास म्हणाला, ''चला, महेशकुमार. खोली उघडा.''

महेशनं केशरकडे पाहिलं. केशर पुढं झाली. तिनं खोलीचा दरवाजा उघडला. केशरच्या पाठोपाठ महेश आणि कैलास आत आले. आत आलेल्या केशर आणि महेशचे पाय जागीच थबकले.

खोलीतल्या गालिच्यावर दोन काळ्याभोर रंगाचे पत्तीदार तानपुरे ठेवले होते.

कैलास म्हणाला,

"बघता काय, महेशकुमार? पुढे व्हा ना! हीच ती भेट. तुमचा रिपोर्ट चांगला आहे. तुम्ही बरे झाला आहात. आता थोडं-थोडं गायला हरकत नाही."

भारावलेला महेश त्या तानपुऱ्यांकडे पाहत उद्गारला,

"डॉक्टर!"

"काही बोलायची गरज नाही." कैलास हसून म्हणाला

"कदाचित मला डॉक्टरकीतलं काही कळत असेल; पण या तानपुऱ्यांतलं काही कळत नाही. एखादा खरीदला असताही. पण जोडी मिळवणं भारी कठीण. शेवटी यातला एक जाणकार मित्र गाठला. अनेक ठिकाणी फिरलो आणि ही जोडी मिळवली."

"पण जोडी कशासाठी?"

"सतार छेडून दमलो. पण ते जमेल, असं दिसत नाही. अनायासे तुम्ही इथं आहात. वाटलं गाणं शिकावं."

"गाणं! आणि तुम्ही शिकणार?" महेशनं आश्चर्यानं विचारलं.

केशर तोंडाला पदर लावून हसू लपवत होती.

कैलास म्हणाला, "घाबरू नका. तो छळ मी करणार नाही. जीवनात जोड असल्याखेरीज गंमत नाही. हा दुसरा तानपुरा केशरसाठी आहे. पण गाताना काही पथ्य सांभाळावी लागतील. गाताना दम लागला, घाम आला, तर गायचं नाही."

कधी नव्हे ते महेशच्या डोळ्यांत अश्रू उभे राहिले. भरल्या आवाजात तो म्हणाला,

"डॉक्टर, हा दिवस कधी उगवेल, असं वाटलं नव्हतं. दोन वर्षं मी गात नव्हतो. पण रात्रं-दिवस मनातलं गाणं मला छळत होतं. तुमच्यामुळे आज हा दिवस दिसला."

"माझ्यामुळे नाही. तुम्ही माझ्यावर विश्वास टाकलात. योग्य ते औषधोपचार वेळच्या वेळी करून घेतलेत. या केशरनं घेतलेली काळजी. यामुळे तुम्ही बरे झालात. पुढे व्हा, महेशकुमार. तानपुरा जुळवून पाहा."

महेश हसला.

"जुळवेन. पण त्याला सूर द्यायला पेटी नको?"

कैलास हसला. स्वतःशीच बोलल्यागत म्हणाला,

"आमचा भोला म्हणजे अगदी बावळट आहे!"

– आणि एवढं बोलून कैलास बाहेर गेला. काही क्षणांत तो लहान सूरपेटी घेऊन आला.

म्हणाला, "एखादा हार्मोनियम आणावा, असं मनात आलं. पण तो वाजवणार

कोण? आणि त्यातलं बरं-वाईट मला कळत नव्हतं. माझ्या मित्रानं सांगितलं. त्याच्याच सल्ल्यानं ही सूरपेटी घेतली. तो म्हणाला, 'ह्या पेटीला पॅरिस रीड्स आहेत. यावर काम भागेल.''

''व्वा! आता सारं जमलं.'' महेश आनंदानं म्हणाला,

''तबला-पेटी नसल्यामुळे मात्र गैरसोय होईल.'' कैलास म्हणाला.

''मुळीच नाही.'' महेश म्हणाला, ''एवढी वर्षं गातो. ताल, लय जर मुरला नाही, तर आजवरच्या गाण्याला अर्थ काय? बसा, डॉक्टर.''

महेशनं बैठकीवर जागा घेतली. स्वेटर काढलं. तानपुऱ्याला नमस्कार करून तो उचलला. सूरपेटीवर केशरनं पांढऱ्या चारवर सूर धरला. महेश तानपुरा जुळवत होता. तानपुरा जुळला. महेश उदगारला,

''व्वा! छान. केशरऽ''

केशर चटकन उठली. आणि खोलीबाहेर गेली. काही वेळात ती परत आली, तेव्हा तिच्या हाती दोरा होता. महेश हसला. तिच्या हातून तो दोरा घेत म्हणाला,

''डॉक्टर, तानपुरा छान बोलतो. पण तो झंकारायचा झाला, तर त्याला नाजूक जवारीची जोड असावी लागते.''

महेशनं जवार जुळवली आणि तानपुरा जुळवला. तानपुरा झंकारू लागला. महेशनं डोळे मिटले. आकार लावला. त्या आकारानं महेशच्या अंगावर काटा उभा राहिला. महेश एक ठुमरी गात होता.

'रात पियाबिन नींद न आयेऽऽ'

मध्येच महेश थांबला. कैलासनं विचारलं,

''का? त्रास होतो का?''

''नाही, डॉक्टर! पुन्हा कधी गाता येईल, असं वाटलं नव्हतं.''

महेशच्या त्या शब्दांनी कैलासचा संयम सुटला. तो गडबडीनं उठत म्हणाला,

''मला दवाखान्याकडे जाऊन यायला हवं. मी जाऊन येतो.''

कैलास वळला आणि क्षणांत निघून गेला. महेश हसून केशरला म्हणाला,

''एवढी ऑपरेशन्स करूनही माणूस किती हळवा असतो, बघ. नाहीतर डॉक्टर उठून गेले नसते. चल, आपण तानपुरे जुळवू.''

तानपुरे आल्यापासून महेशच्या वृत्तीत पुष्कळ फरक पडला होता.

एके सायंकाळी दोघं अशाच एका पॉइंटवर बसली होती. शेजारी असलेल्या केशरचं महेशला भानही नव्हतं. मांडीवर त्यानं बोटांनी ताल धरला होता. महेशचं ते एकाग्र रूप पाहून केशरला हसू आलं. तिच्या हसण्यानं महेश भानावर आला. त्यानं विचारलं,

"का हसलीस?''

केशर म्हणाली,

"काही नाही, गाण्याखेरीज काहीच सुचत नाही ना?''

"अगदी खरं!'' महेश म्हणाला, "आजारपणात ओठांवर गाणं आलं नसेल. पण मनातले सूर कधी थांबले नाहीत. खूप सुचायचं. आठवायचं. किती मिळवायचं आहे, याची जाणीव व्हायची. आजारपणात हे सारं होतं. पण सूर लाभल्यानंतर काय होणार नाही? ज्यामुळे भान विसरावं, अशा दोनच गोष्टी माझ्या जीवनात आहेत.''

"कोणत्या?'' केशरनं हसून विचारलं.

"एक गाणं आणि दुसरी –'' महेश केशरच्या नजरेत बघत राहिला. त्याची ती नजर बघून केशरनं विचारलं,

"आणि दुसरी गोष्ट नाही सांगितलीत?''

"ऐकायचं आहे?''

"सांगितलं, तर...''

"सांगतो. दुसरी गोष्ट –'' महेश तिच्याकडे बोट करीत म्हणाला,

केशर लाजली. महेशनं तिला एकदम जवळ घेतलं. महेशचे ओठ तिच्या मानेवर टेकले होते. त्या ओठांच्या स्पर्शानं केशर भानावर आली. मिठीतून दूर होण्याचा ती प्रयत्न करीत असता महेशनं विचारलं,

"केशरऽऽ.''

केशर म्हणाली,

"सोडा नाऽ.''

महेशनं तिला आवेगानं जवळ ओढलं. केशर म्हणाली,

"सोडा. सोडा म्हणते ना!''

महेशची मिठी सैल झाली. केशर बाजूला सरकली. विरस झालेल्या महेशच्या कपाळी संतापाची आठी उमटली. तो म्हणाला,

"एवढं भ्यायला काय झालं? माझ्या आजाराची भीती वाटते?''

महेशचा संताप ओळखून केशर हसण्याचा प्रयत्न करीत म्हणाली,

"म्हटलं... आपलं अजून लग्न झालं नाही.''

महेशला ती थट्टा वाटली नाही. तो उफाळला.

"भाविणीच्या पोरीला लग्नाची गरज केव्हापासून वाटू लागली?''

त्या अनपेक्षित घावानं केशर घायाळ बनली. अश्रू आवरणं तिला कठीण झालं. ती कशीबशी म्हणाली,

"म्हणूनच भाविणीच्या पोरीला जवळ केलीत, वाटतं?''

केशर संतापानं ताडकन उठली आणि अश्रू टिपत जाऊ लागली. महेशनं तिला

समजावण्यासाठी हाक मारली. तो उठला; पण केशर धावत सुटली. महेशला तिच्या पाठीमागून धावण्याचं बळ राहिलं नव्हतं. तो सावकाश चालू लागला.

एकटी भरभर चालत येणारी केशर पाहून व्हरांड्यात बसलेला कैलास उठून उभा राहिला. त्यानं आपल्या हातातली सिगारेट जवळच्या रक्षापात्रात विझवली. कैलासला पाहताच केशरला उमाळा आला. ती धावत तशीच आत गेली. पाठोपाठ कैलास आत आला. खोलीत केशर पाठमोरी उभी होती. कैलासनं विचारलं,

"परत भांडलात?"

केशरनं डोळे पुसले. तिनं नकारार्थी मान हलवली. कैलासनं विचारलं,

"काय झालं, केशर?"

अश्रुपूर्ण नजरेनं केशर वळली. कैलासकडे पाहताना तिचे ओठ थरथरू लागले. कैलासनं परत विचारलं,

"काय झालं, केशर?"

केशरचे सारे बंध सुटले, तिचा संताप उफाळला. ती म्हणाली,

"मी केलेलं सारं वाया गेलं. भाविणीची पोर भावीणच राहते. तिला कसली किंमत नसते, हे आज कळलं मला."

कैलास तिला समजावत म्हणाला,

"केशर, महेशला संतापायचा अधिकार आहे. तो नुकताच बरा झालेला आहे. संतापायचा अधिकार तुला नाही."

केशर ताडकन म्हणाली,

"म्हणूनच बोलले, ते ऐकून घ्यावं? भाविणीची पोर झाले, म्हणून काय झालं? माणूसच आहे ना मी? सारी लाज गुंडाळून याला जपण्यासाठी घरदार सोडलं; पण त्याची कदर कुणाला?"

कैलास म्हणाला, "शांत हो, केशर! मी परत सांगतो. तो बरा झाला असला, तरी अजून रुग्ण आहे. त्याचा संताप सहन करायला हवा, त्याला जपायला हवं. राग करण्याऐवजी अशा माणसाची कीव करावी."

त्याच वेळेला महेशनं प्रवेश केला. शेवटचं वाक्य त्याच्या कानी पडलं होतं. महेश म्हणाला,

"कीव! आणि माझी? कीव करून जगण्यापेक्षा मला मरण जवळचं वाटेल. असल्या दयेपुढे जगणारा मी नव्हे."

"ऐकलंत, डॉक्टर? केवढी कृतज्ञता आहे, ती! देवानं ह्यांच्या गळ्यात सूर दिला; पण मन कोरडंच ठेवलं."

महेश छद्मीपणानं हसला. म्हणाला,

"व्वा! छान बोलता. तुमचं मोल माहीत नाही कसं? आणि या डॉक्टरांचंच

म्हणशील, तर चिंता करू नको. कुठेही चार-दोन गाणी केली, तर त्यांची पैन् पै चुकती होईल.''

केशर संतापानं उफाळली,

''महेशऽऽ!''

महेश त्याच संतापात म्हणाला,

''चूप! आवाज काढायची गरज नाही. कुणाचे उपकार? तुमचे? मी काही या डॉक्टरांच्या पाठीमागे लागलो नव्हतो. त्यांनीच मला इथं आणलं आणि तुम्ही आलात. ते स्वत:च्या पायानं. माझा आग्रह नव्हता.''

कैलास म्हणाला, ''महेशकुमार, शांत व्हा. तुम्हाला हे शोभत नाही.''

''मला काय शोभतं आणि काय शोभत नाही, हे कळतं. ते तुमच्याकडून शिकण्याची माझी इच्छा नाही.''

न राहवून केशर म्हणाली,

''कुणाला बोलता हे?''

''ह्या डॉक्टरांना! फार मोठे आहेत ते! एवढा मोठा दवाखाना काढला, ते उगीच नाही; पण त्याचं खरं कारण मला माहीत आहे.''

''कसलं कारण?'' कैलासनं न कळत विचारलं.

''तुमची पत्नी क्षयानं वारली, म्हणून तुम्ही हे हॉस्पिटल काढलं.''

केशर कळवळून उद्‌गारली,

''महेशऽऽ''

पण तिकडे लक्ष न देता महेश म्हणाला,

''केवढं थोर कृत्य! पण, डॉक्टर, तुम्हीच सांगितलंत ना! फार आबाळ केली, की क्षय होतो, म्हणून!'' महेश छद्मीपणानं हसला. कैलासकडे पाहत तो म्हणाला, ''पत्नीच्या मागे तिची सतार छेडत बसण्याऐवजी त्यांना वेळीच जपलं असतंत, तर फार बरं झालं असतं.''

कैलासचा चेहरा एकदम व्यथित झाला. आवाज शुष्क बनला. कसाबसा तो म्हणाला,

''महेशकुमार, हे बोलला नसता, तर फार बरं झालं असतं. येतो मी.''

कैलास सावकाश वळला आणि निघून गेला. संतप्त झालेली केशर म्हणाली,

''झालं समाधान? चांगले पांग फेडलेत. एक निवारा मिळाला होता, तोही गमावलात.

''असल्या निवाऱ्याची मला गरज नाही.''

केशर थक्क होऊन महेशकडे पाहत होती. क्षणांत तिचा चेहरा तिरस्कारानं भरून गेला. त्याच संतापात ती वळली आणि महेशकडे पाठ फिरवून आपल्या

खोलीकडे निघून गेली. खोलीत शिरता-शिरता ती दारातच थबकली. माडीवरून सतारीचे स्वर येत होते. नकळत केशर जिन्याच्या पायऱ्या चढू लागली.

आपल्या खोलीत कैलास पलंगावर बसून डोळे मिटून सतार छेडत होता. केशर तशीच पुढे झाली. पलंगापाशी ती आली, तरी कैलासला तिचं भान नव्हतं. केशर पलंगाशेजारी बसली आणि पलंगाच्या काठावर मस्तक टेकून हुंदके देऊ लागली. कैलास भानावर आला. केशरला त्या अवस्थेत बघून तो चकित झाला. सतार बाजूला ठेवून कैलास म्हणाला,

"केशर! रडतेस? माझ्यासाठी? पूस ते डोळे. माझा कुणी अपमान केला नाही. मी डॉक्टर आहे. संतापण्याचा अधिकार मला नाही. तू वाईट वाटून घेऊ नकोस." कैलास हसण्याचा प्रयत्न करीत म्हणाला, "महेश संतापले. ते मला बोलत होते. पण त्यातही मला आनंद होता. केशर, महेश पूर्ण बरे झाले आहेत. त्याचं नुसतं शरीरच व्याधिमुक्त झालं नाही, तर त्यांचा मूळचा स्वभावही जागा झाला आहे. पूर्ण बरं व्हायचं झालं, तर शरीराबरोबरच मनही जागं व्हावं लागतं."

"पण त्यासाठी तुमचा अपमान...."

"मानला, तर! या कलावंतांना आपल्या कलेखेरीज काही दिसत नाही आणि त्या सुरांत अडकलेले आमच्यासारखे रसिक तर सुरासाठी कोणताही अपमान समजत नाहीत. ती सवय झालेली असते. तू जा."

केशर डोळे टिपत उठली आणि नि:श्वास सोडून खोलीबाहेर पडली.

झालेल्या प्रकारानं महेशही बेचैन झाला होता. पहाटेच्या वेळी त्याला जाग आली. घरात सर्वत्र सामसूम होती. तो तसाच उठला आणि जिन्याकडे जाऊ लागला. ध्वनिमुद्रिकेवर बैरागी रागाचे सूर उमटत होते. कैलासच्या खोलीचा दरवाजा उघडाच होता. महेश धारिष्ट करून खोलीत शिरला.

कैलासची खोली रिकामी होती. बाहेर टेरेसवर कैलास आरामखुर्चीवर बसला होता. नुकतीच पहाट होत होती. महेश टेरेसवर गेला. कैलासच्या पाठीमागे जाऊन उभा राहिला. कैलासचं लक्ष पाठीमागे उभ्या असलेल्या महेशकडे गेलं. त्यानं विचारलं,

"महेशकुमार, झोपला नाही?"

"डॉक्टर, पापी माणसाला एवढ्या सहजासहजी झोप येत नसते."

कैलासनं विचारलं,

"कोण पापी?"

"मी!"

"काय बोलता?" कैलासनं महेशकडे पाहत विचारलं.

"डॉक्टर, मी तुमची क्षमा मागायला आलोय. मी आयुष्यात कधी कुणाची क्षमा मागितली नाही. पण आज मनापासून मागावीशी वाटते."

"कशाबद्दल?"

"मी तुम्हाला जे बोललो, त्याची मला शरम वाटते."

कैलासनं शेजारची वेताची खुर्ची ओढली आणि म्हणाला,

"बसा, महेशकुमार. माझी क्षमा मागायचं काही कारण नाही. माझ्या मनात काही नाही. जे बोललात, ते सत्य होतं. बोलून-चालून मी सर्जन आहे. चिरफाड करण्यापलीकडे मला काही करता येत नाही. तुम्ही माझ्या रोगाचं अचूक निदान केलंत. नेमकं त्यावर बोट ठेवलंत. क्षणभर मला असं वाटलं की, तुम्ही गायक नाही. तुम्ही सर्जन आहात."

महेश म्हणाला, "मी सर्जन नाही. खोट्या गोष्टीची भलावण करणं मला जमत नाही. हजारो माणसांच्या समोर गाताना त्यांतले ज्ञानी किती आहेत, याची समज मला असते; पण चुकून एखादा बदसूर लागला, तर जाणकारापासून अजाणकारांपर्यंत सारं सभागृह चुकचुकतं. सुरेल सूर साऱ्यांनाच कळतो आणि बेसूर साऱ्यांच्या मनात चुकचुकून जातो. हा आजवरच्या मैफलीचा माझा अनुभव आहे. आज माझा सूर बेसूर बनला, याची खंत मला वाटते."

कैलास हसत म्हणाला,

"सूर बेसूर कधीच नसतो. काहीतरी नवीन दाखवण्याची जिद्द त्यात असते. त्यामुळे कित्येकदा तो अपयशीच ठरतो. ते तुम्ही मनाला लावून घेऊ नका."

महेश म्हणाला, "डॉक्टर, माझी जन्मकथा तुम्हाला माहीत नाही. माझ्या लहानपणीच माझं मातृ-पितृ छत्र हरवलं. आईची माया असते, असं म्हणतात. ती मला कधीच मिळाली नाही..." क्षणभर तो हसला आणि म्हणाला, "हे म्हणणंसुद्धा कृतघ्नपणाचं आहे. चंपाआई आणि रंगा मास्तर या दोघांनी मला त्याच मायेनं सांभाळलं. लहानपण होतं.

मंगेशीच्या वातावरणात मी आणि केशर वाढत होतो. सायंकाळी रंगा मास्तरांच्याबरोबर देवाच्या सेवेला आम्ही बसत असू आणि एके दिवशी मुंबईकडचे एक गवई तिथं आले. त्यांना चांगल्या सुराचा एक मुलगा हवा होता. त्यांनी माझा आवाज ऐकला आणि त्यांनी मला उचललं. गोपूकाका किंवा काकी ह्यांनी त्याला विरोध केला नाही. लहानपणीच मी त्या गवयाच्या स्वाधीन केला गेलो. पहाटेचा रियाझ आणि सायंकाळची बैठक यात दिवस जायचे. एवढा कोवळा मुलगा इतकं सुंदर गातो, याचं कौतुक लोकांना फार होतं. बैठका जमत होत्या. मागणीही भरपूर होती. हे सारं करीत मी वाढत होतो. माझ्या गुरूनं मला खूप शिकवलं. सूर, ताल, राग या साऱ्यांची जाणीव दिली; पण माझं पोरकेपण कधी संपलं नाही. त्यातच मी

आजारी पडलो. तुम्ही आलात. मला इथं आणलंत. कुणास माहीत, जर तुम्ही आला नसतात, तर आज माझी पुण्यतिथीही साजरी झाली असती. साजरी म्हणणं खोटं; पण पुण्यतिथी झाली असती, हे खरं.''

कैलास म्हणाला, ''महेशकुमार, कशाला सांगता हे? ह्या गोष्टी का मला माहीत नाहीत?''

महेश म्हणाला, ''माहीत असतीलही. पण आज मी तुमची मनापासून क्षमा मागतो. तुम्ही क्षमा करा. क्षमा केली, असं म्हणा.''

कैलास म्हणाला, ''क्षमा कुणी कुणाला करायची? तुमच्या गाण्यावर जर मी लुब्ध झालो नसतो, तर मी हे कष्ट घेतले असते का? ह्या जगात दांभिकपणे बोलणारी खूप माणसं मी बघितलीत. पण आपल्या मनातली गोष्ट स्पष्टपणानं व्यक्त करणारी माणसं फार थोडी. तुम्ही तुमच्या भावना स्पष्टपणानं व्यक्त केल्यात. त्याचा मला राग नाही. प्रेम हे स्त्री-पुरुषांचंच असतं, असं नाही. तुमच्या गाण्यावर मी प्रेम केलं नसतं, तर मी तुम्हाला इथं आणलंही नसतं. महेश, तुम्ही शांतपणे जा. झोपा.''

महेश उठला. तो बाहेर जात असता त्यानं मागे वळून पाहिलं.

कैलास सिगारेट ओढत शांतपणे बसल्या जागी स्वस्थ होता.

■

संध्याकाळची वेळ होती. महेश आणि केशर आपल्या निवासापासून फिरत लांब आली होती. पूर्व क्षितिजावर काळे ढग उमटले होते. उन्हाळ्याचे दिवस आणि त्यात वाऱ्याचा लवलेशही नव्हता. सर्वत्र नि:स्तब्ध शांतता पसरली होती. एक उंचवट्याची जागा बघून दोघं बसली.

महेश म्हणाला,

"केशर, आता मी बरा झालो आहे. आता वृथा इथं का राहावं?"

केशर म्हणाली,

"डॉक्टरांनी परवानगी दिली, तर आपण जाऊ."

"केशर, आपण कितीही मोठे झालो, तरी बालपणीच्या आठवणी विसरत नाहीत. ती माडांची झाडं, तो खळखळत जाणारा ओढा, तो मंगेशीचा परिसर... सारं आठवतं, बघ."

"आणखीन काही?"

महेश मोकळेपणानं हसला.

"आठवतं तर! सकाळी काकाच्या घरी पाणी भरून झालं की, तू-मी बेल गोळा करीत असू. नंतर तू ओवळीची फुलं गोळा करण्यात मग्न होत असे. त्यात थोडा वेळ तुला मी मदत करीत असे. पण नंतर मी कंटाळत असे आणि फुलं गोळा करणाऱ्या तुला पाहत असे. वेळेचं भान येताच चंपाआईला बेल देऊन मी काकांच्या घरी पळत असे आणि नंतर काही वेळानं ओवळीचा गजरा घेऊन तू माझ्याकडे येत असे. माझ्या हाती गजरा बांधत असे. सांगितलं, तर तुला खोटं वाटेल. साऱ्या देशभर या गाण्याच्या नादानं मी फिरलो. अनेक हार स्वीकारले. पण कुणी बकुळीचा गजरा हाती दिला, तर तुझी तीव्रतेने आठवण व्हायची. त्यानंतर आजवर मी कधीही, कुणाकडूनही बकुळीचा गजरा हाती बांधला नाही."

"का?"

"त्याला उत्तर नाही. त्या बकुळीच्या फुलासारखं वाईट फूल नाही. गळ्यात पडलेल्या हारांचा ढीग असूनही त्यातून नकळत मी बकुळीची माळ उचलत असे.

खोलीवर आलो की, उशाशी ती माळ ठेवत असे. सारी खोली त्या मंद सुवासानं दरवळत असे. एक उदबत्तीची काडी कुठेतरी जळत असते, पण तिचा सुवास साऱ्या खोलीभर दरवळत असतो. तीच अवस्था माझी होत असे. आणि तुझ्या आठवणीनं सारं मन भरून जात असे.''

केशर म्हणाली, ''पुष्कळ झालं, ते बघा. ढग भरून आलेत. पावसाचा नेम नाही. आपण लवकर परतू या.''

महेशनं पाहिलं. तो खरोखर पूर्वेला काळ्या ढगांनी आकाश व्यापलं होतं.

पूर्व क्षितिजावरचे वर चढणारे काळे ढग बघत असता ढगांचा आवाज घुमला. त्या आवाजानं महेशचा चेहरा उजळला. तो केशरला म्हणाला.''

''केशर, खर्ज लावायचा झाला, तर असा धीरगंभीर लावावा.''

केशरनं मान डोलवली, उठत ती म्हणाली,

''खर्ज नंतर बघू. आता उठा.''

''थांब, केशर. हे निसर्गाचं रूप बघू दे.''

– आणि त्याच वेळी त्या काळ्याभोर ढगांच्या पार्श्वभूमीवर एक नाजूक वीज लखखकन चमकून गेली. तिकडे बोट दाखवत महेश म्हणाला,

''पाहिलंस, केशर? हिला म्हणतात, सौदामिनी! रागदारीत जशी हरकत उमटते, ना! तशी ही नाजूक वीज.''

काळ्या ढगांची उंची वाढली होती. डोळे दिपवून टाकणारी एक वीज समोरच उतरली आणि साऱ्या आसमंतात तो आवाज घुमला. महेश निसर्गाचं ते रूप बेभानपणे पाहत होता. तो उद्गारला,

''व्वा! ही तान! ही वीज जशी आकाश भेदून उतरली, तीच ताकद तानेमध्ये हवी.''

केशरचं लक्ष त्या वाढणाऱ्या ढगांच्याकडे होतं.

एक गार वाऱ्याची झुळूक आली. गडबडीनं केशर म्हणाली,

''अहो, उठा ना! एवढ्यात पाऊस येईल. जो खर्ज, जी हरकत, जी तान घ्यायची असेल, ती खोलीवर घ्या. एवढ्यात पाऊस गाठेल. चला. चला म्हणते ना!''

तिनं बळजबरीनं महेशला उठवलं. गार वाऱ्याचे झोत वाढले होते. पूर्वक्षितिज धूसर बनलं होतं. दोघंही भरभर पावलं टाकीत होती. पण अर्ध्या वाटेवरच टपोरे थेंब पडायला सुरुवात झाली. आकाशात विजांचा कडकडाट चालू होता आणि वेगानं उतरणारा पाऊस दोघांना भिजवत होता. ओलेचिंब झालेल्या दोघांनी बंगला गाठला. केशर उद्वेगानं म्हणाली,

''तरी सांगत होते, लवकर चला, म्हणून. पण ऐकतं कोण? निदान आता

कपडे तरी लवकर बदला.''

– आणि एवढं बोलून केशर आपल्या खोलीत निघून गेली.

केशर कपडे बदलून आली, त्या वेळेला महेश आपले कपडे बदलून पलंगावर झोपला होता. केशरनं त्याला स्वेटर घालायला लावलं. ते घालत असताना त्याच्या ओल्या केसांचा स्पर्श तिला झाला. तिनं टॉवेल आणला. त्याचं मस्तक कोरडं करीत ती म्हणाली,

''आता लहान का आहात तुम्ही? साधे केस कोरडे करता येत नाहीत?''

महेश ती सारी धावपळ आनंदानं बघत होता. तो म्हणाला,

''केशर! केस ओलेच असतात. ते कधीच कोरडे होत नाहीत. कारण त्याखाली बुद्धी लपलेली असते.''

''पुरे झालं शहाणपण!'' म्हणत केशरनं सर्व खिडक्या बंद केल्या. महेशच्या अंगावर पांघरूण घातलं.

म्हणाली, ''आता स्वस्थ झोपा.''

महेश मोठा प्रसन्न होता. तो म्हणाला,

''केशर, तो तानपुरा घे. काहीतरी म्हण.''

''आत्ता?''

''हो!''

काही न बोलता केशरनं तानपुरा घेतला. जुळवला. महेश म्हणाला,

''मध्यम जरा जोडून घे.''

केशरनं तानपुरा जुळवला आणि ती बैरागी रागातली 'रैना बिना चैन कहाँ' गाऊ लागली.

महेश तो ख्याल ऐकत होता. महेशच्या गळ्यातल्या ठराविक जागा ती सही सही गात होती. मध्येच महेश तिला म्हणाला,

''थांब! पंचम स्थिर लागला पाहिजे.''

महेशनं आपल्या अंगावरचं पांघरूण फेकून दिलं आणि तो म्हणाला,

''गा''

केशर गाऊ लागली आणि त्यामध्ये महेशचा आवाज मिसळला.

दोघं गात होती. महेश तिला अनेक जागा दाखवीत होता. तिच्या कंठातून उतरवून घेत होता. दाराशी उभा असलेल्या कैलासचं भान दोघांनाही नव्हतं. जेव्हा गाणं संपलं, तेव्हा कैलास आत आला. त्याला पाहताच दोघे चपापले. कैलास म्हणाला,

''मी बाहेरून ऐकत होतो. तुम्हा दोघांचं गाणं ऐकून खूप समाधान वाटलं. आठवतं, महेशकुमार? हे तानपुरे आणले, तेव्हा तुम्हीच मला सांगितलं होतं की,

जबारीखेरीज तानपुरा झंकारत नाही. एक साधी दोऱ्याची तात, पण सप्तस्वरांना ती केवढं बोलकं करते.''

''डॉक्टर, ह्यांचा आजचा पराक्रम तुम्हाला माहीत नाही. आम्ही फिरायला गेलो होतो. वळीव पाऊस धरला होता. मी सांगत होते. लवकर घरी जाऊ. पण यांच्या कुठलं ध्यानी यायला? तो पाऊस कसा येतो, हे पाहण्यात हे गर्क. बळजबरीनं यांना उठवून घरी आणायला निघाले. वाटेतच पावसानं आम्हाला गाठलं. चिंब भिजून घर गाठल्यानंतर यांना बैरागी सुचतो.''

कैलास हसला. म्हणाला,

''केशर. कलावंत कुठं रमतो, याला सीमा नसतात. वादळाचं, पावसाचं, विजांचं भय यांना नसतं. ठीक आहे. पण पुन्हा असं भिजू नका.''

कैलास निघून गेला.

भोजन झाल्यानंतर महेश नेहमीप्रमाणं झोपला. केशर आपल्या खोलीत निघून गेली. मध्यरात्री ती दचकून जागी झाली. महेशची हाक तिला ऐकू आली होती. गडबडीनं ती महेशच्या खोलीत आली. तिला पाहताच महेश म्हणाला,

''माझ्या अंगावर पांघरूण घाल. थंडी वाजते.''

केशरनं महेशच्या मस्तकावर हात ठेवला. ते तप्त मस्तक तिला जाणवलं. आपल्या खोलीत जाऊन तिनं दुलई आणली आणि ती महेशच्या अंगावर घातली. तिच्या भयभीत नजरेकडे पाहत महेश म्हणाला,

''भिऊ नको. थोडा ताप आलाय, असं वाटतं.''

केशर त्याच्याजवळ बसून होती. ती म्हणाली,

''डॉक्टरांना बोलवू?''

''नको. त्याची गरज नाही. पण जवळ बैस!''

केशर महेशच्या जवळ बसली होती. महेश झोपी गेला, तरी तेथून उठण्याचं भान केशरला राहिलं नाही. मधून-मधून महेश जागा होत होता. जागा होताच त्याची हाक येई :

''केशरऽऽ''

– आणि त्याच्या मस्तकावरून हात फिरवत केशर म्हणत असे,

''मी आहे.''

दिवस केव्हा उजाडतो, याची केशर वाट पाहत होती.

दिवस उजाडला आणि भोला खोलीत आला. त्यानं विचारलं,

''बाईसाहेब, चहा आणू?''

पण त्याला उत्तर न देता केशरनं विचारलं,

"डॉक्टर उठलेत?"

"हो. त्यांनी चहा घेतला."

"कुठं आहेत?"

"आपल्या खोलीत."

"भोला, डॉक्टरांना सांग. साहेबांची तब्येत बरी नाही..."

महेश जागाच होता. तो म्हणाला,

"एवढ्यासाठी डॉक्टरांना कशाला बोलावतेस?"

"तुम्ही स्वस्थ पडून राहा." केशर कठोरपणे म्हणाली.

— आणि थोड्याच वेळात कैलास खाली आला. अंगावर भरपूर पांघरूण घेतलेला महेश, त्याच्या शेजारी बसलेली केशर कैलास पाहत होता. काही न बोलता तो जवळ गेला. त्याच्या मस्तकावर हात ठेवून त्यानं पाहिलं. कैलास म्हणाला,

"काल भिजलात ना! त्याचा हा परिणाम आहे. भ्यायचं काही कारण नाही. एक-दोन दिवसांत ताप उतरेल. मी औषध देतो."

महेशवर उपचार चालू होते. चारच दिवसांत महेशचा ताप उतरला. पण अशक्तपणा त्याला जाणवत होता. अंथरुणावर पडून तो कंटाळला होता. त्यानं केशरला सांगितलं,

"केशर, मला भटियार ऐकव."

केशरनं विचारलं,

"या वेळी?"

महेश म्हणाला,

"राग केव्हाच कालबद्ध नसतात. तू गा."

केशर गाऊ लागली. मध्येच महेश एकदम म्हणाला,

"थांब, केशर भटियारचा षड्ज असा गाठायचा नसतो."

— आणि बसल्या जागेवरून महेशनं षड्ज लावायचा प्रयत्न केला. पण गळ्यातून आवाज उमटला नाही.

कासावीस झालेला महेश म्हणाला,

"केशर, माझा आवाज...."

त्या कासावीस शब्दांनी चकित झालेल्या केशरनं गोंधळून विचारलं,

"काय झालं?"

"केशर, माझा आवाज लागत नाही... केशर, माझा आवाज... माझा गळा काम देत नाही. तू डॉक्टरांना बोलव."

कैलासला निरोप मिळताच ते तातडीनं आले. महेशच्या डोळ्यांत पाणी तरळलं होतं. कासावीस झालेला महेश एवढंच म्हणाला,

"डॉक्टर, माझा आवाज गेला...."

"महेशकुमार, एवढं कासावीस होऊ नका. परवा भिजलात, त्याचा कदाचित हा परिणाम असेल. आवाज हा परमेश्वरानं दिलेला असतो. तो घेऊन जाण्याचा अधिकार कुणालाही नाही. तुम्ही शांत व्हा!"

कैलासनं औषधोपचार केले. गळा शेकला. पण आठ दिवसांच्या उपचारात काहीही फरक पडला नाही. कैलास म्हणाला,

"महेशकुमार, असा आवाज केव्हातरी जातो. काही शिरा कमजोर बनतात. पण त्या परत येतात. तुम्ही घाबरायचं कारण नाही."

कैलास धीराचे शब्द देऊन निघून गेला. पण महेशच्या आवाजात काहीच फरक पडला नाही.

एके दिवशी सकाळच्या वेळी केशर बाहेर आली, तेव्हा मधल्या हॉलमध्ये तटस्थपणे उभा असलेला कैलास तिनं पाहिला. काही न बोलता ती महेशच्या खोलीत गेली. महेशची खोली रिकामी होती. ती तशीच बाहेर आली. तिनं विचारलं,

"डॉक्टर, महेश कुठं फिरायला गेलेत?"

कैलासनं काही न बोलता टेबलावरचा एक कागद उचलला आणि केशरच्या हाती दिला. त्या कागदावर लिहिलं होतं :

"प्रिय डॉक्टर,

ज्या आवाजासाठी तुम्ही मला जवळ केलंत, तो आवाज मी हरवलेला आहे. आता मी इथं राहण्यात काहीच अर्थ नाही. आज मी हे घर सोडून जात आहे. तुम्ही केलेले उपकार मी कधीही विसरणार नाही.

जर कधी काळी माझा आवाज गवसलाच, तर त्या दिवशी मी प्रथम तुमच्या समोरच गाईन.

तुमचा
महेश

केशरनं ते पत्र वाचलं. ती म्हणाली,

"डॉक्टर, मला कशाला दाखवता हे पत्र? यात माझा उल्लेख कुठे आहे? मी कुठेच नाही. भाविणीची पोर ना मी!"

कैलास म्हणाला,

''ते निघून गेलेत, हे खरं आहे; पण त्यांच्याजवळ ना पैसा, ना अडका! काय करतील ते?''

केशरनं आपले डोळे टिपले. ती म्हणाली, ''थांबा, डॉक्टर.''

केशर महेशच्या खोलीत गेली, आणि काही क्षणांतच ती बाहेर आली. खिन्नतेनं हसून ती म्हणाली,

''डॉक्टर, त्यांची काही काळजी करू नका. इथं आम्ही आलो, तेव्हा तुम्ही खर्चासाठी दोन हजार ठेवले होते. ते त्यांच्याच कपाटात होते. ते घेऊन गेलेत. त्यांची काळजी करण्याचं कारण नाही.''

केशरच्या डोळ्यांतून अश्रुधारा वाहत होत्या. पण ते अश्रू पुसण्याचं सामर्थ्य कैलासच्या अंगी नव्हतं. उद्विग्नपणे कैलास बाहेर गेला.

केशर त्याच्या पाठमोऱ्या आकृतीकडे अश्रुपूर्ण नजरेनं पाहत होती. ∎

केशर दिवसेंदिवस अधिकच बेचैन बनत होती. महेश अचानक निघून गेल्यापासून तिच्या जिवाला चैन नव्हतं. वेळ घालवण्यासाठी ती भोलासह बाजारहाट करण्यासाठी जात असे. सायंकाळी दवाखान्यात जाऊन रुग्णांबरोबर बोलत असे. केशरच्या मनातली वाढती बेचैनी कैलासच्या ध्यानी येत होती.

एक दिवस दोन प्रहरी कैलासचं जेवण झाल्यावर केशर कैलासला म्हणाली,

''डॉक्टर, मी मंगेशीला जावं म्हणते.''

सारं कळत असूनही कैलासनं विचारलं,

''का?''

''इथं राहून मी काय करू? मंगेशीला गेले, तर निदान आईला मदत तरी होईल.''

कैलास म्हणाला,

''बघू.''

कैलासलाही तो विचार पटलेला होता. दोन दिवसांनी भोलाला बरोबर देऊन त्यानं केशरला मंगेशीला पाठवलं. जवळ-जवळ अडीच वर्षांनी ती मंगेशी पाहत होती. आकाशात चढलेल्या आपल्या झावळ्यांनी सळसळणाऱ्या माडाकडे तिचं लक्ष गेलं.

तिचं स्वप्नही तसंच होतं.

पण त्या स्वप्नाला आता अर्थ नव्हता.

देवळासमोर येताच बाहेरून तिनं देवाला नमस्कार केला.

चंपा घरातच होती. केशरला बघताच चंपा आनंदानं उठली. केशरला तिनं एकदम मिठीत घेतलं. चंपाच्या मिठीत गुदमरलेली केशर मुक्तपणे हुंदके देऊन रडत होती. चंपा तिच्या पाठीवरून हात फिरवीत होती.

''काय झालं, केशर? चंपानं विचारलं.

हुंदक्यांचा आवेग कमी होताच केशर डोळे टिपत म्हणाली,

''काही नाही. फार दिवसांनी भेटले ना? बरी आहेस ना?''

"मला काय धाड मारल्येय?" चंपा म्हणाली.

"रंगा मास्तर?" केशरनं विचारलं.

"त्याचं बरं आहे. चार टाळकुटे बरोबर असतात. भजनं करीत गावोगाव फिरतो. एकटा जीव सदाशिव."

केशरला पोहोचवून भोला गेला आणि दुसरे दिवशी केशर रंगा मास्तरांच्या घरी गेली.

रंगा मास्तर जत्रेत घेतलेला चश्मा डोळ्यांना लावून दारात तांदूळ निवडत बसले होते. पायी धोतर, अंगात बंडी. डोकीवरचे सारे केस पांढरे झालेले रंगा मास्तर भजनाची ओळ गुणगुणत तांदळांतले खडे शोधत होते. दरवाज्यातून आत आलेल्या सावलीनं त्यांनी मान वर केली.

"कोण?"

"मी केशर."

रंगा मास्तरांनी गडबडीनं चश्मा काढला. गडबडीनं उठत ते म्हणाले,

"पाहिलंस? ज्या जत्रेतल्या चश्मेवाल्यानं हा चश्मा दिला. शिंदळीच्यानं वीस रुपये घेतले, हो! दिसतं खरं. पण तांदळांतला दाणा हरभ‍र्‍याएवढा दिसतो आणि चाळशी काढली की, जवळचं काही दिसत नाही. वय झालं. हे व्हायचंच."

केशर दारातच उभी असल्याचं रंगा मास्तरांच्या ध्यानी आलं. ते गडबडीनं म्हणाले,

"आत चल. पाहिलंस? एवढ्या दिवसांनी तू आलीस आणि तुला दारातच उभी करून ठेवली. असं होतं, बघ. बोलायला लागलो की, भान राहत नाही. ती भजनाची सवय लागले ना! ते टाळ कानांत घुमत राहतात आणि भजनाचं पालूपद चालू राहतं."

केशर आत आली. निवडायला घेतलेल्या तांदळाचं ताट तसंच दारी ठेवून रंगा मास्तर केशरपाठोपाठ आत आले.

"बैस, पोरी. बरी आहेस ना?"

रंगा मास्तरांच्या त्या प्रश्नानं केशर एकदम पुढे झाली आणि रंगा मास्तरांना बिलगली. तिचं सारं अंग रंगा मास्तरांच्या मिठीत गदगदत होतं. अचानक मिठीत शिरून बेभानपणे रडणाऱ्या केशरला बघून रंगा मास्तरांच्या मनाची घालमेल झाली. त्यांनी कसंबसं विचारलं,

"गप, पोरी! काय झालं? अगं, तू सांगितल्याशिवाय या म्हाताऱ्याला काय कळणार? महेश बरा आहे ना?"

"बरा आहे." केशर निःश्वास सोडून म्हणाली.

"मग तो का आला नाही?"

"असला, तर येईल!" केशर म्हणाली.

"म्हणजे?" न समजून रंगा मास्तरांनी विचारलं.

"मास्तर, तो बरा झाला आणि कुणालाही न सांगता निघून गेला."

"कुठे?"

"ते त्या मंगेशाला विचारा. कदाचित त्याला त्याचा पत्ता ठाऊक असेल."

"असं जायला काय झालं?"

"कलावंत आहेत ना! त्यांची लहर!"

"आणि आता?"

"आता काय? जे नशिबी असेल, ते भोगायचं. चूक माझी झालेय. आता ती मलाच निस्तरायला पाहिजे."

"कसली चूक?"

"त्याच्या बरोबर लोणावळ्याला गेले, हे चुकलंच माझं."

"चंपाला सांगितलंस?"

"कोणत्या तोंडानं सांगू? तो मला सोडून गेला म्हणून?" आणि केशरला परत हुंदका आला.

तिला जवळ घेत, थोपटत रंगा मास्तर म्हणाले,

"पोरी, तुम्ही दोघं माझ्याजवळ वाढलात. एकत्र खेळलात. नाहीतर महेशबरोबर तुला जाऊ दिलं नसतं. दोष असलाच, तर तो आमच्या दोघांचा आहे. पण, पोरी, तुला मी एक सांगतो. त्या मंगेशावर विश्वास ठेव. तो कधीच वाईट करणार नाही."

केशर बाजूला झाली. तांदळाचं ताट तसंच दारात होतं. केशरनं बाहेर जाऊन ते आणलं आणि खाली बसून, ताट मांडीवर घेऊन ती तांदूळ निवडू लागली. केशरनं सांगितलेलं सारं ऐकून रंगा मास्तर सुन्न झाले होते. त्यांचं लक्ष केशरकडे गेलं. ते म्हणाले,

"पोरी, तू कशाला निवडतेस? मी निवडीन. ठेव ते."

"मी निवडले, म्हणून काय बिघडलं?"

"बिघडत काहीच नाही. पण मुलीची जात म्हणजे परधन. आज ना उद्या तो महेश येईल. तुला घेऊन जाईल. शेवटी मला एकट्यानंच –"

केशरचा गळा दाटून आला. डोळ्यांतलं पाणी आवरत ती म्हणाली,

"नाही, मास्तर, मी महेशला चांगली ओळखते. मला आता एकटीनंच जगायला हवं. तुमचं, आईचं करण्यात माझं आयुष्य सुखाचं जाईल."

"पोरी, मला फसवतेस? हे म्हातारपणापर्यंतचे दिवस काढलेत मी. आयुष्यात एकटेपण सोसणं इतकी सोपी गोष्ट नाही. आता या वयात गावोगाव भजनं करीत

फिरतो, ती का हौस म्हणून? आता पूर्वीसारखा आवाज लागत नाही. साथीला चार मुलं असतात. ती कशीबशी निभावून नेतात. तरीही डोळ्यांनी दिसत नसता, वयोमानाप्रमाणं म्हातारा झालो असता मी गावोगाव फिरतो. कशासाठी? त्याचं कारण माहीत आहे?''

''काय?'' केशरनं न कळत विचारलं.

''हे एकटेपण नको वाटते, बघ. कोण्या काळी केलेल्या संसाराची आठवण मनात उभी राहते. आज माझा वासू असता, तर कदाचित ते मन सावरलं असतं. पण या एकाकीपणात मी हे सारं विसरण्यासाठी याही वयात सारखा पळत असतो.''

''मास्तर –''

''नाही, पोरी. आता डोळ्यांत पाणीसुद्धा येत नाही, बघ. 'ठेविले अनंते, तैसेचि राहावे...' हे मी घोकत बसतो. पण पुढची ओळ उच्चारण्याचं बळ राहत नाही. 'ठेविले अनंते, तैसेचि रहावे । चित्ती असो द्यावे समाधान ।' ते समाधान गवसलेलं नाही. गवसेल, असं वाटतही नाही.''

केशरनं तांदूळ निवडले होते. ती म्हणाली,

''मास्तर, तांदूळ निवडून झालेत.''

''त्या चुलीवरच्या भांड्यात ठेव. केव्हा चूल पेटेल, तेव्हा त्या पाण्याच्या सोबतीनं भात होऊन जाईल. तू जा. चंपाला मदत कर.''

केशर काही न बोलता बाहेर पडली.

■

केशर आणि महेशच्या विचारात रंगा मास्तर दोन दिवस बेचैन होते. एक दिवस दुपारच्या वेळेला ते चंपाच्या घरी आले. चंपा घरात एकटीच होती. रंगा मास्तर बसत म्हणाले,

"केशर कुठं गेली?"

"धुणं घेऊन गेलीय." चंपा समाधानानं म्हणाली, "मास्तर इतक्या दिवसांनी पोर आली. थोडं बस म्हटलं, तरी ती बसत नाही, सारखी काही ना काही तरी कामात असते."

"अगो, बाळपणात लावलेल्या सवयी. त्या जातील कशा?"

चंपा हसली. रंगा मास्तरांनी विचारलं,

"चंपा, तुला पोरीनं काही सांगितलं?"

"कशाबद्दल?"

"महेशबद्दल!"

"हो! तो आता बरा झालाय. बरं झालं, हो! नाहीतर त्या गोपूनं कुजवून मारलं असतंन. देवागत तो डॉक्टर आला आणि पोराला आयुष्य दिलं."

"खरं आहे, चंपा." रंगा मास्तर आपल्या डोक्यावरची टोपी सरळ करीत म्हणाले, "आणखीन काही बोलली?"

"आणखीन काय? काही नाही."

"बोलणार कशी?" रंगा मास्तर उसासा सोडून म्हणाले, "पण, चंपा, माझा विश्वास आहे, त्या मंगेशावर."

गोंधळून गेलेली चंपा रंगा मास्तरांच्याकडे बघत म्हणाली,

"काय बोलता, मास्तर! काय झालं?"

"सांगतो. ह्या गोष्टी काय मनात ठेवून चालायच्या नाहीत. चंपा, महेश निघून गेला आहे. त्या पोरीनं माझ्या गळ्यात पडून सारं सांगितलं...."

एका दमात रंगा मास्तर बोलून मोकळे झाले आणि खालमानेनं बसून राहिले. चंपाकडे बघण्याचं धारिष्ट त्यांच्या अंगी उरलं नव्हतं.

सारं ऐकूनही चंपानं विचारलं,

"का?"

"का! काय सांगणार? सारं सोसून पोरीनं त्याची सेवा केली. पण एका शब्दानंही न सांगता तो निघून गेला. काय करावं पोरीनं?"

"पण एकाएकी जायला काही कारण घडलं असेल ना?"

"कारणाशिवाय का गोष्टी घडतात?" रंगा मास्तर मान हलवत म्हणाले, "चंपा, महेश बरा झाला. एक दिवस फिरायला गेला असता पावसात भिजला. तापाचं निमित्त झालं आणि एकाएकी त्याचा आवाज गेला."

"आवाज गेला? काय सांगता?"

"पोरीनं सांगितलं, तेच सांगतोय तुला." रंगा मास्तर म्हणाले.

चंपा ते ऐकून सुन्न झाली होती. काय बोलावं, हे तिला सुचत नव्हतं.

"कुठं गेलं असेल पोर?" चंपा स्वत:शीच पुटपुटली.

"कसं कळणार? पण गेला, हे खरं!"

चंपाच्या डोळ्यांत पाणी तरळलं. ती डोळे टिपत म्हणाली,

"त्या मंगेशाच्या मनात काय आहे, कळत नाही."

"खरं आहे, चंपा. कसं कळणार? हा खेळ्या परमेश्वर कुणाला, कसा खेळवील, हे कुणी सांगावं? पोटाला पोर देतो काय आणि बघता-बघता घेऊन जातो काय! मुक्त हातांनी एखाद्याला आवाजाचं देणं देतो काय आणि कसलं तरी निमित्त साधून हिसकावून नेतो काय! मग द्यावं तरी कशाला? आता वरती गेलो की, विचारणार आहे मी त्याला. कारण नसताना रंगात आलेला डाव मोडायचा!" रंगा मास्तर स्वत:शीच बोलल्यागत बोलत होते.

चंपा रंगा मास्तरांचं बोलणं भरल्या डोळ्यांनी ऐकत होती. उसासा टाकून ती म्हणाली,

"आता पोरीचं काय होणार?"

चंपाच्या प्रश्नानं भानावर आलेले रंगा मास्तर चंपाकडे बघत म्हणाले,

"चंपा, तुला एक सांगतो, विश्वास ठेव. जन्माला घातलं, त्याच वेळी परमेश्वरानं त्याच्या कपाळी कुंडली लिहिलेली असते. ती काय आहे, हे कुणाला कळत नाही, तुझ्या, माझ्या किंवा केशरच्या आयुष्यात काय आहे, हे कोण सांगणार? हे खरं असलं, तरी एका गोष्टीवर माझा विश्वास आहे. परमेश्वर आंधळा नाही आणि पोरीनं काही पाप केलं नाही. आयुष्यातले जे काही थोडे भोग असतील, तेवढे तिला तो भोगायला लावील. पण एक ना एक दिवस त्या पोरीला चांगला निवारा तोच परमेश्वर आपल्या हातांनीच देईल. यावर विश्वास ठेव. काळजी करू नकोस. येते मी."

– आणि एवढं बोलून रंगा मास्तर चंपाच्या घरातून बाहेर पडले.

रंगा मास्तरांनी चंपाला धीर दिला खरा; पण त्यांचाच धीर सुटला होता.

लोणावळ्याहून आल्यापासून केशरच्या चेहऱ्यावरचं हास्य विरलं होतं. चूपचापपणे घरातली सारी कामं ती करीत होती. कंटाळा आला की, रंगा मास्तरांच्या घरी ती जात असे.

एकदा रंगा मास्तरांच्या घरी ती अशीच बसली होती. सायंकाळची वेळ होती. कसंही करून केशरनं हसावे, थोडा वेळ का होईना; पण तिच्या मनाला विरंगुळा मिळावा, म्हणून रंगा मास्तर हरघडी प्रयत्न करीत होते. आताही केशरला ते तुकारामाची कथा सांगत होते. अनेकदा केशरनं रंगा मास्तरांच्या तोंडून या कथा ऐकल्या होत्या. तरीही केशर शांतपणे ऐकत होती. जेव्हा रंगा मास्तर थांबले, तेव्हा केशरनं त्यांच्याकडे थंडपणे बघत विचारलं,

"मास्तर! खरंच जगात देव आहे का, हो?"

चमकून रंगा मास्तरांनी तिच्याकडे पाहिलं, तिच्या शांत नजरेनं अस्वस्थ झालेल्या रंगा मास्तरांनी समोरचा चश्मा डोळ्याला लावला. समोर दिसणारी केशर आता चश्मातून धूसर दिसत होती. कसेबसे रंगा मास्तर म्हणाले,

"पोरी, परमेश्वराची इतकी सेवा करणारी तू! तुला शंका का यावी? परमेश्वर निश्चित आहे. हरघडीला तो आपलं रूप दाखवतो. बघणाऱ्याची दृष्टी तेवढी विशाल असेल, तरच त्याला पडताळा येतो."

केशर काही विचारणार, तोच तिच्या घराशेजारचा एक मुलगा धावत तिथं आला आणि तो केशरला म्हणाला,

"केशूआक्का, आईनं बोलावलंय."

"का, रे?" केशरनं विचारलं.

"पाहुणे आलेत."

"पाहुणे!" केशर उदगारली आणि तिनं रंगा मास्तरांकडे पाहिलं. रंगा मास्तरही केशरकडेच बघत होते. ते म्हणाले,

"जा, पोरी, आई वाट पाहत असेल."

केशर उठली आणि घराच्या दिशेनं चालू लागली. चालताना तिच्या मनात विचार तरळत होते:

पाहुणा!

अशा वेळी कोण येणार?

महेश तर आला नसेल?

– आणि त्या विचाराबरोबर केशरच्या चेहऱ्यावर हसू उमललं. नकळत तिची

पावलं झपझप पडू लागली. तिनं मनाशी निर्धार केला :

आपण बोलायचं नाही मुळीच

पण तो बोलेल ना!

जरूर बोलेल. बोलायचं नसेल, तर आला असता कशाला?

देवळाच्या दुसऱ्या बाजूला असलेल्या दरवाज्यातून झरझर पायऱ्या उतरून ती खाली आली. घराच्या दाराशीच तिची पावलं अडखळली.

आतून हसण्याचा आवाज येत होता.

पदर सावरून तिनं घरात प्रवेश केला आणि तिच्या चेहऱ्यावरचं हास्य मावळलं. पलंगावर बसलेल्या व्यक्तीकडे तिचं लक्ष गेलं.

सूट परिधान केलेली व्यक्ती पलंगावर बसली होती. गौर वर्णाची ती व्यक्ती केशरकडे बघत होती. त्या व्यक्तीचं वय पन्नाशीच्या आत-बाहेर असावं. केशर त्याच्याकडे बघत असता चंपा तिला म्हणाली,

"अग, त्यांना ओळखत नाहीस? हे लक्ष्मीकांत बर्वे. वास्कोला यांची फॅक्टरी आहे. आपल्या उत्सवात नेहमी येतात. मुंबईतही त्यांचे अनेक उद्योग आहेत."

केशरला काय बोलावं, ते समजत नव्हतं. ती संकोचानं उभी होती.

लक्ष्मीकांत म्हणाले,

"चंपाबाई म्हणतात, ते सारंच काही खरं नाही. थोडाफार उद्योग आहे खरं. लक्षाधीश असेन; पण कोट्यधीश खास नाही."

चंपा हसली, पण केशरचा चेहरा निर्विकार होता. तिच्याकडे बघत लक्ष्मीकांत म्हणाले,

"मुंबईला निघालो होतो. वाटलं, जाता-जाता देवदर्शन करावं. तुम्हाला भेटावं. चलतो मी. प्रवास लांबचा आहे."

काहीतरी बोलावं. म्हणून केशर म्हणाली,

"चहा...."

"तो तुम्ही यायच्या आधीच झाला आहे. तुमची प्रत्यक्ष ओळख झाली. आनंद वाटला. चंपाबाई, येतो मी."

चंपा त्यांच्या पाठोपाठ दारापर्यंत गेली. म्हणाली,

"येत चला."

केशरकडे पाहत लक्ष्मीकांत म्हणाले,

"येत जाईन."

– आणि खरोखरच त्यानंतर आठ-दहा दिवसांनंतर लक्ष्मीकांतांच्या फेऱ्या सुरू झाल्या.

एके दिवशी चंपानं विषय काढला.

''केशर, त्या लक्ष्मीकांतांनी तुला मागणी घातली आहे. ते विधुर आहेत. गडगंज संपत्ती घरात आहे.''

केशर ताड्कन म्हणाली,

''आई, मला ते जमायचं नाही. परत हा विषय काढू नकोस.''

''मग अशीच का एकटी राहणार आहेस?''

''राहीन.''

''भावीण म्हणून?'' चंपानं रोखून बघत विचारलं.

''तुला सांगितलं ना, मला यासंबंधी काही बोलायचं नाही, म्हणून? माझ्या नशिबी जर भाविणीचंच जिणं असेल, तर त्याला सुद्धा माझी तयारी आहे. तू माझी काळजी करू नकोस.''

चंपा केशरजवळ येत म्हणाली,

''केशर! जरा शांतपणे विचार कर. महेशबरोबर जाते म्हणाली होतीस. मी तुला अडवलं का? आज ना उद्या महेश बरा होईल. तुमचा संसार सुखाचा होईल, याचा भरवसा वाटत होता. आता महेश आहे कुठं? काय करतो? आवाज म्हणजे त्याचं सर्वस्व गमावलेला माणूस. त्यानं कुठली बाई शोधली असेल, ते तुला तरी कळणार आहे काय? तुझा विचार त्याच्या मनात असता, तर त्यानं जाताना एका शब्दानं तरी सांगितलं नसतं का?''

''मग सांगितलं नाही, म्हणून कुणी सांगितलं?'' केशर म्हणाली.

''रंगानं सारं सांगितलंय.'' चंपा म्हणाली, ''पोरीची जात आणि त्यातल्या त्यात भाविणीची पोर. ती सुखरूप राखणं एवढं सोपं नाही.''

केशरच्या डोळ्यांत पाणी आलं. ती कशीबशी म्हणाली,

''असं काही करण्यापेक्षा भावीण झाले, तरी चालेल.''

''पोरी, हे बोलणं सोपं आहे. माहीत आहे तुला, भाविणीचं आयुष्य काय असतं, ते? देवाची सेवा करायची. पालखीपुढं नाचायचं. आरतीच्या वेळी भिंतीला पाठ टेकून उभं राहायचं. पुजाऱ्यानं दिलेला विडा घ्यायचा. कुणी हौशी धनी मिळाला, तर घरी घेऊन जायचं. त्याची संगत करायची. आयुष्यभर हेच करीत राहायचं आणि म्हातारपणी अनेक रोगांनी पछाडलेलं हे शरीर त्या समोरच्या कुंडात लोटून द्यायचं. असलं आयुष्य का तुला पत्करायचंय?''

काय बोलावं, हे केशरला कळत नव्हतं. आईनं डोळ्यांसमोर उभं केलेलं चित्र तिच्या नजरेसमोरून हलत नव्हतं. काही न बोलता ती घराबाहेर पडली आणि रंगा मास्तरांच्या घराच्या दिशेनं चालू लागली.

रंगा मास्तर फाटलेला सोगा शिवत बसले होते.

रंगा मास्तरांना बघताच केशरच्या मनाचे बांध फुटले. ती तशीच पुढं धावली आणि रंगा मास्तरांच्या गळ्यात पडून रडू लागली. रंगा मास्तरांनी विचारलं,

"काय झालं, पोरी? न रडता सांग."

केशरनं स्वत:ला सावरलं. तिनं रंगा मास्तरांना सारं सांगितलं आणि विचारलं,

"मास्तर, मी काय करू?"

रंगा मास्तरांच्या डोळ्यांत पाणी उभं राहिलं. ते म्हणाले,

"चंपानं सकाळीच मला सारं सांगितलं; पण मी काय उत्तर देणार? चंपा म्हणाली, त्यात काही खोटं नाही. आज दिवसभर माझ्याही जिवाला चैन नाही."

"मी रखेली बनू?" केशरनं सरळ प्रश्न केला.

तिची नजर टाळत रंगा मास्तर कसेबसे म्हणाले,

"तसं म्हटलं का मी? पण आईचं मन. आजवर तिनं तुला कधी अडवलं नाही. त्या महेशला याची जाणीव असती, तर हा प्रसंग कशाला आला असता? त्याला कुठे हुडकायचा? आणि वाट तरी किती पाहायची?"

रंगा मास्तरांच्या शब्दांनी केशरच्या मनातली सारी आशा नाहीशी झाली. रंगा मास्तरांच्यावर नजर रोखून ती निर्धारानं म्हणाली,

"मास्तर, साऱ्यांनाच माझी काळजी लागलेय. माझी मलाही आहे. पण तुम्ही काळजी करू नका माझी. माझं नशीब माझ्या संगती आहे. जे भोगायचं, ते भोगीन. येते मी!"

एवढं बोलून केशर वळली आणि रंगा मास्तरांच्याकडे वळून न बघता संथ पावलांनी चालू लागली. पाठीमागून रंगा मास्तरांची हाक आली. पण केशरनं मागे वळून पाहिलं नाही. उभ्या जागी रंगा मास्तर भरल्या डोळ्यांनी केशरला बघत होते.

रात्रभर रंगा मास्तरांना झोप आली नाही. केशरचा विचार त्यांच्या मनातून जात नव्हता.

महेश आणि केशर – दोन्ही संगती वाढलेली पोरं.

रात्री भजनाच्या वेळी साथ देणारी पोरं.

दोन वाटांनी का जावीत?

त्या मंगेशाला तृतीय नेत्र असतो, असं म्हणतात.

मग तिसरा डोळा तो का उघडत नाही?

पोरीला जाताना हाक मारली.

पण वळूनसुद्धा बघितलं नाही....

असं कधी घडलं नाही.

त्या पोरीच्या मनात काय वादळ चाललंय

जिवाचं बरं-वाईट तर करून घेणार नाही?

त्या विचारानं रंगा मास्तरांच्या अंगावर काटा फुलला.

कुंडातलं हिरवंचार पाणी रात्रभर त्यांच्या नजरेसमोर तरळत होतं.

पहाटे रंगा मास्तर अंथरुणावरून उठले. ओढ्यावर जाऊन त्यांनी स्नान केलं. खोलीत येऊन कपडे बदलले. अनेक ठिकाणी चुरगळलेला काळा कोट अंगावर चढवून काळी टोपी डोक्यावर घातली. भिंतीतलं छोटं कपाट उघडून त्यातील पत्र्याचा डबा त्यांनी काढला. त्यात जेवढे पैसे होते, ते सारे त्यांनी खिशात घातले. आज त्यांना नित्याची पूजाअर्चा सुद्धा आठवत नव्हती. ते मंगेशीच्या देवळात गेले. देवाला दंडवत घातलं. पायऱ्या उतरून मंदिराबाहेर आले. पांढऱ्या स्वच्छ चुन्यानं रंगवलेली अष्टपदी दीपमाळ त्यांच्या नजरेत आली.

एवढी मोठी दीपमाळ!

पण कशी वैराण, भकास वाटतेय.

प्रकाश नसताना दीपमाळेला काहीच अर्थ नाही.

त्यासाठीच तिला का रात्रीची सोबत हुडकावी लागते?

त्या विचाराच्या तंद्रीत रंगा मास्तर देवळाच्या प्रवेशद्वारीच्या कमानीतून बाहेर केव्हा आले, तेही त्यांना कळलं नाही. समोरच्या वाटेनं नकळत ते जात होते. रस्त्यावर जेव्हा ते आले, तेव्हा रस्त्यावरचं हॉटेल नुकतंच उघडलं जात होतं. हॉटेल-मालक रंगा मास्तरांना पाहताच म्हणाला,

“मास्तर! आज भल्या सकाळी?”

“होय, रे, बाबा.”

“चहा घेता?”

“अरे, मी कधी चहा घेतो का?” रंगा मास्तर हसत म्हणाले, “अरे, मुंबईची गाडी केव्हा येते, रे?”

“येईल ना एवढ्यात! बसा.”

“नको. उभा राहतो. चालू दे तुझं काम....”

रंगा मास्तर हॉटेलसमोर उभा राहिले. थोड्या वेळातच मुंबईला जाणारी गाडी आली. रंगा मास्तर गडबडीनं गाडीत चढले.

■

दुसरे दिवशी दोन प्रहर टळत असता रंगा मास्तर लोणावळ्याला पोहोचले. कैलासचा दवाखाना शोधायला त्यांना वेळ लागला नाही. जेव्हा ते बंगल्यात आले, तेव्हा त्यांनी सुटकेचा नि:श्वास टाकला. बंगल्यात शिरणाऱ्या रंगा मास्तरांना भोलानं बघितलं आणि तो गडबडीनं समोर आला.

"मास्तर! तुम्ही? कवा आला?"

"हेच येतोय, बाबा!" रंगा मास्तर म्हणाले, "डॉक्टर कुठे आहेत?"

"खोलीत." भोला म्हणाला, "चला. हात-पाय धुऊन घ्या. चहा घ्या. सायेबांना सांगतो मी."

हात-पाय धुऊन रंगा मास्तर हॉलमध्ये खुर्चीवर बसले. थोड्याच वेळात कैलास खाली आला. रंगा मास्तर अचानक आलेले बघून कैलास गोंधळून गेलेला होता. कैलासला बघताच रंगा मास्तर हात जोडत उभे राहिले.

"बसा, मास्तर." म्हणत रंगा मास्तरांच्या शेजारच्या खुर्चीवर कैलास बसला. रंगा मास्तरांच्याकडे बघत त्यानं विचारलं, "अचानक कसे आलात?"

हसण्याचा केविलवाणा प्रयत्न करीत रंगा मास्तर म्हणाले,

"वाटलं, भेटावं."

"बरं झालं, आलात, ते. केशर कशी आहे?"

"बरी आहे. वाट बघते आहे आपल्या नशिबाची."

कैलास रंगा मास्तरांच्या त्या शब्दांनी सरळ बसला. त्यानं विचारलं,

"काय झालं, मास्तर?"

"काही व्हायचं शिल्लक राहिलं नाही. महेशचं पत्र...?"

"नाही." कैलास म्हणाला, "तुम्हालाही पत्र नाही?"

"नाही." रंगा मास्तर म्हणाले,

भोलानं दुधाचा पेला आणला. काही न बोलता रंगा मास्तरांनी दूध घेतलं. कैलासकडे बघत त्यांनी विचारलं,

"डॉक्टर, थोडा वेळ तुमच्या खोलीत बसू या."

कैलास अधीरतेनं उठला. म्हणाला,

"चला."

कैलासच्या पाठोपाठ जिना चढून रंगा मास्तर कैलासच्या खोलीत आले. काहीतरी विचित्र घडल्याची जाणीव कैलासला होत होती. खोलीत येताच कैलास एका खुर्चीवर बसत दुसऱ्या खुर्चीकडे बोट दाखवीत म्हणाला,

"बसा."

रंगा मास्तर बसताच कैलासनं विचारलं,

"सांगा, मास्तर, काय झालं, ते."

कैलासच्या शब्दांनी रंगा मास्तरांचा आवाज क्षणभर घशात ओढला गेला. डोळ्यात चटकन पाणी तरळलं. ते बघून कैलास उठला. मास्तरांच्या खांद्यावर हात ठेवत कैलासनं विचारलं,

"काय झालं, मास्तर?"

रंगा मास्तरांनी त्याला हातानं थांबण्याची खूण केली. धोतरानं त्यांनी डोळे टिपले. थोडं शांत झाल्यावर ते बोलू लागले,

"डॉक्टर, मुंबईच्या एका धनिकानं केशरला मागणी घातलीय."

"आणि केशरनं होकार दिला?"

"तिच्या होकाराचा प्रश्न येतोच कुठं? महेशचा पत्ता नाही. ती पोर काय करणार? एक तर तिनं भावीण तरी व्हायला हवं, नाहीतर त्या धनिकाचा हात धरून जायला हवं."

त्या बातमीनं कैलास सुन्न झाला होता.

"मग आता?" कैलासनं विचारलं.

"त्यासाठीच आशेनं तुमच्याकडे आलो."

"यामध्ये मी काय करू?"

"डॉक्टरसाहेब, केशरला वाचवायचं झालं, तर फक्त तुम्हीच वाचवाल."

"मी?"

"हो!"

"मास्तर, मला हेच समजत नाही, मी काय करू शकणार आहे?"

रंगा मास्तरांनी सारं बळ एकवटून कैलासच्या नजरेला नजर दिली आणि बोलले,

"डॉक्टर, केशरला तुम्ही मागणी घाला."

मागणी! केशरला? मी मागणी घालू?

रंगा मास्तरांच्या वार्धक्याचा तर हा परिणाम नसेल ना?

अस्वस्थ झालेला कैलास येरझारा घालत होता.

खुर्चीवर बसलेल्या रंगा मास्तरांनी खाली घातलेली मान वर केली नव्हती.

बऱ्याच वेळानं कैलासचे शब्द रंगा मास्तरांच्या कानांवर पडले.

"मास्तर, केशरला मी अडीच वर्षं पाहत आलो आहे. तिला भाविणीची पोर म्हणून बघण्याचं बळ निदान माझं तरी नाही. महेशकुमार गेले. केशरही गेली. पण जाताना केशरनं माझ्या मनात जी भावना ठेवलेली आहे, त्या भावनेला तडा जाणं अशक्य आहे. रंगा मास्तर, मला ते जमणार नाही."

आशेनं कान टवकारून बसलेल्या रंगा मास्तरांच्या कानांवर ते शब्द आले आणि ते एकदम उठले. काय होतंय, हे कळायच्या आत ते कैलासच्या पायांजवळ वाकले. कैलासचे पाय धरून काही न बोलता ते तसेच बसून राहिले.

रंगा मास्तरांच्या त्या कृतीनं कैलास भानावर आला. गडबडीनं त्यानं रंगा मास्तरांना उठवलं.

"मास्तर, हे काय?"

रंगा मास्तर भरल्या आवाजात म्हणाले,

"डॉक्टरसाहेब, मला तुमचं मन समजतं. त्या दोन पोरांच्यावर मी जिवापाड प्रेम केलं. आता म्हातारपणी त्या पोरीच्या आयुष्याची झालेली वाताहत बघण्याचं बळ माझ्यात नाही. म्हणून तर मोठ्या आशेनं धावत आलो. आठ दिवसांनी तो धनिक परत येणार आहे."

"मास्तर, या संकटात मला घालू नका. केशरसारख्या मुलीच्या जीवनाची वाताहत मलाही बघवणारी नाही. पण मलाही मर्यादा आहेत."

"साऱ्याच मर्यादांची काटेकोरपणे जोपासना केली पाहिजे, असं थोडंच आहे? तुम्ही डॉक्टर आहात. रोग्यांना बरे करता. मंगेशीला आल्यापासून केशरची अवस्था वेड्यासारखी झाली आहे. मुक्या पोरीसारखी ती फिरते आहे. ती एक आजारी आहे, असं समजा. डॉक्टर, मला एकच भीती वाटते. ती पोर हे सारं सहन करील, असं वाटत नाही. जिवाचं बरं-वाईट करून घ्यायला ती मागं-पुढं बघणार नाही. तिला या पृथ्वीतलावर वाचवणारे फक्त तुम्हीच आहात."

"मास्तर, तुम्ही विश्रांती घ्या. मी विचार करतो."

– आणि कैलास एवढं बोलून आपल्या खोलीत आला.

त्या रात्री कैलास अखंड सिगारेट ओढत होता. व्हिस्की घेत होता. टेरेसवर फेऱ्या घालत होता. त्याच्या डोळ्यांसमोरून केशर हलत नव्हती. महेशची तिनं केलेली सेवा; तिनं पाळलेला संयम, ते निष्कलंक प्रेम.

खरंच! तिनं जिवाचं काही बरं-वाईट करून घेतलं, तर?

दोष कुणाचा?

माझा काय संबंध?

असलाच, तर महेशचा!

तुझा काहीच नाही?

मेलेलं माणूस जिवंत करण्याची किमया फक्त एकदाच घडते.

अर्थात तो अपघात असतो.

म्हणून का केशरला मागणी घालू?

गेलेलं माणूस कधीच परत येत नसतं.

डोळ्यांदेखत असलेलं माणूस जाताना बघत बसायचं?

कैलास अंथरुणावर येऊन पडला.

सकाळी कैलासनं भोलाला ड्रायव्हरला बोलावण्यास सांगितलं.

नाश्ता करीत असता रंगा मास्तरांनी कैलासला विचारलं,

''डॉक्टर, कुठे बाहेर जाणार?''

''हो!'' कैलास म्हणाला.

''डॉक्टरसाहेब!'' वर न बघता रंगा मास्तर म्हणाले, ''मला परवानगी द्या.''

''कसली परवानगी?'' कैलासनं विचारलं.

''मंगेशीला जाण्याची.'' रंगा मास्तर म्हणाले, ''डॉक्टर, मला निघायला हवं.''

कैलास हसला. त्या हसण्यानं रंगा मास्तरांची नजर वर झाली. कैलास त्यांच्याकडे बघत म्हणाला,

''मास्तर! तुमच्याबरोबर मंगेशीला येण्याचा निर्णय मी घेतला आहे. माझी तयारी झाली आहे. गाडी घेऊन ड्रायव्हर एवढ्यात येईल. आपण ताबडतोब निघू.''

रंगा मास्तरांचे ओठ काहीतरी बोलण्यासाठी थरथरत होते. उभ्या असलेल्या कैलासकडे ते बघत होते; पण ओठांतून शब्द उमटत नव्हता. बघता-बघता त्याचे डोळे डबडबले; पण डोळे पुसण्याचं भान रंगा मास्तरांना राहिलं नव्हतं.

■

अचानक कैलास आणि रंगा मास्तरांना दारात बघून चंपा चकित झाली. आगत-स्वागत झालं आणि रंगा मास्तरांनी वाचा फोडली.

"चंपा, डॉक्टर केशरला मागणी घालायला आले आहेत.''

चंपानं हे शब्द ऐकले; पण त्याचा अर्थ कळायला तिला बराच वेळ लागला. ती काही बोलत नाही, हे बघून रंगा मास्तर परत म्हणाले,

"मी काय म्हटलं, ते ऐकलंस नव्हे?''

चंपाचा चेहरा उजळला. ती म्हणाली,

"डॉक्टर, माझ्या पोरीच्या आयुष्याचं सोनं होईल. केशर तुमची आहे. तुम्ही तिला केव्हाही घेऊन जा.''

कैलास चंपाकडे बघत म्हणाला,

"आई, माझी पत्नी गेल्यानंतर मी कुठलाही धर्मसंस्कार पाळत नाही. मला केशर हवी. मी तिला घेऊन जाणार आहे. एवढंच मला माहीत आहे.''

चंपा म्हणाली,

"डॉक्टर, मी अट केव्हा घातली? मी भावीण असेन. पण पोरगी विकण्याचा धंदा मी केला नाही. करणार नाही. तुमच्या हाती माझी मुलगी सुरक्षित आहे, हे मला माहीत आहे. तुम्ही तिला आनंदानं घेऊन जा.''

रंगा मास्तर उठले. ते आत गेले. दाराशी हे सारं ऐकत केशर उभी होती. रंगा मास्तर म्हणाले,

"पोरी, तुझी तयारी आहे ना? नसली, तर मला सांग. मी हे सारं मोडून टाकतो.

"नाही, रंगा मास्तर. एकदा पडाव समुद्रात पडला. तो कोणत्या किनाऱ्याला जाणार, हे कोण सांगणार? आज माझ्या आयुष्याचा पडाव एका सुरक्षित जागी जातो आहे, ही त्या मंगेशाची कृपा. काळजी वाटते फक्त आईची. तुम्ही तिला जपा.''

रंगा मास्तर आनंदानं बाहेर आले. त्यांनी कैलासला सांगितलं,

"डॉक्टर! केशर तुमच्याबरोबर यायला तयार आहे.''

■

गाडी जेव्हा लोणावळ्याला पोहोचली आणि बंगल्यासमोर उभी राहिली, तेव्हा भोला धावत बाहेर आला. मागच्या सीटवर बसलेल्या डॉक्टरांना बघून त्याला आनंद झाला. तो पुढं येणार तोच त्याचं लक्ष केशरकडे गेलं. पुढं येणारा भोला स्तंभित होऊन जागेलाच उभा राहिला.

कैलासनं गाडीचं दार उघडलं आणि तो बाहेर आला. भानावर आलेला भोला पुढं धावला. त्यानं केशरच्या बाजूचं दार उघडलं. केशर खाली उतरत म्हणाली,

"काका, बरा आहेस ना?"

"आहे. ताईसाब, तुमी आलासा. बरं झालं, बगा."

त्या बंगल्याच्या पायऱ्या चढत असता केशरचे पाय जड झाले होते. कोणत्या परिस्थितीत आपण इथं आलो होतो आणि आज कोणत्या परिस्थितीत इथं येत आहोत, याचा विचार तिच्या डोक्यात थैमान घालत होता.

पायरीवर उभ्या असलेल्या कैलासकडे तिचं लक्ष गेलं.

कैलास तिच्याकडे बघत म्हणाला,

"केशर, मी दवाखान्यात जाऊन येतो. काही हवं असलं, तर भोलाला सांग."

– आणि एवढं बोलून कैलास दवाखान्याच्या दिशेनं चालू लागला.

भोला म्हणाला,

"बघितलासा, ताईसाब? दवाखान्याखेरीज सायबांस्नी कायबी सुचत नाही. घरात पाऊल टाकलं नाही, तोवर दवाखान्याकडं निघालं."

केशर बंगल्याच्या पायऱ्या चढून आत आली. नकळत बंगल्याच्या डाव्या बाजूच्या पहिल्या खोलीत तिनं पाऊल टाकलं. एखादा सर्पदंश व्हावा, तसं तिचं पाऊल मागे सरकलं. क्षणभरही तिथं न थांबता ती मागे वळली आणि शेजारच्या दुसऱ्या खोलीत आली.

लोणावळा सोडताना ती खोली सोडली, तशीच ती आजही होती. खिडकीतील फुलदाणीही फुलांनी तशीच भरलेली होती.

भोलानं आणलेल्या बॅगा तिनं उघडल्या. तिथल्या वॉर्डरोबमध्ये तिनं सारे कपडे

लावले. तोवर भोला गार पाणी घेऊन आला. पाणी पीत असता भोलानं विचारलं,

"चहा आणू?"

"नको. काका, मी थोडी विश्रांती घेते."

"आता राहणार नव्हे?" भोलानं विचारलं

भोलाकडे न बघता केशर म्हणाली,

"हो! मी इथं राहायलाच आले आहे."

भोला तिच्याकडे क्षणभर बघत राहिला; पण केशरचं लक्ष त्याच्याकडे नव्हतं. भोला काही क्षण थांबला आणि निघून गेला. केशर पलंगावर जाऊन पडली. एकाएकी तिला हुंदका फुटला. आपण का रडतो, हेही तिला कळत नव्हतं.

सायंकाळी कैलास आला. त्या वेळी ती खोलीतच होती. कैलासनं तिला हाक मारली नाही. रात्री न बोलताच दोघांचं जेवण झालं. केशर आपल्या खोलीत आली.

साऱ्या बंगल्यात एक भयाण शांतता पसरली होती. त्या शांततेचा भंग करीत सतारीचा आवाज उमटला. केशरची नजर नकळत वर झाली.

ही जीवनाची वाट मला जमेल का?

कैलासबद्दल तिच्या मनात एक आदर होता.

पण आदर आणि प्रेम यांत काहीच फरक नाही का?

आता जीवन हे दोन रुळांगत झालंय.

कितीही धावलं, तरी त्यांची भेट होणार नाही.

प्रवास करताना साऱ्याच प्रवाशांना कुठे जाणार, हे थोडंच माहीत असतं?

येईल त्या स्टेशनवर उतरायचं. अनोख्या गावात प्रवेश करायचा.

गाडीत चढताना हातात एक तिकीट – ज्यावर नाव, गाव नाही....

शेवटी भाविणीची पोर. भावीणच!

देवाची सेवा करायला गेलंच पाहिजे.

तिनं थरथरत्या हातानं दुधाचा पेला उचलला. सारा धीर एकवटून ती जिन्याच्या पायऱ्या चढू लागली.

कैलासच्या खोलीबाहेर क्षणभर ती थांबली आणि मनाचा निर्धार करून तिनं खोलीत प्रवेश केला. सतार छेडत असलेल्या कैलासचं लक्ष तिच्याकडे गेलं. त्यानं सतार मांडीवर आडवी ठेवली आणि तो म्हणाला,

"केशर, तो दुधाचा ग्लास त्या टेबलावर ठेव."

केशरनं दुधाचा ग्लास टेबलावर ठेवला. कैलासचे शब्द तिच्या कानांवर आले :

"केशर, इथं बैस!"

केशर संथ पावलांनी कैलाससमोर गेली.

आपली बैठक न बदलता कैलास म्हणाला,

''बैस!''

केशरच्या साऱ्या अंगाला कंप सुटला होता. ती कशीबशी बसली. कैलास तिचं विकल रूप पाहत होता.

''केशर, वर बघ.''

केशरची नजर वर झाली. तिच्या नजरेत बघत कैलास हसत म्हणाला,

''केशर, भिऊ नको, तुला मी सांगितलं होतं. या सतारीखेरीज माझ्या आयुष्यात मला मोलाचं काही नाही. हीच माझ्या आयुष्याची सोबत आहे. उल्काखेरीज माझ्या आयुष्यात अन्य कोणी नाही. ती हरवली, पण आठवण हरवली नाही. ही सतार आणि हॉस्पिटल यांखेरीज माझ्या आयुष्यात अन्य कोणाला स्थान नाही.''

केशर थक्क होऊन ते सारं ऐकत होती, त्या बोलण्याचा अर्थ तिला कळत नव्हता. कसंबसं तिनं विचारलं,

''मग मला का आणलंत?''

''ते तुला कळायचं नाही. कुणाची अमानत सांभाळणं सोपं काम नसतं. ती जबाबदारी काय असते, हे आज मला कळतं आहे; पण मी ती जबाबदारी एकदा स्वीकारलेली आहे. मी तुला वचन देतो, केशर. तू महेशची अमानत आहेस. पूर्वी आपलं जे नातं होतं, तेच आपलं नातं राहील. तू तुझ्या खोलीत जा आणि शांतपणे झोप जा.''

केशर एकदम उठली. पुढं होऊन तिनं कैलासच्या पायांना स्पर्श केला. कैलास हसून म्हणाला,

''केशर, याची गरज नाही. ऊठ. जा. शांतपणानं झोप जा.''

केशर उठली. तिचे डोळे भरून आले होते. कशीबशी ती म्हणाली,

''माझ्या आयुष्यात एवढं मोठं देणं मला कुणी दिलं नव्हतं.''

कैलास हसून म्हणाला,

''केशर, सर्वस्व गमावलेला माणूस देणं कसलं देणार?''

केशर कळवळून म्हणाली,

''असं बोलू नका.''

''राहिलं!'' स्वत:ला सावरत कैलास म्हणाला, ''पण, केशर, तुला एक सांगतो. माझी परमेश्वरावर निष्ठा आहे. तुला सोसावं लागेल. आणि ते सोसण्याचं बळ त्या परमेश्वरानं तुला द्यावं... केशर, तुला एकटं वाटेल. तुला कुठंतरी गुंतवून घ्यावं लागेल. तो रामनाथ आहे. भोला आहे. त्यांच्याबरोबर तू स्वयंपाक-घरात लुडबुड करशील; पण तेवढ्यानं तुझा वेळ जाणार नाही.''

केशर हसून म्हणाली,

"ती काळजी तुम्ही करू नका."

"मी काळजी करणार नाही; पण रिकामा वेळ घालवणं फार तापदायक असतं. त्यासाठी मी तुला एक काम सांगेन."

"कसलं?"

"समोर बाग आहे. माळी आहेत. तुला फुलांची आवड आहे. तू त्या बागेकडे लक्ष देत जा. इथं अनेक रुग्ण येतात. जमेल तेव्हा हॉस्पिटमध्ये जात जा. रुग्णांना नुसत्या औषधांची गरज नसते. त्यांना खरी गरज असते धीराची. जिव्हाळ्याची. तीही फार मोठी सेवा आहे. पण एक कर. हॉस्पिटलमधून आलीस की, स्नान करीत जा."

"का? मला टी.बी. होईल, अशी भीती वाटते?"

क्षणभर कैलास स्तब्ध राहिला आणि म्हणाला,

"ती भीती केव्हाच नाहीशी झाली आहे. या हॉस्पिटलमध्ये टी.बी.चा स्वतंत्र वॉर्ड आहे. इतर वॉर्डात नाना प्रकारचे रुग्ण असतात. त्यांना भेटण्यात तुला एक वेगळं समाधान लाभेल."

"मी आनंदानं करीन."

"केशर, या रुग्णांना भेटशील ना, त्या वेळी कधीही कोणाही रुग्णाबद्दल तिरस्कार करू नको. तुला एक सांगतो. इथून जवळच एक खाण आहे. त्यात काम करीत असताना एक दरड कोसळली आणि एका बाईचा नवरा आणि मुलगा एकाच वेळी त्यात गाडले गेले. त्या धक्क्यानं मनानं ढासळलेली ती बाई सतरा नंबरच्या खोलीमध्ये आहे. झोपेच्या गोळ्या देऊनही तिच्यावर त्यांचा परिणाम होत नाही. तिला हवा आहे धीर. मनात आणलंस, तर तिला तो दिलासा तू देऊ शकशील. जेवढं तुला शक्य होईल, तेवढं करीत जा. केशर, रात्र बरीच झाली. जा. झोप."

केशर भरल्या मनानं कैलासच्या खोलीतून बाहेर पडली.

■

केशर त्या वातावरणात रमत होती. महेशच्या आजाराच्या वेळी दोन वर्षांत सर्व परिचारिका, नोकर तिच्या परिचयाचे झाले होते. पूर्वीचा मोकळेपणा त्यांच्यात राहिला नव्हता. साऱ्या हॉस्पिटलमध्ये तिच्या माघारी एकच चर्चा चालू असायची. डॉक्टर कैलासनं गोव्याची बाई आणून ठेवलीय.

एक दिवस केशर स्नान आटोपून स्वयंपाक-घराकडे आली. दरवाज्यातच तिचं पाऊल थबकलं. आत भोला आणि रामनाथ बोलत होते. भोलाचा आवाज तिच्या कानांवर आला :

"रामनाथ, माणसाच्या जिभेला हाड नसतं. बघ. म्हणे, सायेबांनी गोव्याची बाई आणून ठेवली. असेल ठेवली. त्यांच्या बापाचं काय गेलं? अरे, देवानं माणसाला तोंडात बत्तीस दात दिलेत. बोलताना माणसानं बत्तीस वेळेला विचार करून बोलावं."

रामनाथ म्हणाला,

"भोला, खरंच तू भोळा आहेस. माणसं अशीच असतात. कुणाबद्दल चांगलं बोलणं जमतच नाही. सायेब कसे आहेत, हे आपल्यालाच माहीत आहे. सायेब आणि बाईसाहेब काय आहेत, हे कळेल त्यांस्नी आपोआप. उगीच माहीत नसताना काय तरी बोलायची खोड असते. त्याला कोण काय करणार?"

पुढचं ऐकायला केशर तिथं थांबली नाही. ती तशीच वळली आणि आल्या पावली माघारी आली. ती सरळ आपल्या खोलीत गेली. सुन्नपणे पलंगावर पडून राहिली.

आपल्या कारणानं डॉक्टरांच्यासारख्या माणसाला शब्द यावा!

मग इथं राहून काय मिळवणार?

मिळणार तर काहीच नाही.

अकारण एका देवमाणसाची बदनामी!

मंगेशीला जावं, हेच ठीक!

पण लोक बोलायचं थांबतील?

आज जे लोक बोलतात, तेच बोलतील. डॉक्टरनं आणलेली बाई पळून गेली.

बदनामी थांबेल?

डॉक्टरांना काय वाटेल?

ज्या माणसनं एवढा विश्वास दिला, त्याला फसवायचं?

निंदेला घाबरून?

आज माझ्या कानी आलं. डॉक्टरांच्या कानांवर ह्या गोष्टी नसतील?

त्यांचं मन ढळलं नाही.

ते सोसतात. फक्त दुसऱ्यासाठी!

तुला सोसायला काय झालं?

त्या विचारातच केशर पलंगावरून उठली आणि हॉस्पिटलच्या दिशेनं चालू लागली.

दुखऱ्या मनाला दिलासा मिळेल, अशी तेवढीच एक जागा तिला दिसत होती.

दोनप्रहरी जेवतानाही केशर न बोलता जेवत होती. कैलास तिच्या गंभीर चेहऱ्याकडे बघत होता. पण सारं ओळखूनही तो काही बोलला नाही.

रात्री साडेनऊ वाजून गेले, तरी कैलास बंगल्यावर आला नाही. नेहमी नऊच्या आत घरी येणारे डॉक्टर. केशरला राहावलं नाही. तिनं भोलाला दवाखान्याकडे पाठवलं. थोड्याच वेळात भोला परत आला. त्यानं सांगितलं,

"सायेब आपरेशन-रूममध्ये आहेत."

केशर डॉक्टरांची वाट बघत बसून राहिली.

रात्री बऱ्याच उशिरा कैलास आला. त्याचा थकलेला चेहरा निरखीत केशर म्हणाली,

"ऑपरेशन होतं?"

"हो." कैलास म्हणाला.

"कसलं"

"अपघात!" कैलास म्हणाला, "एका ट्रकखाली एक माणूस सापडला. पायावरून ट्रकचं चाक गेलं. पाय वाचवणं शक्य नव्हतं."

"मग?"

"नाइलाजानं त्याचा पाय गुडघ्यातून काढून टाकावा लागला. नशीब एका पायावर भागलं."

चुकचुकत केशर म्हणाली,

"बिचारा! एका पायावर आयुष्य काढावं लागणार."

कैलास खिन्नपणे हसला. म्हणाला,

"केशर, नाहीतरी सारीच माणसं कुठं दोन पायांवर जगतात?

बहुतेकांना दोन पाय असूनही एकाच पायानं चालावं लागतं.''

केशर काही बोलली नाही. कैलासचं ते रूप पाहून तिला पुढं काही बोलायचं धाडसच झालं नाही.

दिवस उलटत होते. बंगल्यासमोरची बाग आता चांगलीच सजली होती. गुलाबाचे ताटवे फुललेले होते.

एक दिवस सकाळच्या वेळी हॉस्पिटलकडे जाताना कैलासचं लक्ष बागेकडे गेलं. तो तसाच वळला. त्यानं बाहेरूनच हाक मारली,

''भोलाऽऽ''

''जी.'' म्हणत भोला बाहेर आला.

''अरे, बागेत एवढी फुलं फुललेली असताना घरातल्या फुलदाण्या मोकळ्या का, रे?''

भोलानं सांगितलं,

''ताईसायेबांनी सांगितलं आहे.''

भोलाला मारलेली हाक ऐकून केशरही बाहेर आली. तिला बघताच कैलासनं विचारलं,

''केशर! फुलं तोडायची नाहीत, म्हणून तू सांगितलंस?''

''हो!''

''का?''

''झाडावरचं फूल झाडावरच चांगलं दिसतं. फुलदाणीत फुलं ठेवून त्याचं सौंदर्य फार काळ टिकत नाही. दुसरे दिवशी ती कोमेजलेल्या अवस्थेत फेकून द्यावी लागतात... त्यापेक्षा झाडावरच त्यांना राहू द्यावं...''

''खरं आहे!'' कैलास वळत म्हणाला. त्याच्या ओठांवर स्मित उमटलं होतं.

दोनप्रहरी कैलास जेवायला आला. केशर त्याला वाढत होती. कैलास म्हणाला,

''तू पण बैस ना!''

''नको. नंतर बसते.'' केशर म्हणाली, आणि कैलासकडे बघत तिनं विचारलं, ''डॉक्टर तुम्ही रागावला तर नाही ना?''

''मी? कशाबद्दल?''

''भोलाला फुलं तोडू नको, असं सांगितलं, म्हणून?''

कैलास हसला. म्हणाला,

''मुळीच नाही. मी सर्जन आहे ना! मला एवढा नाजूकपणा कसा कळणार?''

कैलास मोकळेपणानं हसला. केशरच्या ओठांवरही हसू फुटलं.

एकदा मुंबईहून येताना कैलासनं अनेक रंगांची, अनेक रूपांची प्लॅस्टिकची फुलं आणली. त्यानं ती केशरच्या हाती दिली.

"फुलं सुरेख आहेत!" केशर हसून म्हणाली, "त्यांना रंग आहे. रूप आहे. पण वास मात्र नाही."

"साऱ्याच फुलांना कुठं वास असतो?" कैलास म्हणाला, "केशर, तुला माहीत आहे? गुलाबाच्या सोळाशे जाती आहेत; पण फक्त सात जातींनाच सुवास असतो. आपल्या बंगल्यात उल्कानं केवढ्या सुरेख फुलदाण्या जमवल्या आहेत. त्या मोकळ्या राहाव्यात, असं मला वाटलं नाही, म्हणून मी ही फुलं आणली आहेत. ती नीट लावून घे."

एवढं बोलून कैलास आपल्या खोलीकडे निघून गेला आणि भान हरवलेली केशर त्या प्लॅस्टिकच्या नाना रंगी फुलांकडे बघत काही वेळ तशीच उभी राहिली. ∎

सकाळची वेळ होती. कैलास केव्हाच दवाखान्याकडे गेला होता. केशर बागेत फिरत होती. फिरता-फिरता ती एकदम थबकली. तिचा चेहरा एकदम फुलला. क्षणात ती वळली आणि झपाझप पावलं टाकीत दवाखान्याच्या दिशेनं चालू लागली.

रुग्ण-निवासाच्या व्हरांड्यातून श्वेतवस्त्रधारी कैलास येत होता. त्याच्या मागून दोन डॉक्टर आणि परिचारिका येत होत्या. समोर आलेल्या केशरला बघताच कैलास थांबला. त्यानं विचारलं,

"काय आहे. केशर?"

"जरा घरी येता?" केशरनं विचारलं.

कैलासनं काही क्षण विचार केला आणि तो म्हणाला,

"केशर, आणखी दोन पेशंट आहेत. त्यांना पाहतो आणि लगेच येतो. चालेल?"

"नाही, डॉक्टर. फक्त थोडा वेळ चला. लगेच परत या."

केशरच्या नजरेतलं आर्जव बघून कैलास क्षणभर विचारात पडला. आणि त्याच वेळी केशरनं कैलासच्या हाताला धरलं. म्हणाली,

"चलता ना?"

कैलास मागे न पाहता पाठीमागून येणाऱ्या डॉक्टरांना म्हणाला,

"मी एवढ्यात येतो."

कैलास केशरबरोबर चालू लागला. केशरच्या त्या वर्तनानं कैलास गोंधळात पडला होता. काहीतरी महत्वाचं असल्याखेरीज केशर असं करणार नाही, याची खात्री त्याला होती. महेशकुमार तर अचानक अवतरले नसतील?

विचाराच्या तंद्रीत केशरच्या पाठोपाठ तो मुकाटपणे चालत होता.

केशर कैलासला घेऊन सरळ बागेत आली. एका गुलाबाच्या झाडाजवळ ती थांबली आणि म्हणाली,

"बघितलंत?"

"काय?"

"पाहा ना! आपण मुंबईहून आणलेल्या गुलाबाच्या कलमाला केवढं सुरेख फूल आलयं, ते!"

कैलास बघत होता. खरंच त्या झाडावर एक सुरेख फूल नुकतंच फुललं होतं. कैलासनं विचारलं.

"हेच दाखवण्यासाठी तू मला इथवर आणलंस?"

कैलासच्या त्या प्रश्नानं केशरचा आनंद ओसरला. ती वरमली. कैलासकडे बघत तिनं विचारलं,

"माझं चुकलं का?"

क्षणात कैलास हसला. म्हणाला,

"मुळीच नाही. आपण लावलेल्या रोपट्याला आलेलं पहिलं फूल बघून असा आनंद झाला नाही, तरच नवल! पण, केशर दुपारी आलो असतो, त्या वेळी पाहिलं असतं, तर चाललं नसतं?"

केशर हसून नकारार्थी मान हलवून म्हणाली,

"झाडावर अर्धवट फुललेली कळी दिसते; पण फुलत असतानाचं रूप ध्यानी येईल कसं?"

कैलास काही बोलला नाही. थोड्या वेळानं तो म्हणाला,

"आता तरी दवाखान्याकडे जायला परवानगी आहे ना?"

"जरूर!" केशर म्हणाली.

स्मित वदनानं कैलास वळला आणि हॉस्पिटलकडे चालू लागला.

मंगळवारचा दिवस होता. न्याहरी आटोपून कैलास हॉस्पिटलकडे जायला निघाला आणि पाठीमागून केशरची हाक आली :

"डॉक्टरऽऽ"

कैलास वळला. त्यानं विचारलं,

"काय, केशर?"

केशर संकोचानं खाली मान घालून म्हणाली,

"मला थोडे पैसे हवेत."

कैलास हसला. आपल्या खिशातली किल्ली काढून तिच्या हाती देत तो म्हणाला,

"ही किल्ली घे. पण, केशर, तुझ्या गोदरेज कपाटातील लॉकर कधी उघडला नाहीस, वाटतं?"

"का?" केशरनं आश्चर्यानं विचारलं.

"त्या लॉकरमध्ये पैसे ठेवलेले आहेत. ते तुझ्या खर्चासाठीच आहेत. कमी पडले, तर कधी संकोच करू नको."

केशर काही बोलायच्या आत तो चालू लागला.

केशरनं भोलाला हाक मारली. भोला येताच ती म्हणाली,

"भोला आपल्याला बाजारात जायचं आहे. पिशव्या घे."

भोला मान डोलवून निघून गेला.

केशर आपल्या खोलीत आली. तिनं आपलं कपाट उघडलं, लॉकर उघडला. आत शंभर-शंभर रुपयांच्या नोटांचे तीन गठ्ठे होते.

केशरनं एका गठ्ठ्यातल्या काही नोटा काढून घेतल्या आणि पर्समध्ये ठेवल्या. कपाट बंद करून ती बाहेर आली. भोला पिशव्या घेऊन उभा होता.

भोलासह बाजार करून जेव्हा ती परतली, तेव्हा दोघांच्याही हातांत सामानानं भरलेल्या पिशव्या होत्या. कमानीतून शिरताना ती भोलाला म्हणाली,

"भोला, एक लक्षात ठेव. यातली कुठलीही गोष्ट तुझ्या साहेबांच्या कानांवर

जाता उपयोगी नाही आणि सायंकाळी होणारा सारा स्वयंपाक मी करणार आहे. हीच ताकीद त्या रामनाथला दे.''

''बरं, ताईसाहेब....''

दोन प्रहरचं जेवण झाल्यावर थोडी विश्रांती घेऊन कैलास हॉस्पिटलकडे गेला आणि तो जाताच पदर खोचून केशर स्वयंपाक-घराकडे गेली. स्वयंपाक-घरात भोला, रामनाथ, त्याची पत्नी सारे केशरची वाट पाहत होते. एका मोठ्या भांड्यात पॉपलेट भरले होते. दुसऱ्यात सुंगटे होते. एका बाजूला पाच-सहा नारळ ठेवले होते. त्याखेरीज दुरडीमध्ये ठेवलेला भाजीपाला निराळा.

सायंकाळी स्वयंपाक आटोपून केशर आपल्या खोलीत आली. तिनं कपडे बदलले. चांगली वेशभूषा केली. केशरच्या खोलीत महेशच्या खोलीतील गालिचा अंथरला होता. तानपुरा जुळवून ठेवलेला होता. परत एकदा तानपुरा नीट जुळल्याची तिनं खात्री करून घेतली. बाहेर संध्याकाळ होत आली होती. तिनं भोलाला बंगल्यात सर्वत्र धूप फिरवायला सांगितला. सारं आटोपून ती बाहेर व्हरांड्यात जाऊन बसली.

काही वेळानं बंगल्याच्या दिशेनं येणाऱ्या मर्सिडीज गाडीकडे तिचं लक्ष गेलं. बघता-बघता गाडी बंगल्यासमोर येऊन थांबली आणि गाडीतून डॉक्टर बालिगा, डॉक्टर मल्होत्रा उतरले. केशरनं त्यांचं स्वागत केलं. बालिगानं विचारलं,

''ताई, बऱ्या आहात ना?''

''हो!'' केशर हसून म्हणाली. ''बरी आहे.''

''पण मध्येच बरं बोलावलंत?''

''जरुरीच्या कामाशिवाय कोण बोलावील? चला ना आत.''

केशरपाठोपाठ दोघे बंगल्यात आले. हॉलमधल्या खुर्च्यांवर ते बसणार, तोच केशर म्हणाली,

''इथं नाही. माझ्या खोलीत.''

दोघंही आश्चर्यानं एकमेकांकडे पाहत होते; पण कुणाच्याच ध्यानी काही येत नव्हतं. केशरच्या खोलीत येताच केशर पलंगाकडे बोट करीत दोघांना म्हणाली,

''बसा.''

धूपाचा मंद वास दोघांनाही जाणवत होता. मल्होत्राला राहवलं नाही. त्यानं विचारलं,

''आज काय आहे?''

केशर हसून म्हणाली,

''सांगते! तुम्ही दोघांनी आमच्यासाठी खूप केलंत; पण तुम्ही माझं गाणं कधी ऐकलं नाही. मी आज ते ऐकवणार आहे. आज खरोखर आनंदाचा दिवस आहे.''

केशर बैठकीवर बसली. तानपुरा घेतला. तिनं डोळे मिटले. तानपुऱ्याच्या तारांवरून एकवार तिची लांबसडक बोटं अलगद फिरली. तानपुरा झंकारला आणि केशर विश्वासानं गाऊ लागली :

'रैन बिनाचैन कहाँ...'

तिचा सुरेल आवाज, तिची आदब दोघंही भान विसरून ऐकत होते. आणि त्याच वेळेला कैलासनं आत प्रवेश केला. ते दृश्य पाहून तो थक्क झाला. केशरनं त्याच्याकडे हसून पाहिलं. काही न बोलता कैलास बालिगा आणि मल्होत्रांच्याजवळ बसला. केशर गात होती. मोकळेपणानं पल्लेदार ताना ती घेत होती. त्या आवाजात कंप नव्हता. सुरेल, स्वच्छ ताना. मोत्यांचे सर ओघळावेत, तशा ताना तिच्या गळ्यातून उतरत होत्या.

गाणं संपलं आणि कैलासनं बालिगा आणि मल्होत्रांना विचारलं,

"तुम्ही मध्येच कसे आलात?"

मल्होत्रानं सांगितले,

"ताईसाहेबांची आज्ञा झाली."

"बरं झालं, आलात, ते. त्या निमित्तानं हिचं गाणं ऐकायला मिळालं."

"नशीब तुझं. घरात एवढं गाणं नांदत असता ते ऐकायची बुद्धी तुला झाली नाही."

केशरनं तानपुरा कोपऱ्यात ठेवला. तिघे उठत असता केशर म्हणाली,

"थोडा वेळ इथंच बसा."

केशर आत गेली आणि थोड्याच वेळात एक आच्छादलेलं तबक घेऊन आत आली. तबकावरील आच्छादन काढलं गेलं. त्या तबकात नक्षीदार कोयरी आणि राख्या ठेवल्या होत्या. तिनं ती कोयरी घेतली. कैलाससमोर ती आली. तिघांच्याही कपाळी गंधासारखं कुंकू लावलं. आणि एक राखी उचलून कैलाससमोर नेत ती म्हणाली,

"हात पुढं करा."

नकळत कैलासनं हात पुढं केला आणि केशरनं कैलासच्या हातात राखी बांधली. बालिगा आणि मल्होत्रांच्याही हाती राख्या बांधल्या. ते होताच तिनं रामनाथ आणि भोलाला हाक मारली. त्या हाकेबरोबर दोघेही आत आले. केशरनं त्या दोघांच्याही हातांत राख्या बांधल्या.

"ताईसाहेब, आमच्या हातांत कशाला?"

"अरे, ताई म्हणता ना! मग तुम्हा भावांच्या हातांत राखी बांधायला नको? आज राखी पौर्णिमा!"

भोला, रामनाथ भारावलेले होते. त्यांना शब्द सुचत नव्हता. ते तसेच बाहेर

जाऊ लागले. केशरनं सांगितलं,

"टेबल लावून घ्या."

साऱ्यांच्या लक्षात तो प्रकार आला होता.

टेबलावर सारे जेवायला बसले, तेव्हा उदबत्त्यांचा सुवास दरवळत होता. जेवणात माशांचे नाना पदार्थ होते. केशर वाढत असता भोला म्हणाला,

"सायेब, काय कमी-जास्त असलं, तर बोलू नका. हे सारं ताईसाहेबांनी केलंय."

कैलास हसला आणि म्हणाला,

"हे भरलेले पापलेट्स, हा सुंगटाचा रस्सा. ही सोलकढी... हे सारं पाहिल्यावर ही करामत कुणाची, हे काय सांगायला हवं?"

हसत-खेळत साऱ्यांची जेवणं झाली. तिघेही बाहेर गप्पा मारीत बसले. केशर जेवण करून बाहेर आली. बालिगा उठत म्हणाला,

"ताई, आम्ही चलतो."

"बसा ना!"

"बसलो असतो. पण आज काही रविवार नाही. आमचे पेशंट आहेत."

दोघांनी निरोप घेतला आणि ते निघून गेले.

कैलासला खूप आनंद झाला होता. तो केशरला म्हणाला,

"तू तानपुरा घेऊन वर ये."

केशर तानपुरा घेऊन वर गेली. राखी पौर्णिमेचं स्वच्छ चांदणं टेरेसवर पसरलं होतं. टेरेसवर गालिचा अंथरला होता. लोडांची बैठक घातली होती. कैलास लोडाला टेकून बसला. तानपुरा समोर ठेवून बसलेल्या केशरला तो म्हणाला,

"एक विनंती केली, तर ऐकशील?"

"सांगा ना!"

"तुझं गाणं ऐकावंसं वाटतं."

"लहर लागली, तर गाईन." हसू आवरत केशर म्हणाली.

कैलास हसला, आणि त्याच वेळी तानपुरा सुरेख झंकारला.

केशरनं विचारलं.

"काय गाऊ?"

"ख्याल नको. ठुमरीही नको. तुला आठवतं? मंगेशीच्या देवळात तू एक गौळण गायली होतीस. ती म्हण."

'मला नाही, बाई, आठवत.'

"पण मला आठवते ना! काय बरं त्याचं तोंड होतं? आठवलं.

'दावा-दावा कुणीतरी कृष्णवदन...''

काही न बोलता केशरनं सूर लावला आणि ती गाऊ लागली :

'दावा-दावा, गं, कुणी कृष्णवदन
विरहाचं दुःख दारुण...'

केशर गौळण गात होती; पण त्यात मघाचा मोकळेपणा नव्हता. ती कशीबशी दोन कडवी गायली, आणि तिला एकदम हुंदका फुटला. तिनं तानपुरा खाली ठेवला. कैलास म्हणाला,

"माझंच चुकलं. मी तुला ती गौळण म्हणायला सांगायला नको होती. कितीही विसरायचं ठरवलं, तरी आठवणी विसरता येत नाहीत. महेशची आठवण झाली ना? मी डॉक्टर आहे. मला एवढंतरी निदान कळायला हवं होतं. निदान राखी पौर्णिमेच्या दिवशी तरी मी असली फर्माईश करायला नको होती."

काही न बोलता केशर उठली. तानपुरा घेण्याचं भानही तिला राहिलं नाही. आपली खोली गाठताच तिचे डोळे भरून आले. ती पलंगावर कोसळली....

साऱ्या खोलीत धूपाचा मंद वास अजूनही दरवळत होता.

त्या सुगंधानं केशर बेचैन झाली होती.

हा धूपाचा सुगंध? की ओवळीच्या गजऱ्याचा?
गजरा!
... केशर! तुला खरं सांगतो.
देशभर फिरलो.
पण कुणी बकुळीचा गजरा पुढं केला की, तुझी आठवण तीव्रतेनं व्हायची!
– आणि रात्री....
महेशऽऽ
कुठं फिरत असेल?

जथा वैष्णवांचा पंढरीशी जातो
कानी नाद येतो टाळ-मृदंगाचा...

हा नाद कानांतून का जात नाही?
तो सूर कुठे घुमत असेल?
महेशऽऽ
– आणि उशीत तोंड खुपसून ती रडू लागली.

■

पाटण्याच्या दिशेनं एक बैलगाडी जात होती. तीत महेश बसला होता. सारं आकाश ढगाळलेलं होतं. गंगेचा पूर ओसरण्याची चिन्हं दिसत नव्हती. दोन्ही बाजूंच्या शिवारांत पाणी भरलेलं दिसत होतं. कैक ठिकाणी रस्त्यावरही पाणी आल्यामुळे सर्व्हिस गाड्या बंद पडल्या होत्या. ज्या बसनं तो निघाला होता, ती बस रस्त्यात बंद पडल्यामुळे महेश रस्त्यातच अडकला होता. एक बैलगाडी त्या रस्त्यानं जाताना महेशनं पाहिली. मोठी मिनतवारी करून महेशनं तीत जागा मिळवली. गाडीवाल्यानं विचारलं,

"कहाँ जाना है, भाई?"

"पटना."

"भाईसाब, हम तो पटना नहीं जानेवाले । मैं ढोलपूरतक जाऊंगा । वहाँ आपको गाडी मिलेगी ।"

गाडीवानाबरोबर गप्पा मारत, खाचखळग्यांतून धक्के खात, दोन्ही बाजूंच्या भातशेतीत भरलेलं पाणी बघत त्याचा प्रवास चालला होता. सायंकाळच्या वेळी गाडी ढोलपूरला पोहोचली. महेशनं पाहिलं, तो ढोलपूर एक छोटंसं खेडं होतं. रस्त्यालगतच एक लहानसा धाबा होता. महेशनं गाडी थांबवायला सांगितली. त्यानं आपली छोटी वळकटी आणि बॅग घेतली. गाडीवान नको म्हणत असतानाही त्याच्या हातात महेशनं पाच रुपयांची नोट सरकवली. सामान घेऊन तो धाब्यात शिरला. समोरच एक खाटलं होतं. सामान खाली ठेवून तो त्या खाटल्यावर बसला. त्याला खूप भूक लागली होती. त्यानं दाल-परोठा मागवला. ते खाणं झाल्यावर चहा घेतला. अंधार उतरत होता. महेशनं धाब्याच्या मालकाला विचारलं,

"इथं कुठं सराई आहे?"

"साब! यहाँ कहाँ सराई?"

"पटना जाण्यासाठी बस केव्हा मिळेल?"

"सुबह नऊ बजे । कभी दस बजे ही आती है!"

रात्र कशी काढायची, या विचारात महेश होता. त्यानं आशेनं विचारलं,

"यहाँ धर्मशाला है?"

"जी! हर गाँवमें मंदिर तो होता ही है! मंदिर बोले तो साथ धर्मशाला भी होती है! यहाँ भगवानजी का मंदिर है उसके पास एक छोटीसी धर्मशाला है!"

"कोई मुझे दिखावे?"

"साब, आप तो परदेशी मालूम होते है!"

"जी!" महेश म्हणाला.

धाबेवाल्यानं एका मुलाला बोलावलं आणि त्याला मंदिर दाखविण्यास सांगितलं. आपलं सामान घेऊन तो त्या मुलाच्या पाठोपाठ चालू लागला. रस्त्यावर चिखल झाला होता. तोल सावरत तो मंदिराजवळ आला.

मंदिर जुनं-पुराणं वाटत होतं. त्यानजीक छपरीवजा एक धर्मशाळा होती. पण धर्मशाळा स्वच्छ होती. महेशनं मंदिराबाहेरील कुंडात हात-पाय धुतले. बैलगाडीच्या प्रवासानं तो खूप दमला होता. एका कोपऱ्यात जागा बघून त्यानं आपला बिस्तरा पसरला. बॅग उघडून बॅटरी काढली; आणि उशीलगत ती ठेवून आडवा झाला. अंथरुणावर पडताच त्याला बरं वाटलं. त्यानं अंगावर शाल घेतली. डोळे मिटले आणि बघत-बघता त्याला झोप लागली.

गाढ झोपेतून महेशला अचानक जाग आली. धर्मशाळेच्या पत्र्यावर उभ्या कोसळणाऱ्या पावसानं त्याला जाग आली होती. वरच्या पत्र्यातून धर्मशाळेत महेशच्या अंगावर पावसाचे शिडकावे येत होते. महेश उठला. उशीलगतची बॅटरी पेटवून त्यानं पाहिलं. चारीबाजूंच्या भिंतीजवळून साठलेलं पाणी जमिनीवर पसरत होतं. महेशनं गडबडीनं आपला बिस्तरा आवरला. बॅग आणि बिस्तरा घेऊन बॅटरीच्या उजेडात त्यानं कसंबसं मंदिर गाठलं. मंदिरात पोहोचताच आपल्या हातातील सामान एका कोपऱ्यात ठेवलं.

त्याचं लक्ष आत गेलं. मंदिरात कुणीतरी भसाड्या आवाजात गात होतं.

'मिट्टी कहे कुम्हार से
तू क्या रोंधे मोय
एक दिन ऐसा आयेगा
मैं रोंधूँ तोयऽऽ

उत्सुकतेनं महेश आत गेला. देवासमोर पेटलेल्या दोन समयांचा मंद प्रकाश गाभाऱ्यात पसरला होता. भगवी वस्त्रं परिधान केलेला एक जटाधारी साधू डोळे मिटून गात होता. महेशच्या पावलांच्या आवाजानं त्या साधूनं डोळे उघडले. महेशकडे पाहत तो म्हणाला,

"आ, बेटा! बैठो!"

महेशची झोप तर केव्हाच उडाली होती. नकळत तो साधूजवळ जाऊन

बसला. साधूनं थांबलेलं भजन परत गायला सुरुवात केली. महेशला त्या भजनाचे शब्द माहीत होते. एरवी त्या बेसूर स्वरातील भजन ऐकून महेश केव्हाच उठून गेला असता; पण त्या भजनातील स्वरात कुठंतरी बैरागी रागाचा भास होत होता. ज्या भक्तिभावानं तो साधू गात होता, त्याचा स्पर्श मनाला होत होता. नकळत महेश त्यात रंगून गेला होता.

"बेटा! गाओ ना!" अचानक साधूनं महेशकडे बघत सांगितलं.

महेशनं आपल्या गळ्याकडे बोट दाखवलं. कसाबसा तो म्हणाला,

"महाराज, मला आवाज नाही."

साधू हसला. म्हणाला,

"बेटा, मला तरी कुठं स्वर आहे? देवाला स्वर लागत नाही. त्याला लागते भक्ती. तू गा."

– आणि महेशला खुणावून साधूनं परत गायला सुरुवात केली. गाताना तो महेशला सारखं गाण्यासाठी खुणावत होता. नाइलाजानं सारा धीर एकवटून महेशनं आवाज लावला.

– आणि महेशच्या आश्चर्याला सीमा राहिल्या नाहीत. आपला आवाज परत आल्याची जाणीव त्याला झाली होती.

त्या आनंदात मोकळेपणानं तो गात होता.

भजनाची मूळ चाल केव्हाच मागे पडली होती. बैरागी रागात महेश ते भजन गात होता. साधूनं आपलं भजन केव्हाच बंद केलं होतं.

महेशनं भजन संपवलं. समाधानानं तो उठला आणि साधूच्या पायांवर त्यानं आपलं मस्तक ठेवलं.

"बेटा, ये क्या करता है?"

"महाराज, तुमच्या आशीर्वादानं माझा आवाज परत आला, गेली दोन वर्षं माझा आवाज गेला होता."

साधू हसला. म्हणाला,

"मूरख! माझ्या आशीर्वादानं जर तुला आवाज आला असता, तुला आवाज द्यायची कुवत माझी असती, तर तुझ्यासारखा सुरेल आवाज मी मिळवला नसता? गळा तुझा. सूरही तुझाच! पण तो विश्वास तू गमावला होतास. जीवनात एकदा विश्वास गमावला, तर माणसाच्या हाती काही लागत नाही. तो विश्वास आज तुला वाटला. आणि आजवर तुझ्या गळ्यात गुदमरलेला आवाज उमटला. माझा काही संबंध नाही. आशीर्वाद द्यायचाच झाला, तर 'तो' देतो. माणसाच्या हाती ते सामर्थ्य नाही... गा, बेटा. तुझा आवाज भारी गोड आहे....'

महेशनं धून म्हणायला सुरुवात केली.

'किसीको ना कहना छोटा, ना कहना बडा...
इससे बडा है भगवान....'
बऱ्याच उशिरा महेश शांतपणे झोपी गेला.

पहाटे जेव्हा त्याला जाग आली, तेव्हा मंदिरात कोणीही नव्हतं. महेश आपलं सामान घेऊन परत त्या धाब्यावर आला.

आता त्याला आठवत होती, फक्त मंगेशी.

∎

मंगेशीच्या देवळासमोर बस उभी राहिली. महेश आपली बॅग, वळकटी घेऊन खाली उतरला. बस निघून गेली. महेशनं देवळाच्या दिशेनं क्षणभर पाहिलं. त्याचं मन अधीर बनलं होतं. अनेक स्वप्नांनी त्याचं मन फुललं होतं. मंगेशीच्या देवळाच्या बाहेरच्या प्रवेशद्वारी असलेल्या मोठ्या कमानीकडे त्याचं लक्ष गेलं. देवळाच्या दिशेनं गेलेली ती सिमेंटची वाट, त्या वाटेच्या दोहो बाजूंना बांधलेले कठडे, नारळीच्या झाडांतून दिसणारं देऊळ तो क्षणभर बघतच राहिला आणि दुसऱ्याच क्षणी तो देवळाच्या दिशेनं चालू लागला.

निम्म्या वाटेवरती दुसऱ्या बाजूनं आलेला एक रस्ता देवळाच्या वाटेला भिडला होता. त्या रस्त्याच्या उजव्या बाजूला दुकानं मांडली होती. हॉटेल होती. शहाळ्यांचे ढीग अनेक दुकानांपुढं दिसत होते. सोलांची आणि काजूंची पाकिटं टांगलेली ती दुकानं पाहत महेश जात होता. महेशला पाहताच फुलांच्या माळा विकणारी मुलं धावत आली. महेश हसला. त्यानं वळकटी खाली ठेवली आणि त्या मुलांकडून ओवळीच्या दोन माळा खरेदी केल्या. वळकटी उचलून तो परत चालू लागला. मुख्य देवळाच्या पायऱ्या चढून तो देवालयाच्या आवारात शिरला. चारीबाजूंनी धर्मशाळेच्या इमारती उठून दिसत होत्या. देवासमोर जाऊन त्यानं नमस्कार केला. देवालयाच्या डाव्या बाजूला असलेल्या लहान दरवाज्यातून तो बाहेर पडला. आडव्या गल्लीत चंपाचं घर होतं. चंपाच्या घरचा दरवाजा उघडाच होता. महेश अधीरतेनं आत गेला. बॅग-वळकटी खाली ठेवली. आतून चंपाचा आवाज आला:

"कोण आहे?"

– आणि काही क्षणांतच पदराला हात पुसत चंपा बाहेर आली.

महेशला पाहताच ती आनंदानं उद्गारली,

"महेश! अरे, किती वर्षांनी येतोस? ये. कुठे होतास इतके दिवस? का विसरलास आम्हाला?"

"नाही, आई. विसरेन कसा?"

महेश बोलत होता खरा, पण त्याचं लक्ष बोलण्यात नव्हतं.

त्याची नजर केशरला धुंडाळत होती.
"चल, हात-पाय धुऊन घे." चंपा म्हणाली.
महेश तसाच उभा होता. त्यानं विचारलं,
"केशर कुठं आहे?"
"सांगते. अरे, अगोदर बैस तरी."
महेश तिथल्या खाटल्यावर बसला. विस्कटलेले केस हातानं मागे सारीत त्यानं विचारलं,
"केशर कुठं देवळात गेलीय?"
"म्हटलं, तर देवळातच म्हणायचं."
"म्हणजे? तिची तब्येत...."
"चांगली आहे?"
"कुठं आहे?"
महेशची नजर चुकवत चंपा सारं बळ एकवटून म्हणाली,
"लोणावळ्याला."
"लोणवळा!" महेश उद्गारला.
क्षणांत महेशच्या कपाळी आठ्या उमटल्या.
दोन वर्षं ती तिथंच आहे?
"महेश!" चंपा त्याच्याजवळ जात म्हणाली, "जरा शांतपणानं घे!"
"सांगा." महेश म्हणाला.
"तू गेलास. तुझा पत्ता नाही. पत्र नाही. वाट बघून थकलो आम्ही."
"आणि म्हणून लोणावळ्याला गेली?"
"मग काय करणार? लोणावळ्याच्या डॉक्टरांनी तिला मागणी घातली."
"मागणी!" महेशच्या हातातल्या ओवळीच्या माळा चुरगळत होत्या. चंपा त्याच्याकडे बघत कशीबशी म्हणाली,
"हे बघ, महेश, तू संतापू नको."
"संतापायचा अधिकार मला कुठं आहे?" महेश सावरत म्हणाला.
"आहे." चंपा म्हणाली, "एक विनंती केली, तर ऐकशील? ती दोघं आता सुखात आहेत. दरवर्षी उत्सवाला येतात. आता त्यांच्या संसारात बिब्बा घालू नको, बाबा!"
महेश खिन्नपणे हसला. म्हणाला,
"काळजी करू नका, आई! मी तसं काही करणार नाही, ठीक आहे. आई, मी जातो."
"राहणार नाहीस?"
"चिंता करू नका. मला जायला हवं."

महेशनं चंपाला नमस्कार केला आणि तिला काही बोलू न देता, तो आपलं सामान घेऊन बाहेर पडला. देवळाच्या वाटेवरच रंगा मास्तरांचं घर होतं. रंगा मास्तर बाहेर शेगडी फुलवत बसले होते. महेश जवळ गेला, तरी त्यांचं लक्ष महेशकडे गेलं नाही. त्यांनी मान वर केली. क्षणभर ते तसेच बसून राहिले आणि ओळख पटताच आनंदानं एकदम उठत म्हणाले,

"महेश! अरे, ओळखलंच नाही, बघा... पूर्वी लांबच दिसायचं... आता तेही दिसत नाही."

"डोळे तपासून घ्यायचे नाहीत?" महेश काहीतरी बोलावं, म्हणून बोलला.

"आता तपासायची गरज नाही. तू जुने वाडे पाहिलेस ना? एखाद्या दिवशी उठावं, पाहवं, तो एखादी तुळई पडलेली असते. त्याला काही कारण असतं का? दुसऱ्या दिवशी बघावं. कुठंतरी गिलावा ढासळलेला असतो. त्याला तरी कारण शोधावं लागतं का? म्हातारपण हेच त्याचं कारण – हे अवयव असेच ढासळत जाणार. आणि एखाद्या दिवशी हरी विठ्ठलऽ... चल, आपण चहा करू या!...."

"नको, मास्तर, मला मुंबई गाठायची आहे. तुम्हांला आनंदाची बातमी सांगायला आलो होतो."

"कसली?"

"माझा आवाज आला.'

हात जोडत रंगा मास्तर म्हणाले,

"विठ्ठलाची कृपा! पण फार उशीर झाला, बघ."

"उशीर कसला?" महेशनं विचारलं.

रंगा मास्तर स्वत:ला सावरीत म्हणाले,

"अरे, उमेदीची दोन वर्षं वाया गेली. जाऊ दे. आता तरी ठीक होईल. चंपाला भेटलास?"

"हो."

"आणि गोपू?"

"भेटायची जरुरी वाटली नाही." महेश म्हणाला, "येतो मी."

रंगा मास्तर म्हणाले,

"आता कुठं जातोस, बाबा? गाडी नको? आज राहा. सकाळच्या गाडीनं हवं तर जा. मी तुला अडवणार नाही."

"मास्तर, आता एकच वाटतं. आता गाणं वगैरे सारं बंद करावं. खूप फिरलो. अनेक देहाती भजनं गोळा केली. मनात साठवली. ज्या-ज्या ठायी फिरत होतो, तिथं-तिथं माझे चाहते मला फुलासारखं जपत होते. खर्चाला पैसे देत होते. मला पैशांची कमतरता कधीच भासली नाही. कमतरता भासली ती फक्त जिव्हाळ्याची.

आयुष्यात तो फक्त तुम्ही, चंपा आईनं आणि केशरनं दिला. तुमची आठवण कधी विसरलो नाही.''

''साफ खोटं!'' रंगा मास्तर उसळून म्हणाले, ''अरे, दोन वर्षं पोरीनं थोडा का ताप सोसला? एक साधं पत्र लिहायचं होतंस. तेवढ्या एका पत्रानं त्या पोरीनं आनंदानं दहा वर्षं वाट बघितली असती; पण तुला आठवण झाली नाही.''

निःश्वास सोडून महेश म्हणाला,

''पण माझी डॉक्टरांकडून ही अपेक्षा नव्हती.''

''अपेक्षा!'' रंगा मास्तर म्हणाले, ''अरे, मग काय त्या पोरीनं कुंडात जीव दिलेला का बघत राहायचं होतं? तिला आधार कुठला होता? कोण तिला जपणार होतं? मी? चंपा? अरे, आम्ही दोन्ही अपंग माणसं, रे! तो डॉक्टर देवदूतासारखा धावला. आणि माझ्यासाठी म्हणून त्यानं केशरला मागणी घातली.''

''ठीक आहे, मास्तर दोष कुणी कुणाला द्यायचा? आम्हा गवयांनी एक राग आळवला की, तो विसरून दुसऱ्या रागाची आठवण करावी लागते. पूर्वीचा राग त्याला विसरावा लागतो.''

''हे मला सांगतोस? विठ्ठलनाम म्हटलं की, आम्हाला फक्त विठ्ठल दिसतो. ती पारंपरिक भजनं शिकतच तुम्ही दोघं वाढलात. पण सुरांची जाण कशी विसरलास? सुरांना भक्तिभाव लागतो. नेमका तेवढाच भाव हरवलास. केव्हा तरी मूळ स्वरांचा विचार कर. हे मी अनुभवाचे बोल सांगतोय. माझी पत्नी गेली. मुलगा हरवला. पण त्या सुरांनी कधी माझी पाठ सोडली नाही. तीन तालांवर नाचणारे टाळ. त्यांनी मला भरपूर संगत दिली. मला सारं दुःख विसरायला लावलं. परमेश्वरानं नेलं काय, यापेक्षा त्यानं दिलं काय, याची मला अधिक जाणीव झाली. मी समाधानी आहे, सुखी आहे. जोडलेली नाती तुटतात, हे पाहताना मला आज भयानक दुःख होतं. त्याला कारणीभूत तुम्ही दोघंही आहात. कोण काळ्या दोनमध्ये गातं. कोण पांढरी चारमध्ये गातो. त्या सुरांची मिळवण मी कशी करणार? महेश, मी फार थकलोय, रे. मला एखादं भजन ऐकवशील?''

नकारार्थी मान हलवत महेश म्हणाला,

''तेवढी आज्ञा करू नका, मास्तर. मी कुठंतरी वचनबद्ध आहे. ते वचन मी पूर्ण करीन आणि मग तुम्हाला उदंड ऐकवीन. मनात आलं, तर टाळ घेऊन तुमच्या मागून गावोगाव फिरेन.''

''ठीक आहे. तू झोप. तुझ्यासाठी मी खिचडी, दूध देतो. आपण जेवू. शांतपणे झोपू.''

महेशनं निःश्वास सोडला आणि भिंतीला रेलून राहिला.

■

महेश उल्का निवासामध्ये शिरला. बंगल्यासमोर गुलाबाच्या फुलांनी बहरलेली बाग तो पाहत होता. बंगल्याच्या दुतर्फा उभारलेल्या पांढऱ्या स्वच्छ रंगानं रंगवलेल्या इमारती नजरेत भरत होत्या. पण महेशला त्यात कसलं कौतुक नव्हतं. ना त्यात आनंद होता. तो सरळ बंगल्याच्या पोर्चमध्ये गेला. त्यानं हाक मारली,

"भोलाऽऽ"

भोला धावत बाहेर आला. महेशला बघून चकित झालेला भोला म्हणाला,

"थांबा. ताईसायबांना बोलवतो."

भोलाकडे बघत महेश म्हणाला,

"त्यांना बोलवायची गरज नाही. डॉक्टर कुठं आहेत?"

"आहेत."

"त्यांना सांग, मी आलोय, म्हणून."

महेश आतल्या हॉलमध्ये बसून राहिला. बसल्या जागी त्याला सारं आठवत होतं. त्याच वेळी रामनाथ कॉफी आणि फराळ घेऊन आला.

महेश म्हणाला,

"ठेवून दे."

रामनाथनं कॉफी आणि फराळाचं टेबलावर ठेवलं. महेशनं तिकडे पाहिलंही नाही. महेश शांतपणे बसला होता.

थोड्याच वेळात कैलास लगबगीनं आला. महेशला बघून कैलासचा चेहरा आनंदानं फुलला होता. दोघंही उराउरी भेटले. त्या मिठीतून सुटत महेश म्हणाला,

"डॉक्टर, मी तुमच्यामुळे जगलो. मी येथून जाताना एकच सांगून गेला होतो. आवाज आला, तर प्रथम तुमच्यापुढे गाईन. माझा आवाज परत आला आहे. माझं वचन पाळण्यासाठी मी आलो आहे. तुम्हाला सवड आहे ना?"

कैलास हसला.

म्हणाला, "महेशकुमार, डॉक्टरांच्या आयुष्यात म्हटली, तर सवड असते. म्हटली, तर नसते. चला, आपण आतल्या खोलीत बसू."

कैलासच्या मागून महेश आतल्या खोलीत आला.

महेशची नजर त्या खोलीभर फिरली. सारी खोली बघून महेशनं खालच्या गालिच्यावर बैठक घेतली. त्याचं लक्ष समोर गेलं. तानपुऱ्यावर नुसती गवसणी टाकली होती. महेशनं ती गवसणी उचलली. तानपुरा घेतला आणि छेडला. कैलासकडे बघत तो उद्गारला,

''अरे, व्वा! तानपुरा छान जुळलाय. कोणी जुळवला?''

''केशरनं!'' कैलास हसून म्हणाला.

महेशनं जवारी जुळवत एकवार कैलासकडे नजर टाकली. कैलास म्हणाला, ''साथीला....''

''लागते कशाला साथ!'' महेश एकदम म्हणाला, ''ज्याच्या गळ्यात सूर आहे, ताल आहे, लय ज्याच्या रक्तात भिनलीय, त्याला साथीची गरज नाही, डॉक्टर, साथीची चिंता नको. मी एकटा गाईन....''

महेशनं जवारी जुळवली. मनासारखी जवारी जुळताच तो हसून म्हणाला,

''पाहिलंत, डॉक्टर? तानपुऱ्याच्या चार तारा जुळवून कधी तानपुरा जुळत नसतो. तानपुरा स्वर बोलत असतो. पण ही जवारी त्याला घुमवत असते. आयुष्यात चार तारा छेडून कधी सूर लाभत नसतो. त्याला भासते आवश्यकता जवारीची आणि त्याचमुळे सूरसंगत लाभते. एका सुताच्या जोडीनं ही करामत होते. माझा सूर मला सापडला; पण जवारी हरवलीय् मी. डॉक्टर, ऐका....''

– आणि महेशनं आकार लावला.

महेश 'अभोगी' गात होता. मनमुराद जागा घेत होता. जेव्हा अभोगी संपली, तेव्हा अस्वस्थ झालेल्या कैलासनं म्हटलं,

''महेशकुमार, आजवर मी तुमच्या अनेक मैफली ऐकल्या आहेत. अनेकदा तुमच्या तोंडून अभोगी ऐकलीय. पण आजचा थाट, हा रंग वेगळाच वाटला.''

महेश हसला. म्हणाला,

''डॉक्टर, मी इथून गेल्यानंतर अनेक ठिकाणी फिरलो. अनेक प्रकारची भजनं, लोकगीतं ऐकली. माझ्या लक्षात एकच आलं. सप्तसुरांतून गाणं कधीच उपजत नसतं. ते मनातून उपजावं लागतं. त्या कल्पनेनं मी अस्वस्थ होत असे. मी अनेक प्रकारची भजनं ऐकली. अनेक ताल-सुरांचे ढंग पाहिले आणि अचानक मला माझा सूर गवसला. मी जाताना तुम्हाला वचन दिलं होतं. त्याचमुळे तुमच्यासमोर 'अभोगी' गायलो.''

''महेशकुमार, आम्ही ऑपरेशनसाठी जेव्हा जातो, तेव्हा एका व्याधीसाठी जातो. पण प्रत्यक्षात ऑपरेशनला सुरुवात होते, त्या वेळी कळतं की, जे आपण अपेक्षिलं होतं, त्याहीपेक्षा इथं काही तरी आणखीन आहे. त्या अडचणीतून जेव्हा बाहेर येतो, तेव्हा मन पार थकून गेलेलं असतं. आज तुमचं गाणं ऐकताना मला तेच वाटलं!''

महेश नीट मांडी घालून बसला. कैलासवरची नजर न काढता तो म्हणाला,

"डॉक्टर, माझा आवाज गेला, ही परमेश्वराची फार मोठी कृपा. याचा अर्थ मला नंतर कळला. गाणं सोपं, पण ऐकणं कठीण, हे प्रथम मला जाणवलं. माझी भटकंती चालू असताना भजनं ऐकावी लागली. मैफली ऐकाव्या लागल्या आणि आवाज नसतानाही मनात अनेक सूर, अनेक जागा रेंगाळत राहिल्या. आवाज परत मिळाला आणि त्याचा अर्थ कळू लागला. कदाचित त्यातूनच नवा ढंग प्राप्त झाला असेल. डॉक्टर, माझं वचन मी पुरं केलं आहे. त्या मंगेशासमोर सेवा केली नाही, ती सेवा तुमच्या समोर केली. आता मला जायला हवं."

"म्हणजे? आज थांबा ना!"

नकारार्थी मान हलवत महेश म्हणाला,

"ते जमणार नाही. मला मुंबई गाठायला हवी."

"कॉफी तरी...."

समोरच्या टेबलाकडे बोट दाखवत महेश म्हणाला,

"ती तुमच्या रामनाथनं केव्हाच आणून ठेवलीय; पण घ्यावीशी वाटत नाही. खरं सांगू, डॉक्टर, या घरात पाणीही प्यायची इच्छा नाही."

"कारण?" कैलासनं विचारलं.

"ऐकायची इच्छा आहे? मी फर्माईश कधी स्वीकारत नाही. पण असली फर्माईश ऐकायची तुमची इच्छा असेल, तर जरूर ऐकवीन."

कैलास हसला. तो म्हणाला,

"महेशकुमार, आम्हाला भरपूर ऐकावं लागतं, अणि पाहावंही लागतं. तुमच्या मनात असेल, ते तुम्ही जरूर बोला."

महेश छद्मीपणानं हसला. म्हणाला,

"ऐकणाऱ्याच्या मनाची तयारी असली, तर बोलणाऱ्यानं तरी का थांबावं?" आणि महेशच्या कपाळी एक सूक्ष्म आठी उमटली. तो कैलासकडे बोट नाचवत म्हणाला, "डॉक्टर, तुमच्यासारखा बेइमानी, कृतघ्न आणि स्वार्थी माणूस आजवर मी पाहिला नाही. माझ्या संगीताबद्दलचं तुमचं प्रेम हे दिखाऊ होतं. तुमचं मन माझ्या सुरांवर भाळलं नव्हतं. तुमच्या मनात रेंगाळणारा सूर माझ्या ध्यानी वेळीच यायला हवा होता."

व्यथित मुद्रेनं कैलासनं विचारलं,

"तुम्हाला काय म्हणायचं आहे?"

"अधिक स्पष्टीकरण हवं? सांगतो. त्या केशरला रांड म्हणून तुम्हाला ठेवायची होती."

कैलास त्या शब्दांनी काही क्षण सुन्न झाला. विस्फारित नेत्रांनी तो महेशकडे

बघत असतानाच एखादी चवताळलेली नागीण धावावी, तशी केशर खोलीत धावली. तिचा सारा चेहरा संतापानं फुलला होता. संतापानं फुललेले डोळे महेशवर रोखत ती कडाडली,

"कुणाला बोलता हे? या देवमाणसाला? कसल्या धुंदीच्या मिजाशीत आहात? ज्यानं मरणाच्या दाढेतून खेचून बाहेर काढलं, नवीन जीवन दिलं, ते असलं ऐकून घ्यायला?"

संतापानं थरथर कापणारी केशर गरकन वळली. कैलासकडे बघत ती म्हणाली,

"डॉक्टर, संयमालाही मर्यादा असतात. द्या त्यांना घालवून. त्या माणसाची योग्यताच तेवढी आहे. या घरात पाणी पिण्याचीही त्याची लायकी नाही."

केशरच्या शब्दांनी अवाक झालेला कैलास क्षणात भानावर आला. बसल्या जागेवरून ताडकन उठत तो म्हणाला,

"केशर! एक शब्दही बोलू नको. तू आत जा. जा म्हणतो ना!"

केशर आल्यापावली तरातरा बाहेर जात असता महेशचे शब्द तिच्या कानांवर पडले.

"अरे, व्वा! पतिव्रता शोभतेस खरी! तो तुझाही दोष म्हणता यायचा नाही. कुलाचार एक आहे ना! तो कुठं लपणार?"

क्षणापूर्वी केशरवर भडकलेला कैलास शांत झाला होता. महेशचं बोलणं शांतपणे तो ऐकत होता. महेश बोलायचा थांबला.

क्षणभर त्या खोलीत भयाण शांतता पसरली. त्या शांततेचा भंग कैलासनं केला.

"महेशकुमार झालं तुमचं बोलून?"

"हो! जवळ-जवळ झालंच!" आणि हात उडवत कैलासकडे न बघता तो स्वतःशीच बोलल्यागत म्हणाला, "कोडग्या माणसापुढं बोलून तरी काय उपयोग?"

एवढं बोलून महेश उठत म्हणाला,

"पुष्कळ झालं. जातो मी."

"महेशकुमार, थोडा वेळ बसावं लागेल तुम्हाला."

अर्धवट उठलेल्या महेशची नजर कैलासकडे गेली. त्या शांत नजरेत एक विलक्षण हुकमत महेशला जाणवली. बेचैन होऊन महेश म्हणाला,

"मला बसायची इच्छा नाही."

"इच्छा नसली, तरी बसावं लागेल. बसा म्हणतो ना!"

अर्धवट उठलेला महेश खाली बसला. त्याच्या कानांवर कैलासचे शब्द आले.

"तुमचं बोलणं ऐकलं. आता माझं ऐकावं लागेल."

"सांगितलं ना? माझी काही ऐकायची इच्छा नाही."

"कशी इच्छा राहणार? तुम्हाला फक्त ऐकवायचीच सवय असते. गायक

आहात ना! पण, महेशकुमार, ज्या परमेश्वरानं बोलायला तोंड दिलं आहे, त्याच परमेश्वरानं ऐकायला कानही दिले आहेत.''

''मला उपदेश ऐकायची इच्छा नाही.''

''उपदेश करायलाही योग्यता लागते. महेशकुमार, मी तुम्हाला एक विचारतो. तुमचा आवाज गेला आणि तुम्ही कुणालाही न सांगता अचानक निघून गेलात. या दोन वर्षांत पाठीमागची आठवणही ठेवली नाहीत. दोन ओळींची चिठी लिहून ठेवलीत. ज्या पोरीनं तुम्हांला सर्वस्व मानलं, तुमच्या आजाराची भीती न बाळगता तुम्हाला प्रसन्न ठेवण्यासाठी रात्रीचा दिवस केला, तुमचं टोचून बोलणं कधी मनावर घेतलं नाही, त्या केशरचा एका शब्दानं तरी उल्लेख केला होतात? काय करायचं होतं त्या पोरीनं?''

तुच्छतेनं हसत महेश म्हणाला,

''तुम्ही होता ना राखायला!''

संयम राखत कैलास म्हणाला,

''अगदी बरोबर बोललात. मी राखलं नसतं, तर तुमचं हे बघायला ती या जगात राहिलीही नसती. महेशकुमार, तुम्ही गेलात आणि पाठोपाठ केशर मंगेशीला गेली. आईला वाईट वाटू नये, म्हणून आईला काही न सांगता तिनं सारं रंगा मास्तरांना सांगितलं; आणि रंगा मास्तरांनी तिच्या काळजीनं चंपा आईला सांगितलं. त्या दोन म्हाताऱ्या जीवांची कोण तगमग झाली. आणि तशात केशरला मुंबईच्या एका शेठजीनं मागणी घातली. भाविणीची पोर ना! आणि केशरला नको असलेलं जिणं समोर आलेलं बघून तिनं सारं संपवायचा निर्णय घेतला. बिचारा रंगा मास्तर धडपडत इथं आला. पांढऱ्या केसांची लाज न बाळगता त्यानं पाय धरले माझे. महेशकुमार, जननिंदेची पर्वा न करता मी केशरला इथं आणलं, पाठीमागे लोक काय बोलत होते, याची जाणीव मला होती. माझ्या पेशाची सारी इभ्रत पणाला लागली होती. तरीही मी डगमगलो नाही. महेशकुमार, शेवटी माणसाला कुठेतरी एक निष्ठा राखावी लागते. त्या निष्ठेला मी जपलं आहे.''

''ती निष्ठा मी बघतोच आहे.''

कैलास हसला म्हणाला,

''महेशकुमार, आयुष्यात परमेश्वरानं तुम्हाला सूर दिला. गुरूनं मेहनत दिली. तुम्ही गवई झालात. तुमचा आवाज गेला आणि त्या मुकेपणी तुम्हाला नवे सूर मिळाले. तुमचं सारं आयुष्य सूर आठवण्यातच गेलं. तुम्हाला माणसं कधी आठवली नाहीत. सुरांखेरीज तुमचं प्रेम कुठं जखडलंच नाही. मग प्रेम, निष्ठा याची जाणीव तुम्हाला व्हावी तरी कशी? आणि ती अपेक्षा आम्ही तरी का बाळगावी?

''तुम्ही मला बेइमान, कृतघ्न, स्वार्थी म्हटलंत. तुम्ही कलावंत. निदान सुरांची

जाण तर हवी होती. देवानं बत्तीस दात दिलेत. माणसानं बोलताना निदान बत्तीस वेळा विचार करून बोलावं. तुम्हाला इथं आणलं. तुमच्या प्रेमापोटी केशर आली. इतक्या दिवसांच्या सहवासानंही तिचा स्वभाव तुम्हांला कळू नये, यासारखं दुःख नाही. महेशकुमार, हे सारे शब्दच उच्चारायचे झाले, तर तुमच्या स्वभावाला आणि वागणुकीलाच योग्य ठरतील.''

''डॉक्टर –''

''चूप बसा. मला बोलू द्या. तुमची मिजास, तुमचं गाणं, तुमचा लौकिक यांमुळे आमच्यासारखे रसिक वेडे होतात, आता मुंबईला जाल. इतक्या वर्षांनी तुमचं गाणं होतं आहे. त्यामुळे तुमची मैफल ऐकायला उत्सुक असलेले रसिक गर्दी करतील. तुम्हांला फुलासारखे जपतील. तुमचे दौरे अखंड सुरू होतील. एक मैफल संपवून दुसरी मैफल गाठण्यासाठी तुमची धावपळ चाललेली असेल. तुमचा चिडखोरपणा, तुमची मिजास – सारं सहन करून तुम्हाला पोहोचवायला स्टेशनवर गर्दी होईल. अश्रुपूर्ण नजरेनं निरोप घेतील. आणि गाडी सुरू होईल. तुम्ही पानाचा डबा काढून पान जुळवू लागाल. सारं विसरून पुढच्या मैफलीचे विचार सुरू होतील. हाच थाट दुसऱ्या ठिकाणी घडत राहील. महेशकुमार, मी तुम्हाला विचारतो. तुमच्यावर भारावून प्रेम करणारे, भक्तिभावानं तुम्हाला जपणारे किती रसिक तुमच्या आठवणीत आहेत? तुम्ही फक्त गवई आहात. माणुसकीची जाण तुमच्यात नाही.

''केशरला मी इथं आणली, ती केवळ तुमची अमानत म्हणून! विश्वास ठेवायचा असेल, तर ठेवा. नसेल ठेवायचा, तर माझा आग्रह नाही. तिला इथं राहवं लागलं, तर त्याच भावनेनं राहवं लागेल. माझ्या मनाला रिझवायला माझी सतार आहे. अढळ निष्ठेनं मी ती जपली आहे. आयुष्यभर जपत राहीन.

''महेशकुमार, रुग्णाइताला बोलणं डॉक्टरांच्या स्वभावात नसतं. सारं त्याला सोसावं लागतं. पण नाइलाजानं तुम्हाला ऐकवावं लागलं. तुम्हाला जे वाटेल, ते करायला तुम्ही मोकळे आहात. शेवटी माणसानं आपलं स्वास्थ्य आपणच टिकवायचं असतं. त्यासाठी आवश्यक निर्णय स्वतःच घ्यावे लागतात.''

बोलता-बोलता कैलास उठला. सारा वैताग त्याच्या कपाळी उमटला होता. तो बाहेरच्या व्हरांड्यात गेला. तिथल्या वेताच्या खुर्चीवर बसून त्यानं सिगारेट शिलगावली.

महेश आतल्या खोलीत पुतळ्यासारखा उभा होता. बऱ्याच वेळानं बेचैन मनानं त्यानं हाक मारली,

''केशरऽऽ

संथ पावलांनी केशर खोलीच्या दरवाज्यात येऊन उभी राहिली. थोड्या वेळापूर्वीच्या संतापाची खूणही तिच्या चेहऱ्यावर दिसत नव्हती. महेश तिच्याकडे

बघून हसला. तो म्हणाला,

"केशरऽऽ."

केशरनं नजर वर केली.

"केशर, आपल्याला मुंबईला जायचं आहे. तिथं आपली मैफल ठरलेली आहे."

"आपली?" केशर निर्विकारपणे म्हणाली.

"हो! आपली!!" महेश परत हसत म्हणाला.

निर्विकारपणाने केशरनं विचारलं,

"तुमच्यासह मी यायला हवं?"

"हो!" महेश म्हणाला.

"एक विचारू?"

"जरूर विचार."

"मी कशासाठी हवी आहे?"

महेश क्षणभर त्या प्रश्नानं गोंधळला.

"कशासाठी... म्हणजे?"

"कशासाठी... या प्रश्नाचं उत्तर तुम्हाला कदाचित माहीत असेल अखंडपणे पुढे धावणाऱ्या माणसाला मागचं काहीच आठवत नाही. आणि आठवावं तरी कसं? आजूबाजूला न बघता पुढं धावणं एवढंच माहीत असतं. महेश, मी तुम्हाला संगती हवी आहे, ती फक्त मागे साथ देण्यासाठी. तंबोरा उचलण्यासाठी. माझी योग्यता मला माहीत आहे. महेश, तानपुरा घुमायला एक सुताची तात लागते. ह्या धाग्याची योग्यता फार मोठी. पण किंमत मात्र कवडीचीही नसते. बसल्या ठिकाणी कुठेही तो धागा मिळतो. एक फेकून दुसरा घेता येतो. पण त्या फेकलेल्या धाग्याबद्दल कुणी हळहळ करीत नाही."

"काय बोलतेस, केशर?" महेश जवळ येत म्हणाला.

एक पाऊल मागे सरत केशर म्हणाली,

"खरं तेच सांगते. तुम्हीही फेकल्या धाग्याची फिकीर करू नका. तुमचा शब्द झेलणारे अनेक साथीदार मिळतील. पाठीमागे बसून साथच द्यायची असते. ती नसली, तरी काही बिघडत नाही. त्याशिवाय काही अडतही नाही."

"पण तू इथं राहून काय करणार आहेस?"

केशर त्या प्रश्नानं सारं विसरून मनापासून हसली. ती म्हणाली,

"प्रत्येक माणसानं काहीतरी करायलाच पाहिजे, असं थोडंच आहे? माझंच विचाराल, तर सांगते. तुम्ही आजारी पडलात. दोन वर्षं तुमची सेवा केली आणि अचानक तुम्ही निघून गेलात. तुमचं कोणी असतं, तर सांगून गेला असतात. तुमचं कोणीच नाही, तर तुम्ही तरी का सांगावं? या दोन वर्षांत कधी केशरची आठवण

आली? ती काय करीत असेल? कुठे राहत असेल? कशी जगत असेल, याची साधी चौकशी करायची बुद्धी तुम्हाला झाली नाही. आज तुम्हाला केशर हवी. कशासाठी? शय्यासोबत करायला. तानपुरा छेडायला! मी नसले, तर तुमचं काही बिघडणार नाही आणि त्याची उणीवही कधी पडणार नाही.''

"मग तू काय करणार आहेस?''

"त्याची काळजी तुम्ही कशाला करता? मी तुमचा हात धरून आले. नंतर डॉक्टरांच्याकडे राहिले. भाविणीची पोर ना! कुठे राहिली आणि कुठे गेली, याची चौकशी कोण करतं का? निदान तुम्ही तरी ती करू नका.''

"म्हणजे! तू डॉक्टरांच्या बरोबर राहणार?''

केशर हसली. म्हणाली, "त्या डॉक्टरांना हवं ते बोललात. त्यांच्या समोर माझा रांड म्हणून उल्लेख केलात. रांड म्हणून बाळगणं सोपं असेल, पण बहीण म्हणून जपणं कठीण असतं. डॉक्टरांनी मला इथं आणलं, ते तुमची अमानत म्हणून. कधी विचार केलात? माझ्यासारख्या भाविणीच्या पोरीला डॉक्टरांनी इथं आणलं. त्यांना काय सोसावं लागलं असेल? तुम्ही आता माझी काळजी करू नका. तुम्ही आनंदानं जगा. तुमची सेवा करणारे अनेक भक्त आहेत. चाहते आहेत. ते तुमची देखभाल करतील. प्रसंग न येवो; पण कधी आलाच आणि आजारी पडलातच, तर इथं डॉक्टर आहेत. मी आहे. कुठल्याही नर्सपेक्षा माझा अनुभव अधिक आहे. त्या मंगेशानं मला उघड्यावर टाकलं नाही. डॉक्टरांच्यासारखा एक समर्थ भाऊ मला मिळाला आहे. माझी निवाऱ्याची काळजी त्यानं सोडवली आहे.''

"केशर, अविचार करू नको.''

"अविचार आयुष्यात कधी केला नाही. तुम्ही जाऊ शकता.''

एवढं बोलून केशर कोरड्या नजरेनं माघारी वळली.

महेशनं बॅग उचलली आणि तो बाहेर आला.

कैलास सिगारेट ओढीत खुर्चीवर बसला होता. महेशनं त्याच्याकडे पाहिलं. पण कैलासनं मान वर केली नाही.

महेश पायऱ्या उतरून खाली आला.

आखलेल्या रस्त्यावरून तो चालत होता.

आखलेल्या रस्त्यावर जाड वाळू का टाकतात, हे आज त्याला कळत होतं.

दाराशी केशर उभी होती. आतापर्यंत आवरलेले अश्रू तिच्या गालांवरून ओघळत होते. दूर जाणाऱ्या महेशकडे ती पाहत होती.

डोळ्यांतले अश्रू पुसण्याचं भानही तिला राहिलं नव्हतं.

■

www.ingramcontent.com/pod-product-compliance
Lightning Source LLC
Chambersburg PA
CBHW030325020726
47493CB00004B/1162
* 9 7 8 8 1 7 7 6 6 3 4 1 9 *